वपु काळे

# महोत्सव

मेहता पब्लिशिंग हाऊस

**MAHOTSAV** by V. P. KALE

**महोत्सव : वपु काळे / कथासंग्रह**

Email : author@mehtapublishinghouse.com



संस्थापक : सुनील अनिल मेहता

प्रकाशक : मेहता पब्लिशिंग हाऊस प्रा. लि.,
१९४१, सदाशिव पेठ, माडीवाले कॉलनी, पुणे – ४११०३०.

मुद्रक : पार्कसन्स ग्राफिक्स

मुखपृष्ठावरील छायाचित्र : वपु काळे

मुखपृष्ठावरील अक्षरलेखन : कमल शेडगे

प्रकाशनकाल : जानेवारी, १९९७ / डिसेंबर, १९९७ / डिसेंबर, १९९८ / मार्च, २००० / डिसेंबर, २००४ / एप्रिल, २००७ / जून, २००८ / सप्टेंबर, २००९ / जानेवारी, २०११ / जानेवारी, २०१२ / मार्च, २०१३ / जानेवारी, २०१४ / जानेवारी, २०१५ / मार्च, २०१६ / सप्टेंबर, २०१७ मे, २०१९ / ऑक्टोबर, २०२१ / एप्रिल, २०२३ / पुनर्मुद्रण : मार्च, २०२५

किंमत : ₹ २३०

P Book ISBN 9788177665369
E Book ISBN 9788184986358
E Books available on : amazonkindle Apple Books Google Play Books

आयुष्य निव्वळ जगण्यासाठी नसतं.
आयुष्याचा महोत्सव करायचा असतो.
'महोत्सव' कथा काल्पनिक का खरी?
ह्या तपशिलात का जायचं?
आयुष्य 'महोत्सवा'सारखं जगता येतं,
हे मला **मंगेश तेंडुलकरांकडे** पाहिलं
की जाणवतं.
ह्या 'महोत्सवा'ला
हा 'महोत्सव' अर्पण.

**-वपु.**

## अनुक्रमणिका

Please contact us at **Mehta Publishing House Pvt. Ltd.,** Pune.
✆ +91 020-24476924 / 24460313 / Mob. No. 9545000513
Email : production@mehtapublishinghouse.com
Website : www.mehtapublishinghouse.com

# महोत्सव

सगळी थोर-थोर, रसिक वाचक मंडळी आपापल्या आवडत्या लेखकाला एक ठरावीक प्रश्न का विचारतात?
—तो प्रश्न म्हणजे, 'तुम्हाला अशी व्यक्ती प्रत्यक्ष भेटली होती का हो?'
खरं तर अशा व्यक्ती आपल्या आसपास असतात. काही घरी चालून येतात. वाचकांना जाणीवही नसेल की, अशा कितीतरी व्यक्ती त्यांच्या शेजारूनही जात असतील, की ज्यांनी काही ना काही साधना केली असेल. कुणी कवी, कुणी गणितज्ज्ञ, कुणी काही, कुणी काही.
असाच एखादा (किंवा एखादी) कुणा लेखकाला भेटतो (भेटते), मग वाटतं, समाजापर्यंत ह्या व्यक्तीला न्यायलाच हवं.

पायांतल्या चपला काढताक्षणी त्याने प्रथम त्या चपलांना नमस्कार केला. माझी नजर पाहून तो म्हणाला,
"तुमच्या घरापर्यंत येण्यासाठी ह्या चपलांनी मला मदत केली. माझे श्रम ह्या चपलांनी सुसह्य केले, म्हणून त्यांना हे थँक्स."
माझ्या चेहऱ्यात काही फरक पडला नसावा.
माझ्याकडे बारकाईने पाहात तो म्हणाला,
"तुम्हाला खूप नवल वाटलेलं दिसतंय."
"चपलांना हे समजतं का?" मी विचारलं.
तो हसत म्हणाला,
"राग आला म्हणजे माणसं दारं आपटतात ना?"
"मीसुद्धा कधीतरी आपटतो."
"घरातल्या माणसांवर ओरडता येत नाही म्हणूनच ना?"
"आरडाओरडा न करता आपला राग त्यांच्यापर्यंत पोहोचावा हा हेतू."

''तुम्ही रागावलेले आहात हे जर दरवाजांना कळत असेल तर, आपला नमस्कार त्यांच्यापर्यंत का पोहोचणार नाही?''

मी गप्प!

तो पुढे म्हणाला, ''आणि दारांनाही कळत नाही असं समजू नका. लहान मुलांप्रमाणे ती पावसाळ्यात फुगतात व आपला निषेध पाऊस संपेपर्यंत व्यक्त करतात. पण त्यांचं दुर्दैव असं की पावसाळ्यात त्यांना आपल्या लाथा खाव्या लागतात.''

आता मात्र मी आश्चर्यापेक्षा कौतुकाने पाहू लागलो.

''हे सगळं ऐकायला खूप छान वाटतं, पण असं वागायचं ठरवलं तर सतत नमस्कार करीतच माणसाला वावरावं लागेल.''

त्यावर तो म्हणाला,

''मुळातच हे सगळं का करायचं? कृतज्ञ भाव जपण्याचा हा केवळ प्रारंभ आहे. निर्जीव वस्तूंबद्दल तुम्ही हमदर्दी दाखवायला सुरुवात केलीत तर त्यातूनच जित्याजागत्या माणसाचा आदर करणं हा सहजधर्म होईल.''

त्याला 'बसा' म्हणायचं मला आता भान आलं. त्याच्या दोन मिनिटांच्या सहवासाचाही माझ्यावर परिणाम झाला. एरवी मी नेहमीसारखं विचारलं असतं,

''व्हॉट कॅन आय डू फॉर यू?''

पण आता मी म्हणालो,

''मला तुम्ही आवडलात. काहीतरी काम असल्याशिवाय तुम्ही माझ्याकडे आला नाहीत. बोला, तुमच्यासाठी काय करू?''

''पहिल्यांदा मी माझी ओळख करून देतो. मी केदार खाडिलकर. तुमच्याकडे भाड्याने जागा देण्यासाठी आहे असं कानावर आलं. मुंबईसारख्या शहरात सध्याच्या काळात एक वेळ परीस मिळेल, पण जागा...''

''जागा मिळणं म्हणजे परीसच मिळणं.''

''मान्य, पण एखादा व्यवसाय करायचा ठरवला की परीस आणि परिसर दोन्ही लाभावं लागतं. आणि त्या दृष्टिकोनातून तुमची जागा ज्याला मिळेल तो स्वर्गाकडेही पाठ फिरवेल.''

आमची जागा खरोखरच तशी आहे. मेनरोडपासून लांब, पण बस डेपो हाकेच्या अंतरावर. एक लांबलचक गल्ली ओलांडायचं धाडस केलं तर खाडिलकर म्हणतो त्याप्रमाणे स्वर्गच. पण आमच्या बाकीच्या भाडेकरूंनी जागेचा ताबा घेतल्यावर आमच्या परिवारालाच स्वर्गात पाठवायची तयारी केल्यावर उरलेली जागा भाड्याशिवाय ठेवायची या निर्णयाखेरीज गत्यंतर नव्हतं. मुंबईसारख्या शहरात दीड हजार चौरस फुटांची जागा नुसती कुलूप लावून ठेवायची म्हणजे साक्षात मूर्खपणा. पण बाबा जाता-येता म्हणतात तेच खरं.

'ज्याला माल असतो त्याचे हाल, कोल्हे-कुत्रे झाले लाल.' त्याप्रमाणे महिना जेमतेम दहा ते पंधरा रुपये भाड्यात आमच्या आजूबाजूचे कोल्हे डाळिंबासारखे लाल झाले होते. वरची जागा म्हणूनच वर्षानुवर्षं पडून होती. पण त्या केदार खाडिलकरने अवघ्या पाच मिनिटांत मला नकार देणं अशक्य केलं. तो माणूस होता. जागा ताब्यात आल्यावर त्याचा भाडेकरू होणार नव्हता.

''जागा आहे ना?''

तोंडून शब्द गेला, ''हो.''

''मला द्याल?''

पुन्हा 'हो' गेला.

''आज दाखवू शकता?''

''चला.''

मी त्याला थेट दुसऱ्या मजल्यावर नेलं. तळमजला आणि पहिला मजला आमच्याकडेच होता.

मी बाहेरची कडी काढली. जागा बघून त्याने आश्चर्याने विचारलं,

''किती स्क्वेअर फूट आहे?''

''पंधराशे!''

''कार्पेट?''

''हो.''

''भाड्याची अपेक्षा सांगा.''

मी मुद्दाम म्हणालो, ''घेणाऱ्याच्या अपेक्षेपेक्षा देणाऱ्याची ऐपत नेहमीच कमी असते. तुम्हाला कितीला परवडेल ते सांगा. पटलं तर मी हो म्हणेन.''

खाडिलकर म्हणाला, ''मी इथं कॉम्प्युटरचे क्लासेस काढणार आहे. तुमच्याच आताच्या विधानाप्रमाणे माझ्या भावी विद्यार्थ्यांना जेवढी फी परवडेल तेवढी त्यांनी द्यावी असा माझा उद्देश असेल. ऐपत हा शब्द फसवा आहे. तो तुम्हाला नेहमी जास्त उंचावर असलेली जागा दाखवतो आणि वरवरची उंची गाठण्याच्या स्पर्धेत दानत विकावी लागते. तरीही माझ्या ध्येयासाठी मी तुम्हाला तोशीस पडू देणार नाही. आदर्श स्वत:चा आणि त्याचा चिमटा दुसऱ्याला हे होणार नाही. आता ह्या क्षणी तीन हजार रुपये देण्याची मला ऐपत आहे. व्यवसाय भरभराटीला येईल त्याप्रमाणे तुम्ही न सांगता मी भाडं वाढवीत जाईन.''

''सध्या आपण कुठे राहाता?'' मी विचारलं.

''मालाडला सबटेनन्ट म्हणून राहातो.''

''व्यवसायाचा शुभारंभ ह्याच जागेत का?''

"एका मित्राबरोबर 'नो प्रॉफिट नो लॉस' या तत्त्वावर क्लासेस सुरू केले होते. दोन वर्षांनी समजलं, मला प्रॉफिट नाही आणि मित्राला लॉस नाही असा व्यवहार चाललाय. तेव्हा जागा झालो."

मी म्हणून गेलो,

"केव्हाही या. जागा तुमचीच आहे."

त्याने हातात हात दिला आणि मी विचारलं,

"आर यू मॅरिड?"

'अजून नाही." त्याचं उत्तर.

"जागेप्रमाणेच मुलगीही शोधताय का?"

तो गंमतीने म्हणाला,

"तुमची बहीण वगैरे नाही ना?"

मी मानेने नकार दिला.

तो म्हणाला, "सुटलात!"

"का बुवा?"

"नात्यात रूपांतर झालं की मेव्हण्याकडे जास्तीचं भाडं कसं मागायचं हा तुम्हाला प्रश्न पडला असता."

मी विचारलं,

"कधीपासून येता?"

"इथला पोस्टल ॲड्रेस द्या. व्यवस्थित आगाऊ सूचना देऊन येईन. टेलिफोनपासून सगळीच व्यवस्था करायची आहे."

त्याच्याच डायरीत मी आमचा पत्ता लिहून दिला.

"तुमच्याकडे फोन नाही का? डोण्ट वरी! क्लाससाठी फोन आला की तुम्हाला पॅरलल लाईन जोडून देईन."

हे सांगता सांगता त्याने शंभराच्या तीस कोऱ्या नोटा माझ्या हातात ठेवल्या.

"पावती?"

"कागदापेक्षा माझा माणसांवर विश्वास जास्त आहे."

केदारने शुभारंभ केला. आमच्या सगळ्या वास्तूवर त्याने टेरेसपासून दिव्यांच्या माळा सोडल्या. बस डेपोपर्यंतची गल्ली झगमगून काढली. वरळीच्या त्या विभागाचं 'लास वेगास' मध्ये रूपांतर झालं.

माझ्या वडिलांना वाकून नमस्कार करीत त्याने तेहतीस हजार एक रकमेने, संपूर्ण वर्षाचं भाडं म्हणून त्यांच्या हातात ठेवले.

"अरे ह्याची गरज नव्हती."

''कॉम्पुटर्ससाठी बँकेकडून कर्ज घेताना ह्या रकमेचाही विचार केला होता.''
''पण...''
''मी बिझनेसमन आहे. महिन्याचे तीन-तीन हजार कधीच इकडे तिकडे जातील. तुम्हाला उद्यापासून ही रक्कम 'फिक्स'मध्ये ठेवता येईल.''
उद्घाटनानंतर गल्लीतल्या दिव्यांच्या माळांना निरोप देण्यात आला, पण आमच्या इमारतीवरची रोषणाई आठ दिवस तशीच होती. मी केदारला त्याच्याच भाषेत म्हणालो,
''वास्तू शेफारून जाईल. आत्ताच ती बाजूच्या घरांकडे तुच्छतेने बघतेय.''
शांत नजरेने मला निरखून पाहात तो म्हणाला,
''म्हणजे दगड, विटा, भिंतीना भावना असतात तर!''
मी हसलो.
केदार म्हणाला,
''तुझ्याशी मी सहमत नाही. बाहेर ये.''
आम्ही आमच्या 'बागेश्री' बिल्डिंगसमोर उभे राहिलो.
''हे घर किती सालचं?''
''माझ्या आजोबांनी बांधलं.''
''म्हणजे साठ-सत्तर वर्षं...''
''माझी तिसरी पिढी, म्हणजे ओळख.''
''गेल्या पंचाहत्तर वर्षांत रोषणाई नको, पण ह्या वास्तूला कुणी निरांजनाने ओवाळलं तरी असेल का? ती आता स्वतःच्याच आनंदातून बाहेर आलेली नाही. इतर इमारतींकडे तुच्छतेने पाहायला तिला सवडच मिळालेली नाही. तिची आनंदसमाधी लागली आहे असं समज. आणि आता तिच्याकडे बघ.''
गंमत म्हणजे मी पुन्हा माझ्याच घराकडे पाहिलं आणि माझे पहिले विचार कुठल्या कुठे नाहीसे झाले. केदारचा हात हातामध्ये घेऊन मी म्हणालो,
''तू अचाट आहेस.''
केदार म्हणाला,
''चलो, इस बातपर हम सेलिब्रेट करेंगे!''
त्याने ओढत ओढत मला त्याच्या गाडीपाशी नेलं. आम्ही जुहूच्या दिशेने निघालो.
''कुठे नेतोयस?''
''दिसेल त्या चांगल्या हॉटेलमध्ये.''
''कशासाठी पण?''
''तू एकाच गोष्टीकडे दुसऱ्या दृष्टिकोनातून पाहू शकतोस म्हणून तुला पार्टी.''
''बस्स! इतक्या साध्या कारणासाठी?''

केदार म्हणाला, ''एका क्षणात दृष्टिकोन बदलणं हे साधंसुधं स्थित्यंतर नाही. जगातली सर्वात अवघड गोष्ट म्हणजे विचार बदलणं. इतर गोष्टी केव्हाही बदलता येतात. आज आवडलेली गोष्ट उद्या फेकून देता येते. आवडली नाही तर. पण नवा विचार स्वीकारणं ही खूऽऽप मोठी घटना आहे. आणि तो क्षण साजरा केलाच पाहिजे.''

तीनशे रुपये बिल देऊन त्या महागड्या हॉटेलमधून आम्ही बाहेर पडलो. केदारच्या गाडीत बसताना माझ्या मनात विचार आला, 'आम्ही ह्या हॉटेलमध्ये खाल्लं की हॉटेलने आम्हाला खाल्लं?'

माझा चेहरा पाहून केदार म्हणाला, ''हॉटेलच्या बिलावर विचार करत आहेस का?''

मी प्रांजळपणे 'हो' म्हटलं.

''गड्या, आयुष्य खूप साधं असतं. कधीकधी खूप रटाळ असतं. आयुष्याचा महोत्सव करता आला पाहिजे. श्वास घेणं आणि सोडणं ह्याला जगणं म्हणत नाहीत. प्रत्येक श्वास घेताना आसमंतातल्या सुगंधाचा प्रत्यय आला पाहिजे.''

''म्हणजे नेमकं काय करायचं?''

''परमेश्वराने प्रत्येक माणसाला एक स्वर देऊन पाठवलेलं आहे. अंतर्मनातल्या वीणेवर तो सूर सतत वाजत असतो. बाहेरच्या गोंगाटाकडे थोडं दुर्लक्ष केलं म्हणजे तो सूर ऐकू येतो. तो सूर ऐकू आला म्हणजे जीवन महोत्सवासारखंच होतं.''

''माणसांना हे का समजत नाही?''

केदार हसून म्हणाला,

''ह्याच प्रश्नाची अपेक्षा होती. आताही तुझ्या मनात इतरांचाच विचार. मला तो सूर का ऐकू येत नाही हा प्रश्न विचारला असतास तर अधिक बरं झालं असतं. माणूस स्वत:पासून कधीच प्रारंभ करीत नाही आणि कधीकधी स्वत:च्याच विचारांनी त्याचं मन इतकं व्यापलेलं असतं की समोरची वस्तू त्याला आहे तशी दिसत नाही. हे जर निर्जीव वस्तूंच्या बाबतीत घडतं तर चालत्या-बोलत्या माणसाचा तो कसा स्वीकार करील?''

क्षणभर थांबून केदारच पुढे म्हणाला,

''दोन तासांपूर्वी तू स्वत:च्या मनातले विचार तुझ्या वास्तूवर लादलेस. माझ्या विचारांनी तुला धक्का बसला आणि 'असंही असू शकेल' हे मनापासून मान्य केलंस. त्या क्षणाचा मी हा महोत्सव केला. आपले मित्र, नातेवाईक, परिचित ह्यांच्याबाबत आपण हेच करतो. आपण त्यांना जे ओळखतो, ते त्यांच्या संदर्भात आपले जे विचार असतात ते आपण त्यांच्यावर प्रोजेक्ट करतो. म्हणूनच कुणीही कौटुंबिक समस्येवर आपला सल्ला मागायला येतो तेव्हा मी सावध असतो.''

मी चकित झालो. खरं तर हा विषय संपल्यावर मीच त्याला माझा एक प्रॉब्लेम सांगणार होतो. तशी आमची मैत्री खूप दिवसांची नव्हे. पण हा किती वेगळ्या विचारांचा माणूस आहे, याचं प्रत्यंतर येण्यासाठी फार काळ लागला नाही. हा गप्प बसतो त्याअर्थी त्यामागेही काही स्वतंत्र विचार असणार. ते जाणून घेण्यासाठी मी विचारलं,

"ही सावधगिरी कशासाठी?"

"एका माणसाच्या समस्येवर दुसऱ्या माणसाजवळ उत्तरच नसतं. कारण सल्ला देणारा त्या समस्येपर्यंत पोचू शकत नाही. तो स्वत:च्याच वैचारिक पातळीप्रमाणे त्या समस्येकडे पाहातो. समस्येतून जाणाऱ्या माणसाच्या भूमिकेत तो जाऊ शकत नाही. समस्या सांगणारा माणूस अनुकूल उत्तरासाठीच अनेकांना भेटत राहातो आणि त्याला आवडणारा विचार मिळाला की त्या माणसाला ग्रेट मानून खूष होतो. हे सगळं पाहिलं की वाटतं, कोण कुणाला खऱ्या अर्थाने जाणून घेत असेल? मी स्वत:च्याच विचारापाशी थांबलेलो आहे. आणि आता माझा पुढचा प्रवास समोरचा माणूस जसा आहे तसाच्या तसा स्वीकारण्याच्या मार्गावर आहे."

केदार नक्की कसा आहे?

काही माणसं तापट असतात, काही आढ्यतेखोर, काही घुमी तर काही गर्व करणारी, काही ऑर्थोडॉक्स तर इतर न्यूनगंडवाली, धूर्त, लबाड, लफंगी, खोटारडी, नम्र, भिऊन राहाणारी, ऐदी, आळशी, सतत उसन्या पैशावर आयुष्य रेटणारी. प्रत्येक माणसाबरोबर एक नवा धर्म जन्माला येतो. खरं तर तो स्वभावधर्म. स्वभावधर्माला परिवार लाभला म्हणजेच त्याचा धर्म होतो. पाठोपाठ संघटना, युनियन आणि युनियन म्हणजे उपद्रव. नाव संघटना पण विघटन हे त्यांचं कार्य. एकटा माणूस धार्मिक असू शकतो, पण त्याला अनुयायी म्हणजे गर्दी लाभली की तो तयार होणारा समाज धार्मिक असूच शकत नाही. तो हिंसेकडेच वळतो.

एकदा असेच आम्ही दुपारचे बाहेर पडलो. केदारने मला ऑफिसातच गाठलं.

"चल बाहेर."

"साहेबांना काय सांगू?"

"ते मी सांगेन."

केदारने आपलं विजिटिंग कार्ड साहेबांकडे पाठविलं. मीही त्याचं कार्ड पाहिलं नव्हतं. आता पाहिलं. त्याच्या नावाखालच्या पदव्यांची माळ महत्त्वाची होतीच. पण कार्डाच्या वरच्या बाजूला जे वाक्य होतं ते अफाट होतं—

CONVERT LIFE INTO CELEBRATION.

साहेबांचा निरोप आला.

आम्ही दोघं आत गेलो.

केदारने कॉम्प्युटरच्या लिटरेचर्सचे रंगीत आकर्षक कागद साहेबांसमोर ठेवले.

"एजन्सी आहे?"

"एजन्सी आहे, क्लासेस आहेत, जॉब्स घेतो आणि शिवाय दुरुस्तीचं कोणतंही काम."

"सर्वात शेवटी तुम्ही नुसता 'सर्व्हे' असा एवढाच शब्द लिहिला आहे, तो..."

"माझी हॉबी."

"कसली?"

"नेहमीच्या रूटीनला किती माणसं कंटाळलेली आहेत ह्याचा सर्व्हे घेणं ही हॉबी."

"सगळेच कंटाळलेले असतात. मलाही आता पळून जावंस वाटतंय."

"सर, कंटाळ्यात दोन जाती आहेत. कंटाळा कशाचा आलाय ते नेमकेपणाने सांगणारे आणि कशाचा कंटाळा ह्याचा उलगडाच न होणारे."

"करेक्ट!"

"जे नेमकेपणाने सांगू शकतात ते हॉबी शोधतात. स्वत:ला वाचवतात."

"इंटरेस्टिंग!"

"सर तुम्हाला कंटाळा येईल इतके तास मी कंटाळ्याचं विश्लेषण करू शकेन."

"एकदा भेटूया."

"जरूर. पण सर, 'यू नेव्हर मीट द सेम मॅन अगेन. म्हणजे काय तो आणखी एक विषय आहे. बिफोर वुई पार्ट, एक विचारू?"

"जरूर."

"आपल्याप्रमाणेच दुसऱ्यालाही रूटीनचा कंटाळा येऊ शकतो हे तुम्ही मानत असाल तर ह्या आमच्या दोस्ताला आता असाच कंटाळा आलाय. ह्याला पळवू का?"

साहेब संमतीदाखल हसले.

केदारचा धर्म नक्की कोणता असा विचार करीत मी गाडीत बसलो. पण पुढच्याच चौकात वाहतूक ठप्प. कारण असाच एक 'झिंदाबाद-मुर्दाबाद'मोर्चा.

"ह्या दोनच शब्दांनी भारतमातेची ब्रिटिशांपेक्षा जास्त विटंबना केली आहे."

"ह्यांना नेमकं काय हवं असतं?"

"जास्त."

"म्हणजे?"

"जे मिळतंय त्यापेक्षा जास्त."

"पण..."

"सगळ्या आयुष्याचा अर्थ घालवणारा, अंतर्मनातल्या वीणेचे तुकडे करणारा हा

एकमेव शब्द. 'जास्त'. दॅट्स ऑल! जास्त पैसा, जास्त प्रतिष्ठा, जास्त मोठं घर, जास्त वरचं पद, प्रेम आणि जास्त सेक्सही! धर्म कोणताही असो, मागणी एकच, जास्त! त्यासाठी राजकारण, युती करायची ती देशासाठी नाही, तर जास्त खुर्च्या हव्यात म्हणून. 'पंजाब, सिंध, गुजराथ' असं देशाचं विस्तीर्ण वर्णन करायचं. पण ह्यांच्या भारताचा खरा मनातला आकार दोन फूट बाय दोन फूट खुर्चीइतकाच आहे.''

''तुला भारताचा पंतप्रधान केलं तर तू काय करशील? सेक्युलर राष्ट्र हेच ध्येय पुढे चालवशील का?''

खांदे झटकत केदार म्हणाला, ''माझ्या सगळ्या राष्ट्राचा धर्म 'आनंद' असेल. आणि ध्येय असेल—महोत्सव, 'सेलिब्रेशन'! माझ्या राष्ट्राचा झेंडा असेल आकाशासारखा निळा. जमिनी बळकावता येतात, आकाशाचा लिलाव मांडता येत नाही, स्त:च्या 'फार्म'चे फलक ठोकता येत नाहीत. माझ्या निळसर झेंड्यावर सरस्वतीच्या हातातली वीणा असेल. राष्ट्र ज्ञानी हवं तसंच ते संगीतमय हवं.''

मला केदारचा धर्म समजला. 'सेलिब्रेशन' हा एकाही राष्ट्राचा नसलेला धर्म केदारचा धर्म होता.

''तू आता रिकामा कसा?''

''मला प्रचंड मोठी असाईनमेंट मिळाली आहे. ॲडव्हान्स मिळाला. कर्जापोटी मोठी रक्कम बँकेत जमा केली.''

''म्हणून सेलिब्रेशन?''

''हॅट, व्यवसाय मामुली बात है. तुमच्या कष्टाला, प्रामाणिकपणाला योग्य दिशा मिळावी लागते. दिशा महत्त्वाची. कारण तीच भाग्याकडे नेते. आजचा महोत्सव वेगळ्या कारणासाठी. तुझ्या घराकडे जाणाऱ्या गल्लीला भरपूर खड्डे आहेत. कबूल?''

''छे! तिथं अधूनमधून रस्ता आहे. खड्ड्या-खड्ड्यातून रस्ता शोधून महापालिका स्पीडब्रेकर्स टाकते. बरं मग?''

मी गाडीकडे निघालो होतो. तेवढ्यात समोरून एक मांजर आलं. खड्ड्यात साठलेलं पाणी प्यायला मांजराने सुरुवात केली. तेवढ्यात पुढून एक एसी मारुती. म्हटलं, आता हा कर्कश्श हॉर्न वाजवणार. पण त्याने गाडी थांबवली. मनसोक्त पाणी पिऊन, मिशा पंजाने पुसून ते मांजर दूर होईपर्यंत तो शांत होता. मी त्याला मांजराच्या वतीने हात उंचावून 'थँक्स' दिले. बस् मेरे लिये इतनाही काफी था. माणुसकीचं हे दर्शन झालं, धिस इज सेलिब्रेशन!

आवडलेल्या माणसांच्या बाबतीत एक काळजी आपण आपल्यावर लादून घेतो. केदारला पत्नी योग्य मिळेल का? ही काळजी मी दत्तक घेतली. कधी ती मलाच समजलं नव्हतं. प्रत्येक वेळी नवा विचार कानावर पडला की पाठोपाठ ही काळजी

आपलं अस्तित्व दाखवायची.

"कहाँ खो गये?"

"तुझ्या मघाचच्या वाक्याचा अर्थ शोधतोय."

"नेमक्या कोणत्या?"

"यू नेव्हर मीट द सेम मॅन अगेन — म्हणजे काय?"

"अरे राजा, क्षणाक्षणाने सगळं बदलत असतं. जुन्या पेशी मरतात, नव्या येतात. हे इतकं सूक्ष्म असतं की काय सांगू? कसं सांगू? एक तर अति अति सूक्ष्म म्हणून कळत नाही. आणि तो बदल प्रचंड वेगाने घडतो म्हणून कळत नाही. गौतमबुद्धाची भाषा एवढ्यासाठीच फार वेगळी होती."

"म्हणजे कशी?"

"ते झाड आहे असं तो कधी म्हणायचा नाही. 'ते झाड होत आहे' असं तो म्हणायचा. कुणी विचारलं की तो म्हणायचा, 'माझं विधान पूर्ण व्हायच्या आत काही पानं गळून पडली असतील, जमिनीतील त्याची मुळं पाव इंचाने का होईना पुढे सरकली असतील, एखादा नवा कोंब, नवं पान फुटत असेल."

"कधी वाचलंस एवढं?"

"पतंजली प्रथम वाचला. नंतर बुद्ध."

"तुझा व्याप मी खूप दिवस बघतोय. मग हे बाकीचं कसं जमवतोस?"

"जगण्यावर तुटून प्रेम करतो मी. प्रेम केलं की जिज्ञासा जोपासली जाते. का? कसं?— हे प्रश्न सतत सोडवत राहायचं. आपोआप मी साध्या जगण्यातून महोत्सवात जातो."

मी महोत्सवमहर्षी केदार खाडिलकरच्या भावी जोडीदाराची मूर्ती नजरेसमोर आणायला लागलो. प्रतिक्षणी नव्याने जन्माला येणारी जीवनसाथी ह्याला लाभेल का? 'शयनेषु रंभापासून कार्येषु मंत्री' अशी भर्तृहरीकृत मूर्ती मिळेल का? कुणाची ना कुणाची मुलगी इलेक्ट्रॉनिक्स किंवा कॉम्प्युटर कोर्सला आहे असं समजताक्षणी मी मागावर राहू लागलो.

पण एके दिवशी रात्री अकरा वाजता केदारने बाहेर काढलं. त्याचा अमाप स्टॅमिना पाहून मी अवाक् झालो होतो. त्याचा व्यवसाय अफाट चालला होता. 'बागेश्री'वर पुन्हा रोषणाई पाहून मी चक्रावलो. त्याच दिवशी रात्री तो घरी आला. त्याने सहा महिन्यांचे चोवीस हजार रुपये वडिलांच्या हातात ठेवीत म्हटलं,

"वर्ष कधी झालं काही कळलं का? आज माझ्या व्यवसायाचा वर्धापनदिन. ह्या वर्षापासून मी हजार रुपये भाडं वाढवून देतोय आणि ह्याला जरा घेऊन जातोय."

मलबार हिलवर आम्ही 'क्वीन्स नेकलेस' पाहात बसलो होतो. एक अक्षर तो

आतापर्यंत बोलला नव्हता. मी त्याच्या खांद्यावर हात ठेवला.

''बोल!''

''आज मला स्वत:चाही आवाज ऐकावासा वाटत नाहीए, ही शांतताच खूप बोलतेय. ऐक.''

ती दहा-पंधरा मिनिटं भयानक कालखंडासारखी वाटली.

''मी लग्न करतोय.''

मी उडालोच. केदारचा हात हातात घेतला. मलाही माझा आवाज ऐकावा असं वाटेना. शांतता खरंच बोलकी असते. केदार शांतपणे सांगू लागला,

''मुलगी रत्नागिरीची आहे. फक्त मॅट्रिक आहे.''

''फक्त मॅट्रिक?''

''मला गृहिणी हवी आहे. माझा व्यवसाय खूप वाढणार आहे. एका परदेशी कंपनीबरोबर कोलॅबरेशनमध्ये काम आलंय. नव्या मुंबईत, वाशीला रोज जावं लागेल.''

''तुझ्याच व्यवसायातली असती तर वरळीचं ऑफिस तिने सांभाळलं असतं.''

''तशा बड्याबड्यांच्या मुली सांगून येत होत्या.''

''मग?''

''बड्या घरच्या मुलींना ऐपतीची अपूर्वाई वाटत नाही. बापापेक्षा जास्त पैसा मिळवून दाखवला नाही तर माहेरचा मोठेपणा कायम ऐकावा लागतो. आपल्या संसारात बायकोचं माहेर सतत हस्तक्षेप करतं. खेडेगावतल्या मुलींना सगळ्याचीच अपूर्वाई वाटते. त्या संसारात स्पर्धा करत नाहीत. दारिद्र्यात दिवस काढलेल्या मुलींचं वय वाढूनही माती ओली असते. रत्नाचे वडील भिक्षुक आहेत. दोन मोठ्या बहिणी आणि दोन लहान भाऊ एवढा परिवार आहे. रत्ना निरागस आहे, सुंदर आहे. पण चेहरा भेदरलेला आणि उदास वाटतो. माझ्या गाडीकडे खिडकीतून चोरून पाहात होती. घरातल्या इतर माणसांप्रमाणे निरोप द्यायला फाटकापर्यंत येण्याचंही धाडस तिच्यापाशी नव्हतं. म्हणजे तिला आकार देता येईल. संगीत रुजवता येईल.''

''व्यवसायातलंही पत्नीला थोडंफार कळावं असं नाही का वाटत तुला? मी पुन्हा विचारतोय.''

''व्यवसायासाठी पार्टनरशिप करता येते. पण घर गाठल्यावर कोणत्याही व्यक्तीला प्रथम घरंच हवं असतं. भूक, झोप, शरीरधर्म सगळं रूटीन असतं. पण जिव्हाळ्याचा स्पर्श झाला की—गंमत म्हणून शब्द वापरतो—रूटीनचं प्रोटीन होतं. जेवणाखाण्याची वेळप्रसंगी भ्रांत असलेली रत्ना, कोऱ्या पाटीसारखी आहे. आणि कोऱ्या पाटीवरच सरगम लिहिता येईल. कोऱ्या पाटीवर बाराखडीची अक्षरं शिकवण्याऐवजी स्वरांचं सप्तक गिरवून घ्यावं.''

केदारसारख्या माणसाला रत्नाच का भेटावी? रत्न मिळण्याऐवजी केवळ रत्ना नावाची मुलगी मिळावी? कोणत्याही मजकुराचं स्वागत करणारी कोरी पाटी मिळण्याऐवजी मजकूरच उमटणार नाही, अशी पाटी का मिळावी?

लेखक चार सामान्य माणसांसारखाच असतो. त्याच्याकडे समस्येवर उत्तरं नसतात. स्वत:च्या आयुष्यात निर्माण होणाऱ्या समस्या सोडवताना जिथं त्याची दमछाक होते, चुकीच्या कृतीचे फटके तोही खात असतो, तिथं इतरांच्या समस्या तो काय सोडवणार? अन्याय दिसला की लेखक खवळतो. मग तो माणसाने माणसांवर केलेला असो किंवा नियतीने माणसांवर.

केदारच्या संसाराचं वर्णन दोन वाक्यात करता येईल. मी केदारला कधी सुकलेला पाहिलं नाही आणि रत्नाला कधी फुललेलं पाहिलं नाही. न मागता नवऱ्याने नगद बाराशे रुपयांचा शालू आणला तर साडीच्या बाबतीत कोणत्याही बाईची कोणती प्रतिक्रिया होईल?

बॉक्स घेऊन केदार प्रथम माझ्या घरी आला. आमचं घर त्याचं टोलनाका होतं. तो प्रथम माझ्या आईवडिलांशी बोलत असे. दहा-पंधरा मिनिटं त्यांना हसवल्याशिवाय तो माझ्याकडे वळत नसे. त्याच्याशी वार्तालाप झाल्यावर माझे आईवडील गुलाबपाणी शिंपडल्यासारखे दिसतात.

"वहिनी, बायकोसाठी साडी आणली आहे. कशी वाटते बघा."

साडी म्हणताक्षणी दूध पुरतं तापायच्या आत गॅस बंद करून ती धावली.

बॉक्स उघडत केदार म्हणाला,

"मला फक्त साडी आवडली, एवढंच कळतं."

सौ.ने किंमतीपासून सगळा तपशील पुरवला. त्यात ती पीएच.डी. म्हणा डी.लिट्. तपशील संपल्यावर शेवटचं भरतवाक्य कायम एकच असायचं किंवा असतं, 'माझा हा रंग घ्यायचा राह्यलाय'.

एकूण सातच रंग असताना बायकोचे कितीतरी रंग कसे राहातात हे कोडं कधी सुटलं नाही. मी तिला एकदा गंमतीने म्हणालो होतो,

"पंचवीस हजार फंडातून कर्ज काढतो. हव्या तेवढ्या साड्या घे. अट एक, रस्त्यावरून जाणाऱ्या दुसऱ्या बाईची साडी बघायची नाही."

तिने मुहँतोड उत्तर दिलं, "तुम्ही बाईकडे बघू नका, मी साडीकडे बघणार नाही."

ते मला परवडण्यासारखं नव्हतं.

बॉक्स घेऊन केदारबरोबर आम्ही दोघं रत्नाची प्रतिक्रिया पाहायला गेलो.

तिच्या चेहऱ्यावर काहीही वाचायला मिळालं नाही. 'मध्येच साडी कोणत्या कारणासाठी?' — ही साधी स्वाभाविक जिज्ञासाही नाही.

"ह्याची आत्ता घडी मोड."
रत्ना आत गेली. मी मॅचिंग ब्लाऊज आणते माझा, असं म्हणत बाईसाहेब खाली धावल्या.
"मनावर घेवू नकोस."
"काय?" केदारने विचारलं.
"वहिनींची थंड प्रतिक्रिया."
मोकळेपणी हसत तो मनापासून म्हणाला, "उसमे क्या बात है, और कौनसी नयी हकिकत है?"
"तरीही..."
"साडी घेण्याच्या क्षणी मला जो आनंद झाला तो क्षण तर ती हिरावून घेऊ शकत नाही? स्वत:च्या मालकीचे चोरले न जाणारे खूप क्षण असतात. दुसऱ्याकडे एखादा क्षण मागितला की आपण भिकारी झालो, स्वत:चं सम्राटपण विसरलो असं समजायचं."
आमच्या बाईसाहेब तोपर्यंत ब्लाऊज घेऊन आल्या आणि आश्चर्य म्हणजे तो रत्नाला फिट्ट बसला.
अनेक न सुटलेल्या कोड्यांपैकी एक कोडं. माझ्या आते-मावस बहिणींपासून ते थेट मित्रांच्या कलत्रांपर्यंत माझ्या कानावर जाता-येता येतं ते एकच. एकाही बाईला मनासारखा शिंपी मिळत नाही आणि पायांतल्या चपला.
आमची सौ. आणि रत्ना या दोघींच्या आकारमानाचा विचार केल्यावर आमच्या बाईसाहेबांचा ब्लाऊज रत्नाला फिट्ट कसा झाला हे ते कोडं. मी रत्नाकडे पाहिलं. गोरीपान, देखणी पोरगी. पण चेहरा उदास. आपण दुकानात जातो तेव्हा दुकानदार साड्यांचे डोंगर समोर टाकतो. अनेक साड्या चांगल्या असतात, पण जिथं आपल्या अंतरंगातला रंग एकजीव होतो तीच साडी आपल्याला आवडते. तीच साडी अंगावर खुलते कधी? बाईच्या चेहऱ्यावरचा आनंद ओसंडून साडीवर उतरला म्हणजे एकूण रंग केवळ सातच नव्हेत याचा उलगडा होतो.
रत्नाच्या अंगावर ती साडी पाहिल्यानंतर वाटलं, दुकानातल्या पुतळ्यावरच ती साडी जास्त शोभत होती. आता जित्याजागत्या व्यक्तीने साडी नेसूनही तिला चैतन्याचा स्पर्श झाला नाही. हे सगळे विचार पूर्ण व्हायच्या आत केदार म्हणाला, "पिक्चरला जाऊ."
पिक्चर नेहमीसारखंच होतं. दोन जुळे भाऊ कंपल्सरी. एकाने इन्स्पेक्टर व्हायचं आणि दुसऱ्याने स्मगलर. असा प्रारंभ असल्याशिवाय पिक्चर सेन्सॉरच होत नाही. पिक्चर संपलं आणि आम्ही निघालो. चित्रपटातलं मागे काही रेंगाळावं असं काही नव्हतंच. मात्र घडू नये ती घटना घडली. रत्नाचा शालू खुर्चीमध्ये अडकला आणि

चांगला दोन वीत फाटला. आम्ही दोघं हळहळलो. रत्ना तटस्थ होती. केदार निर्लेप होता.

केदारने केव्हातरी असाच बोनचायनाचा टी-सेट आणला. सहा कपबशा माझ्याही परिवारासाठी आणल्या.

"चला ओपनिंग करू." असं म्हणत आम्हा दोघांना तो घेऊन गेला. रत्ना जशी होती तशीच होती. इथंही एक दुर्घटना मांडून ठेवलेली होती. ट्रेमधल्या कपात किटलीतून चहा ओतताना झाकण खाली पडून फुटलं. निर्विकारपणे ते तुकडे गोळा करून रत्नाने कप तोंडाला लावला.

ह्यासारख्या घटना मी नाईलाजाने का होईना किरकोळ समजू शकेन. तसं समजतानासुद्धा माझ्या मनाची काही क्षण ओढाताण नक्कीच होईल. आनंदोत्सव आणि महोत्सवासाठी कायम धडपडणाऱ्या केदारला विरजणाचीच वाटी हातात घेतलेली बायको मिळावी का?

माझी बायकोही म्हणाली,

"केदारभाऊजी काहीच मनाला लावून घेत नाहीत म्हणून ठीक आहे. तुम्ही आकाशपाताळ एक केलं असतंत."

मी म्हणालो,

"केदारचं कौतुक करताना मला एवढं मोठं स्थान देण्याची गरज नाही. मी जमीन आणि सीलिंगसुद्धा एकत्र करू शकणार नाही. आकाशपाताळाची गोष्टच सोड."

रत्नाला दिवस राहिले हे आम्हाला समजलं नाही आणि समजलं तेही कुठल्या पद्धतीने? तिचं अबॉर्शन झालं म्हणून. दोन-तीन दिवस जेवणाचा डबा आमच्याच घरातून जात होता. नेहमीप्रमाणे मी डबा घेऊन गेलो तेव्हा तिथे एक वयस्कर गृहस्थ आलेले दिसले. मला पाहाताच केदार म्हणाला,

"डबा वेळेवर आला. काका आता इथेच जेवून जातील."

मी लगबगीने म्हणालो, "पानं घ्यायला लागा. मी आणखीन पोळ्या घेऊन येतो."

केदार लगेच म्हणाला,

"आहे तो डबा सहज पुरेल. मुळातच तुझी बायको सढळ हाताने डबा भरते. कालचा आमटी-भात उरलेला आहे. तो रत्ना खाईल."

"छे, छे! शिळं कशाला खायचं?"

"लग्न झाल्यापासून तिला शिळंच आवडतं."

पाहुणे म्हणाले,

"लग्नापासून नाही, लहानपणापासूनच."

मध्येच केदार म्हणाला,

"तुझी ओळख करून देतो. हे फडकेकाका. रत्नागिरीला असतात. एक अनाथाश्रम

आणि शाळा स्वत:च्या हिंमतीवर चालवत आहेत.''
फडके गडबडीने म्हणाले, ''सद्‌गुरूंची कृपा!''
''सद्‌गुरू कोण?''
माझ्या आश्चर्याने पाहात फडके म्हणाले,
''सद्‌गुरू म्हणजे केदारचे वडील. तुमची ओळख असेलच!''
''अजून व्हायचीय.''
फडके म्हणाले,
''ओळख होईल म्हणजे तुम्ही त्यांना फक्त बघाल. ओळख होण्यासाठी खूप काळ जावा लागेल. मी त्यांना गुरू न म्हणता सद्‌गुरू म्हणतो ह्यात काय ते समजा.''
''गुरू आणि सद्‌गुरू ह्यांत फरक आहे?''
''जमीन-अस्मानाइतका. गावोगावी मठ बांधून राहातात ते गुरू. गुरू होणं हा सध्या धंदा झालाय. सद्‌गुरू एखादाच!''
''मला फरक सांगाल?''
''अवश्य!''
''एक वर्ग आहे पंडित-पुरोहितांचा. चर्च, मशिदी, देवळं, गुरूद्वारा ही त्यांची दुकानं. भक्तांना गुन्हेगार आणि पापी ठरविल्याशिवाय ह्यांची आरत्यांची दुकानं चालत नाहीत. त्याच्या वरची पायरी 'गुरू' म्हणविणाऱ्यांची. 'माझ्यावर सगळं सोपवा आणि तुम्ही निर्धास्त व्हा' असा ह्या लोकांचा नारा असतो. त्यामुळे समाज पांगळा होतो. समाजानेच निवडून दिलेले राज्यकर्ते समाजाइतकेच अस्थिर असतात. कडक पोलीस बंदोबस्तात तेही देवळांच्या वाऱ्या करतात. वर्तमानपत्रांत फोटो येतात. समाजाला ह्या तऱ्हेने परस्वाधीन केल्याशिवाय अशा लोकांचं गुरूपद टिकत नाही. सद्‌गुरूची बाब याउलट सद्‌गुरूकडे जर कुणी गेलं तर आतापर्यंत त्या माणसाने काय काय पापं केली याच्याशी त्याला कर्तव्य नसतं. जे हातून घडलं त्यात समोरच्या माणसाला बदल हवा आहे हे जाणून तो त्याच्या भूतकाळात डोकावत नाही. आपल्या हातातला दिवा घेऊन सद्‌गुरू शरण आलेल्या माणसाबरोबर काही काळ वाटचाल करतो. नंतर स्वत:चा प्रकाश स्वत: निर्माण कर असं सांगून त्याच्या हातात दिवा देऊन तो निघून जातो. केदारच्या वडिलांनी अशा आठ संस्था निर्माण केल्या. त्या संस्थांना त्यांनी आर्थिक मदत प्रारंभीच्या काळात दिली. बेकार सुशिक्षितांना शिक्षकांच्या नोकऱ्या दिल्या. असाहाय मुलांना इथं जसा मायेचा हात मिळतो त्याप्रमाणे उनाड मुलांना बाहेरचा रस्ता दाखवला जातो. जगण्याची एक किंमत आहे आणि ती ज्याची त्याने मोजली पाहिजे, हे सगळ्या संस्थांचं ध्येय आहे. म्हणूनच संस्थेतून बाहेर पडलेला जीव हा जन्माने अनाथ असेल पण नंतरच्या आयुष्यात तो आत्मविश्वासाने जगतो. सदगुरूचं खरं कार्य हेच असतं. जाऊ दे,

त्यांच्याबद्दल बोलेन तेवढं थोडं आहे. रत्ना काय म्हणते सांगा.''

''तिला धक्का बसला असेल.''

केदार म्हणाला,

''काका, धक्का तुम्हालाच बसेल. ती नुसतीच शांत आहे असं नाही तर कधीकधी हे असंच व्हायला हवं होतं असा भाव तिच्या चेहऱ्यावर दिसतो. फार नवल वाटतं.''

काका म्हणाले,

''मला नाही वाटलं. ती पहिल्यापासून तशीच आहे. लग्नापूर्वी मला भेटला असतात तर सावध केलं असतं.''

''म्हणजे?''

''तिच्या माहेरची परिस्थिती तुम्हाला माहिती आहे. वडिलांची भिक्षुकी कधी चालायची, कधी नाही. वेळप्रसंगी मुलांनी पाण्यात भाकरी भिजवून खाल्लेली आहे. त्यात पहिल्या तिन्ही मुली. मुलासाठी प्रयत्न करून तिसऱ्यांदा मुलगीच झाली हे पाहून सारे नाराज. तेवढंच फक्त रत्नाच्या कानांवर जायला नको होतं. तिचा नूरच त्या क्षणपासून बदलला. चांगली परिस्थिती आली तरी ती शिळंपाकंच खायची. घरात दूध असलं तरीही भाकरी पाण्याबरोबरच खायची. आपण कुणालाच नको आहोत तेव्हा आपला भारही आईवडिलांवर नको, हेच या पोरीने डोक्यात घेतलं. बुद्धीने जड नाही. सगळं येत असूनही तीन-तीन छड्या खाल्ल्याशिवाय शाळेत प्रश्नांची उत्तर देत नसे. माझ्या स्टाफकडून मला हे कळायचं. ह्या निमित्ताने शाळेतून आपल्याला काढलं तर शिक्षणाचाही बोजा पालकांवर नको अशा वृत्तीची ती बनली. बालवयात बसलेले हे पीळ आपोआप संपूर्ण आयुष्याचे आलेख होतात. ही माणसं आत्मपीडनात आनंद मानू लागतात. नंतर तिची नेमकी गाठ पडली ती तुमच्यासारख्या उत्सवप्रिय माणसाशी. हे वैभव, कोडकौतुक आणि सुखासीन जीवनक्रम हे सगळं तिच्या दृष्टिकोनातून एखाद्या फँटसीसारखं आहे. म्हणून ह्या संसारात ती रमलेली नाही. मनाविरुद्ध काही गोष्टी घडल्या तर तसं दर्शवणार नाही. उलट त्या त्या क्षणी ती तिच्या बालवयात जाते. ती बदलेल पण खूप कष्ट घ्यावे लागतील.''

बोलता बोलता काकांनी पिशवी हातात घेतली.

केदार मला म्हणाला,

''चल, आपण काकांना सोडून येऊ.''

काकांना बॉम्बे सेंट्रलला एस.टी. स्टँडवर सोडून आम्ही मलबार हिलवर गेलो. गाडी चालवताना डॅशबोर्डवर टिचक्या वाजवत केदार कोणतं तरी गाणं गुणगुणत होता. मलबार हिलच्या बाकावर बसता बसता मी म्हणालो,

''आय ॲम रियली सरप्राईज्ड. असं व्हायला नको होतं.''

"रत्नाबद्दल म्हणतोयस?"
"अर्थात!"
केदार समाधानाने म्हणाला,
"काही दिवसांपूर्वी मी तुला म्हणालो होतो, 'समोरचा माणूस जसा असेल तसा स्वीकारण्याच्या प्रवासाला मी निघालोय. रत्नासारखी पत्नी मिळाली आणि माझा ट्रॅक बरोबर आहे हे मला समजलं."
"केदार, अचानक एखादं संकट येणं वेगळं."
"तशा संकटातसुद्धा मजा असते. बुद्ध सांगतो, संकटात असताना आधार शोधू नका. विघ्न किंवा संकट म्हणजे आयुष्य जगण्यासाठी एक अवसर दिला आहे असं समजा. प्रवासात जर एखादा मोठा दगड वाटेत आला तर तिथं थांबू नका. त्या दगडावर उभे राहा आणि स्वत:ची उंची वाढवा. आगीतून जायलाच हवं. त्याशिवाय कचरा जळून जात नाही."
"तू बडे बापका बेटा."
"माझे वडील प्रथम सद्‌गुरू आहेत. नंतर बाप. दाराशी दोन-दोन गाड्या असून मी कॉलेजला बसमधून जात होतो. शेवटच्या परीक्षेच्या आधी वडिलांनी सायकल घेऊन दिली. स्कूटरसुद्धा नाही. अजून डोक्यावर तीन लाखांचं कर्ज आहे. अठरा टक्के व्याज, तेही वडिलांचंच. 'आपकमाई आणि बापकमाई' ह्यातला फरक समजावा म्हणून. आणि कुठेही गैरसमज नाही, कटुता नाही. 'माझ्या लहानपणी असं नव्हतं' हे विधान सद्‌गुरूंनी एकदाही केलं नाही. तुझे अनुभव तू घे, ही त्यांची शिकवण. अँड आय ॲम प्राऊड ऑफ इट. आज मी जो आहे तो माझ्या हातात माझा दिवा घेऊन उभा आहे. निर्भय आहे."
"संपूर्ण आयुष्य उमेदीचं तारुण्य आणि रत्नासारखी पत्नी..."
"ते तर मी वरदान समजतो. दगडावर पाय देऊन आपली उंची वाढवायची ह्याचं सतत स्मरण तिच्यामुळे होत राहील."
"केदार, मी आतल्या आत कोसळतोय आणि तू इतका शांत?"
खळखळून हसत तो म्हणाला,
"मी एक नाटकातलं पात्र आहे. नाटकात काम करणाऱ्यांना सगळं कथानक माहीत असतं, तरीही प्रत्येक प्रयोगात त्यांना अनभिज्ञतेचा अभिनय करावा लागतो. न आवडणारी भूमिका संवादासकट स्वीकारावी लागते. तो रंगमंच पंचवीस बाय वीस फूट, सेट लावल्यावर होतो. थोडा जास्त थोडा कमी. पण ह्या निळ्या आकाशाखालचा विराट सेट पाहिलास? कलावंतांची संख्या तर मोजता येणार नाही. ह्या नाटकातले पुढचे प्रसंग माहीत नाहीत. अंकांची संख्या, प्रवेश सगळं अज्ञानात. किती प्रचंड थ्रिल आहे. 'यू नेव्हर मीट द सेम मॅन अगेन' असं मी म्हणालो होतो."

"आठवतंय."
"रत्ना आयुष्यात येण्यापूर्वीचा केदार, तुला आता भेटेल का? मलाच भेटणार नाही. मग तुला कसा भेटेल?"
"मला इथून पुढे रत्नाला सामोरा जाणारा केदार हवाय."
"तो मलाही माहीत नाही. त्याचा जन्म अजून झाला नाही. मीच मला नव्याने भेटेन."
"मग आताचा केदार कसा घडला ते सांग."
"हा माझा दुसरा जन्म आहे."
"मला समजलंच नाही."
"वडिलांनी जशा संस्था स्वायत्त केल्या तसं मला स्वयंभू बनवलं. आणि जबरदस्त प्रेमभंगामुळे मी नवा जन्म घेतला."
"तुझ्यासारख्याला नाकारणारी मुलगी असू शकते?"
"पैसेवाली होती. माझ्यासारखीच शिकलेली होती.'
"मग तर..."
"अहंकार हा तिचा गुरू होता. जिवंतपणी मरण अनुभवायचं असेल तर माणसाने प्रेम करावं. कारण प्रेमात आणि मरणात 'स्व' उरत नाही. मी संपूर्ण समर्पण केलं. ती अहंकार सांभाळत राहिली. ती वाचली. मी आगीतून तावूनसुलाखून गेलो. पुनर्जन्मासाठी तो कचरा जळायलाच हवा होता. तेव्हापासून मी अस्तित्ववादी झालो. त्या नाटककाराच्या स्वाधीन झालो. मला हवं तसं मनाजोगं कथानक मी त्याला सुचवत नाही. तसं करायची केविलवाणी धडपड करण्याच्या नादात, आपण स्वत:ला त्या नाटककारापेक्षा जास्त प्रतिभावंत समजतो. मी त्याला फक्त एकदाच म्हणालो, 'जो तुझे मंजूर वही मुझे मंजूर' त्या क्षणी मुक्त झालो. सगळं कर्ज फिटलं. हे झालं की आतली वीणा ऐकू येते. रत्नाचं बालपण मी घडवलं का? नाही. ती तशी का झाली हे तिलाही माहीत नाही. तिची नियुक्ती माझ्यासाठी एका नाटकाकाराने केली. आपण आपली भूमिका करायची. त्या क्षणी महोत्सवापलीकडे काही मागणीच उरत नाही. प्रतिक्षणी बदलणाऱ्या निसर्गाबरोबर नर्तन राहातं."
मी केदारकडे बघतच राहिलो. अस्तित्वावर सगळं सोपवायचं म्हटल्यावर मला तरी जास्त असुरक्षित वाटायला लागलं. मी तसं व्यक्त केलं. तो मजेत गीत गावं इतक्या लीलया सांगू लागला,
"सुरक्षेची जेवढी मागणी वाढवत न्याल, तेवढं असुरक्षित वाटत राहातं. मुळातच आयुष्य असुरक्षित असतं, हे मान्य करावं. रक्षण कुणापासून करणार? कोण करणार? रक्षक ठेवून कुणाचे प्राण वाचले आहेत? म्हणूनच अस्तित्वाच्या हातात सगळं द्यायचं आणि मस्तीत जगायचं. आपण ठरवलं होतं, त्यापैकी बालपणापासून

काय काय घडवू शकलो? मागून किती आणि न मागता किती मिळालं, हे फक्त तू तुझ्यापुरतं आठव.''

मी फक्त पाहात राहिलो.

केदार सम्राटच होता. त्याचं साम्राज्य वेगळं होतं. आकाशी रंगाचं निशाण फडकत होतं. तो गुणगुणत होता. महोत्सवात गेला होता. आणि त्याच्या अंतरंगातली वीणा मला ध्वजावर दिसत होती.

■

# जलधार

कार्यक्रम संपला. बडोद्याला मी जवळजवळ दहा वर्षांनी येत होतो. गर्दीचं हे एक प्रमुख कारण. संयोजक तर म्हणाले होते,

"आम्हाला तर कॅन्वासिंग पण करावं लागलं नाही. एक दिवस थांबाल का? ह्याच मुक्कामात आणखी एक कार्यक्रम जाहीर करून टाकतो."

"एक महिन्याने हवं तर पुन्हा येईन. ह्या वेळेला जमायचं नाही."

"यंदाची कोजागिरी इथे कराल?"

"चालेल."

मग स्वाक्षरींसाठी घोळका आणि नंतर ठरलेले प्रश्न. कोणत्याही प्रश्नपत्रिकेत, 'पहिले तीन आवश्यक, बाकीच्या दहांपैकी आठ कोणतेही' ह्या प्रकारची सूचना असते. त्याप्रमाणे पहिला प्रश्न ठरलेलाच,

"ही अशी माणसं तुम्हाला खरोखर भेटली का हो?"

अगदी खरं सांगायचं तर कार्यक्रम जर गाजला, माझ्या मनात यशस्वी कार्यक्रमाची जी कसोटी आहे त्या पायरीला जर तो स्पर्श करून आला तर नंतरची दहा मिनिटं बधिर अवस्थेमध्ये जातात. प्रश्नांची उत्तरं यांत्रिकतेने दिली जातात. खरं तर काही काळ परिस्थितीचं आकलनच होत नाही. श्रोत्यांनी केलेली नावाजणी मनापर्यंत पोचत नाही. तीन तास कार्यक्रम शांतपणे ऐकणाऱ्या श्रोत्यांना आपण कधी बोलू असं झालेलं असतं. संकोची वृत्तीची माणसं लांब अंतरावर उभी असतात. त्यांच्यापैकी कुणाचं तरी कालांतराने पत्र येतं—

'पुढे येऊन बोलावंसं वाटत होतं. पण धीर झाला नाही. म्हणून आता पत्र लिहीत आहे किंवा लिहिते आहे.'

त्यांच्या पत्रांना माझ्याकडून त्यांना दीर्घ पत्रोत्तरं हवी असतात. समाजातील संवाद वाढावा ह्या दृष्टिकोनातून मी कथाकथनाकडे पाहातो.

'तुम्ही माझी कथा सांगत आहात असं कथा ऐकताना वाटत होतं.'

—असा मजकूर लिहिणारी माणसं संवाद साधण्यासाठी मी प्रत्यक्ष हजर असताना, तेव्हा का बोलत नाहीत ह्याचं मला आश्चर्य वाटतं. एरवीही कॉलेजमधली मुलं, कुणालाही न भिता बीअरबारमध्येसुद्धा जात असतील. मग इथं का घाबरतात?

सुमारे पाच-दहा वर्षांपूर्वी मी अशा पत्रांना सविस्तर उत्तरं पाठवत असे.

'तुमच्यासारख्याच प्रश्न विचारणाऱ्या माणसांची माझ्याभोवती गर्दी होती. त्या गर्दीतली प्रत्येक व्यक्ती हवीहवीशी होते असं नाही. मग तुम्ही मागे का राहिलात? आपल्या भावना जर अत्यंत शुद्ध स्वरूपाच्या असतील, तर इथून पुढे कुणाशीही संवाद करताना मागे सरकू नका. तुम्हाला सरळ उत्तर मिळालं नाही तर त्याच्याजवळ देण्यासारखं जे होतं ते त्याने तुम्हाला दिलं असं समजा. पण काल्पनिक भीतीने दूर राहू नका.'

या स्वरूपाची पत्रं पाठवीत राहिलो.

संयोजकांनी विचारलेल्या प्रश्नानी मी भानावर आलो.

"निघायचं का? संकेत हॉटेलमध्ये तुमची सोय केली आहे."

मी 'हो' म्हणायच्या आत घोळक्यातून एक मध्यमवर्गीय बाई पुढे आली. मला नमस्कार करीत म्हणाली,

"मी जया मथुरे."

"नमस्कार, मी तुम्हाला ओळखलं."

"आपण प्रथमच भेटत आहोत."

"तुमच्या डौलदार सहीमुळे तुमची माझी ओळख झाली आहे."

ती मोकळेपणे म्हणाली,

"माझ्या डौलदार सहीमुळेच माझं लग्न जमलं."

"मिस्टर मथुरे कसे आहेत?"

"सही न् सही भला माणूस."

"भेटायला हवं."

"तेच सांगण्याकरता आले."

तेवढ्यात संयोजक म्हणाले,

"कोणत्याही प्रांतातला कोणताही मोठा कलावंत आम्ही जेव्हा बोलावतो, तेव्हा व्यवस्था ह्यांच्याकडेच असते. तुम्हाला चालेल की नाही हे माहीत नव्हतं."

तेवढ्यात जया म्हणाली, "जेवढे पाहुणे येऊन गेले. त्यांच्यापैकी तुमच्या संस्थेला एकानेही शो कॉज नोटीस पाठवली नाही ना?"

त्यानंतर माझ्याकडे पाहात तिने आत्मविश्वासपूर्वक सांगितलं, "तशीच ती ह्यांच्याकडून पण येणार नाही."

माझी संमती गृहीत धरून तिने माझी ब्रीफकेस उचललीसुद्धा. जाता-जाता ती संयोजकांना म्हणाली,

"हॉटेलचे वाचलेले पैसे महाजनतर्फे पाठवून द्या.
संयोजक हसले.
"तुम्ही टू व्हिलरवर बसाल ना?"
"मागे की पुढे?"
"नवीन गावात गेल्यानंतर पाहुण्यांनी कधीच वाहन चालवू नये. प्रत्येक शहरातल्या माणसाचा चालण्याचा ढंग वेगळा असतो. गाव अतिपरिचयाचं झालेलं असतं. वाहनं आणि पादचारी ह्यांनी रहदारीचं त्रैराशिक मांडलेलं असतं. तेव्हा पाहुण्यांनी पाहुण्यांसारखं यावं, घरच्यासारखं राहावं आणि मुख्य म्हणजे सुरक्षितपणे आपल्या गावी परत जावं."
तिने एका किक्मध्ये स्कूटर चालू केली. माझ्याकडे वळून ती म्हणाली,
"मला स्वत:ला व्हेस्पा आवडत नाही. एक तर त्याचं इंजिन एका बाजूला असतं आणि गाडी त्या बाजूला कलते. त्याची सवय होते, पण मला पिलियन रायडरची दया येते."
"का?"
"दोन्हीकडे पाय सोडण्यासाठी त्याला जी काही कसरत करावी लागते, ती करताना क्रॅम्प आलाच पाहिजे. वर्षानुवर्षं एकच मॉडेल विकत राहतील, सुधारणा आणि फेरविचार आयुष्यात करणार नाहीत."
बडोद्याच्या रहदारीच्या त्रैराशिकाप्रमाणे जया कुशलतेने ड्रायव्हिंग करीत होती. पाच-दहा मिनिटांतच तिने एका भल्यामोठ्या इमारतीसमोर स्कूटर उभी केली. मथुरे बडी आसामी असावी असं मनात म्हणत मी त्या इमारतीमध्ये पाय ठेवला. ती इमारत मला घरासारखी वाटली नाही. म्हणून मी तिला विचारलं,
"हे आपलं घर?"
"आपण क्लबमध्ये आलो आहोत. माझा सहीन् सही नवरा ऑफिसमधून परस्पर इथे येतो." असं म्हणत तिने मला एका हॉलमध्ये नेलं. त्या हॉलमध्ये पाच-सहा टेबलं होती. त्याच्यावर बुद्धिबळाचे पट होते. सबंध हॉलमध्ये नीरव शांतता होती. आम्ही एका टेबलापाशी जाऊन उभे राहिलो. समोरच्या दोन माणसांपैकी मथुरे कोण असतील, हा प्रश्नही मी स्वत:ला विचारला नाही. जो माणूस मथुरे असायला हवा तो नेमका दुसरा निघणार आणि आपला अपेक्षाभंग होणार. कोण कुणाला शोभतं किंवा शोभेल ह्याचा माणूस फार विचार करतो. आवाज न करता जयाने मला एक खुर्ची बसायला दिली. आणि ती माझ्याशेजारी बसली. दहा मिनिटं दोघांनीही वर मान करून पाहिलं नाही. ती दहा मिनिटं मला भयानक वाटली. प्रारंभीच्या एका वाक्यात जयाने मला तिच्याबद्दल कुतूहल वाटायला लावलं होतं आणि आत्ता ह्या दहा मिनिटांत मथुरेने माझा खिमा केला होता. दोघांतला मथुरे कोण, हे अजून न समजल्यामुळे व्यक्त करता न येणाऱ्या रागाने कुणाकडे बघावं हेही मला कळत नव्हतं.

"मेट!" एवढेच शब्द कानांवर आले. कोण म्हणालं हेही कळलं नाही. आत्ता दोघांचं लक्ष आमच्याकडे गेलं. ज्याच्या कपाळावर आठ्या पडतील तो जयाचा मथुरे असं मी मनातल्या मनात म्हटलं. त्याऐवजी शेकहॅण्डकरता हात पुढे करत एकजण म्हणाला,
"हॅलो माय स्वीट हार्ट, कार्यक्रम कसा काय झाला?"
जया म्हणाली,
"तुम्ही एकावरच मात केलीत, ह्यांनी एका वेळेला बाराशे लोकांवर मात केली."
"बाराशेएकावा इथे होता म्हणून!"
"आता हा एक घरी यायला बारा वाजवणार का?"
"आज तर फायनलला उतरणार. दोन वाजतील."
एवढं सांगून मला शेकहॅण्ड करीत मथुरे म्हणाले,
"व्हा पुढे, आलोच. जयाच्या मागे बसणार आहात ना?"
"अर्थात!"
"इन्शुरन्स काढलाय ना?"
मी मान हलवली.
"दॅट्स फाईन!"
"तुमच्या नावावर किती मांडून ठेवू?"
"आमची पॉलिसी आमच्या घरातच आहे."

जयाबरोबर मी घरी आलो. दार उघडताना ती म्हणाली,
"या, हे आपलं घर!"
मी झपाट्याने भूतकाळात गेलो. मला माझ्या बहिणीची—इंदूताईची आठवण झाली. माणूस कायमचं दुरावतं म्हणजे काय होतं हे समजण्याचं माझं वय नव्हतं. चाळीस वर्षांहून जास्त काळ लोटला. आजही ती डोळ्यांसमोर येते. तिच्या तोंडामध्ये कधीही 'तुझं, माझं' हे शब्द नसायचे. ती नेहमी 'हे आपलं' असं म्हणायची. तिच्या सासरी जर मी कधी गेलोच तर ती सांगतानाही असं सांगायची,
'आज आपण हे कपाट घेतलं.' मी घेतलं किंवा आम्ही घेतलं असं ती कधीही बोलायची नाही. जयाच्या 'आपलं घर' या शब्दाने मला इंदूपर्यंत पोचवलं.
"तुम्ही हातपाय धुवा, कपडे बदला आणि गरमगरम जेवून घ्या."
मी जेवायला बसलो आणि जया गरम पोळ्या करून लागली. माझ्यापुरत्या पोळ्या करून झाल्यावर तिने गॅस बंद केला, कणीक झाकून ठेवली.
"तुम्ही जेवणार नाही?" मी आश्चर्याने विचारलं.
"आमचे 'अहो' रात्री दोन वाजता येतील, त्यांना अशाच गरम पोळ्या करून

वाढणार आणि त्यांच्याबरोबर जेवायला बसणार.''

''रात्री दोन वाजता?''

''सकाळी आम्ही कधीच एकत्र जेवू शकत नाही. एक जेवण तरी बरोबर हवंच.''

''आणि बाबालोक?''

''मला एकच मुलगी आहे. ती मेडिकलला आहे. मुंबईला राहाते.''

हात धुऊन मी बाहेर आलो. तिच्यापाठोपाठ वरच्या मजल्यावर गेलो.

''आपला टेरेस कसा आहे बघा.'' असं म्हणत तिने टेरेसमधला दिवा लावला. मी टेरेसरवर आलो. आजच्या कार्यक्रमात यश दिल्याबद्दल आकाशाकडे बघून मी हात जोडले. मी खोलीमध्ये येईपर्यंत माझी गादी घालून तयार होती. मला प्रचंड संकोच वाटला. स्वतःच्या घरी अशीच तयार गादी मिळावी आणि सकाळी अंथरुणा-पांघरुणाची पण घडी घालायची वेळ येऊ नये, असं माझ्यासहित अनेकांना वाटत असेल. जे आवडलं असतं ते आत्ता समोर तयार होतं आणि आता त्याचा संकोच वाटत होता.

''गुडनाईट म्हणू का?'' असं तिने मला विचारलं.

''तुम्हीही आता झोपणार का?''

''मी आता रात्री एकचा गजर लावणार आणि मघाशी तुम्हाला सांगितल्याप्रमाणे आमच्या 'अहों'साठी गरम गरम स्वयंपाक करणार.''

''तुम्ही हे असं रोज करता?''

''लग्न झाल्यानंतर पहिली दोन वर्षं 'अहों'नी मला कुठेही सोडलं नाही. माहेरीसुद्धा जाऊ दिलं नाही. आठवड्यातून दोन सिनेमे आम्ही बघत असू. एरवी फिरायला जात असू. कोणत्याही मित्राकडे त्या काळात ते एकटे गेले नाहीत. मग मला दिवस राहिले. गर्भारशी होते मी, पण त्याच्या वेदना 'अहों'च्या चेहऱ्यावर दिसायच्या. शेवटी शेवटी मित्र 'अहों'ना विचारायला लागले, 'तुला डॉक्टरांनी कोणती तारीख दिली आहे?' बाळंतपणाकरता मी माहेरी गेले, तीन महिन्यांनी परत आले. घरी आल्यावर पाहिलं, तर डायनिंग टेबलवर सगळी पाकशास्त्रावरची पुस्तकं. मला म्हणाले, 'तू म्हणशील तो पदार्थ मी तुला खिलवीन.'

त्याप्रमाणे नोकरी सांभाळून ते दोन्ही वेळचा स्वयंपाक करत. नशिबाने एक दिवस घरातलं सगळं करण्यापुरती एक बाई पाठवून दिली. कामावरून आल्या-आल्या त्यांनी विचारलं,

'मी आता संध्याकाळचं काय करू?'

'आपली बेबी आहे ना?'

'तेवढा एक प्रकार मला जमत नाही.'

आणि त्यानंतर नक्की किती दिवसांनी हे सांगू शकत नाही, ते क्लबमध्ये जायला लागले.''

"मुलीबरोबर कधी बोलणं, चालणं, खेळणं वगैरे?"

"तसं त्यांना बोलायला कमीच आवडतं. पहिल्यापासूनच. पण प्रेम अफाट. तिला कधी काही कमी पडू दिलं नाही. ती मुंबईला निघाली, तेव्हा मात्र त्यांचे डोळे भरून आले. त्यांनी स्वत:ला आवरलं. रडण्याचं नातं वात्सल्याशी जोडण्याऐवजी जी माणसं ते नातं दुर्बलतेशी जोडतात, ती माणसं पाणी ओघळू देत नाहीत. ज्या दिवशी प्रिया मुंबईला गेली, फक्त त्या दिवशी 'अहो' क्लबवर गेले नाहीत."

"तुम्ही तेव्हापासून रात्री एकला स्वयंपाक करताय? अवघड आहे."

"प्रारंभी तसं वाटायचं. नंतर विचार केला, रोज स्वयंपाक करावा लागतोच. प्रश्न होता तो टाईमटेबल बदलण्याचा. मी स्वत: नोकरी करत नाही. कोणत्याही भगिनी मंडळाची सभासद नाही. विश्रांती घ्यावीशी वाटली तर माझी मी स्वतंत्र आहे. एकचा गजर लावून झोपते. टेपरेकॉर्डरवर आवडती कॅसेट लावते. एकदा संगीताने तुम्हाला जिंकलं म्हणजे घड्याळाचा पराभव होतो. मुख्य म्हणजे माझीही थोडीशी झोप झालेली असल्यामुळे 'अहो' रात्री जेव्हा दोन वाजता येतात तेव्हा मी फ्रेश, टवटवीत असते. मी छान साडी बदलते, फ्रीजमध्ये ठेवलेला गजरा घालते. आणि ते जरी फारसे बोलत नसले तरी त्यांचं जेवण संपेपर्यंत मी चिवचिवत असते. त्यांनी अधूनमधून जरी प्रतिसाद दिला तरीही त्यांना ते सगळं आवडलंय हे मला चेहऱ्यावरून समजतं."

माझ्या डोळ्यांसमोर सतीश उभा राहिला. त्याला कायम सेकंड शिफ्ट असते. घरी जायला त्याला रोज रात्रीचा एक वाजतो.

केव्हातरी तो मला म्हणाला होता,

"शंभर रुपये पगार कमी मिळाला तरी चालेल, पण ही नोकरी सोडावीशी वाटते."

"कारण?"

"महिनो न् महिने सेकंड शिफ्ट. घरी पोचायला एक. बराच वेळ बेल वाजवावी लागते. बायकोला लवकर जाग येत नाही. चुरगळलेले कपडे, कडवट चेहरा, अर्धवट मिटलेले डोळे आणि विस्कटलेले केस... रोज हेच दर्शन. माझं जेवण टेबलावरती झाकून ठेवलेलं असतं. बायको दार उघडते आणि झोपायला जाते. एकट्याने जेवायचा कंटाळा येतो."

हे सगळं आठवून मी जयाला म्हणालो,

"तुम्ही ग्रेट आहात."

"मी साधीच आहे. आमचं दिवसाचं शेड्यूल ग्रेट आहे असं म्हणा."

असं म्हणत ती निघून गेली. त्यानंतर गजर कधी झाला, ती केव्हा उठली, दोघं जेवली कधी मला काही पत्ता लागला नाही.

कोजागिरीच्या अगोदर आठ दिवस मला जयाचं पत्र आलं. तिच्या घरीच मी राहाणार

आहे, ह्याची तिने आठवण करून दिली. मला उतरवून घेण्यासाठी ती स्टेशनवर येणार होती. त्याप्रमाणे ती आली.

"एव्हरीथिंग ओ. के.?"

माझी बॅग उचलत ती म्हणाली,

"एकदम मस्त!"

"'अहो' काय म्हणतात?"

"तेही झकास आहेत."

"क्लब, रात्री दोनला जेवण. सगळं शेड्यूल तसंच का?"

"सगळं तसंच. फरक फक्त एकच. मी आता नोकरी धरलीय."

"आता मध्येच? वेळ घालवण्यासाठी करता का?"

"घरी गेल्यावर बोलू. कार्यक्रम संपला की वेळ आपलाच आहे."

जयाबरोबर मी घरी आलो. घराजवळ आलो आणि तिथलं दृश्य पाहून आश्चर्यचकित झालो. घरासमोरचा काही भाग तिने सारवला होता. सुरेख रांगोळी घातली होती. मला दारातच थांबायला सांगून ती बॅग घेऊन आत गेली. दोन-तीन मिनिटांत ती जेव्हा बाहेर आली, तेव्हा तिच्या हातात तबक होतं. तिने चक्क मला औक्षण केलं. कपाळाला उभं कुंकू लावलं. ते गंधासारखं ओलं होतं.

"आता घरात यायला परवानगी आहे."

यावेळी तिच्याबरोबर तिच्या दोन-तीन मैत्रिणी होत्या. ती प्रत्येक मैत्रिणीचं नाव सांगत होती. ती नावं कानांवर पडत होती. पण रजिस्टर होत नव्हती. मी अजून मघाच्याच स्वागतसोहळ्यात अडकला होतो. कितीतरी वर्षांत, जवळजवळ तीस-पस्तीत वर्षांत दृष्ट काढणं किंवा ह्या तऱ्हेने औक्षण करणं माझ्या बाबतीत घडलं नव्हतं. तिच्या हातात मी जेव्हा तबक पाहिलं तेव्हाच खरं मी गोंधळलो होतो. पण 'अहो, हे काय करताय?' असा प्रश्न मी विचारला नाही. या परंपरा आता जुन्या झाल्या असं आपण म्हणतो. काही माणसं त्याची खिल्लीही उडवतात. तरीसुद्धा मला काहीतरी वेगळं घडल्यासारखं वाटलं. शुद्ध, पवित्र अशा जाणिवा का झाल्या? जे वाटलं ते नक्की काय होतं?

सिंगापूरमध्ये सुमारे तीनशे पायऱ्या चढून गेल्यावर जेव्हा प्रचंड परिसर माझ्यासमोर उलगडला, तेव्हा असंच काहीसं वाटलं होतं. अर्थात सिंगापूरच्या तीनशे पायऱ्या एवढं एकमेव कारण नव्हतं. तिथला परिसर अत्यंत स्वच्छ होता. 'स्वच्छ मुंबई, हिरवी मुंबई'सारखे फलक नसताना तो स्वच्छ होता. भीक मागणारे भिकारी नव्हते, माणसं थुंकत नव्हती. cleanliness is next to godliness -हे अशा ठिकाणी गेल्यावर कळतं. मला भारतामधली सगळी तीर्थक्षेत्रं तेव्हा आठवली. सिंगापूरला तीनशे पायऱ्या चढून गेल्यानंतर गौतम बुद्धाची काळ्या दगडातली प्रचंड मोठी

शिल्पाकृती पाहायला मिळाली. सूर्याची किरणं मागच्या बाजूने पडली होती आणि परावर्तित होत होती. सोन्याप्रमाणे दगडातही चमक असते ह्याचा शोध लागला. पराकोटीची स्वच्छता हे त्यामागचं कारण होतं. बडव्यांनी वेढलेल्या अंधाऱ्या गाभाऱ्यातील विठ्ठलाची मला दया आली.

ओल्या कुंकवाचा एक बोट रुंदीचा कपाळावरचा उभा पट्टा मला अनेक ठिकाणी फिरवून आला. नेमकं काय वाटलं हे सांगता येणं अशक्य असलं तरीही तिच्या मनातली एक ज्योत आणि माझ्या मनातली एक ज्योत एकमेकांत विरून गेल्यासारखं वाटलं. वत्सलतेचा हा स्पर्श ज्यांनी ज्यांनी अनुभवला आहे, त्या सगळ्या ज्योतींशी ह्या ज्योतीचं नातं जुळेल. टिंगलखोरांना यातून काहीही मिळणार नाही. जयाच्या एका स्पर्शाने मी भानावर आलो. तिने मला विचारलं होतं,

"या सगळ्यांची नावं आता पुन्हा सांगाल का?"

मी गप्प राहिलो.

"तुम्ही दोन मिनिटांत कुठेतरी पाय मोकळे करून आलात हे मला समजलं."

"पाय म्हणू नका, मन म्हणा."

"एकूण एक गोष्टी पहिल्यांदा मनोभूमीवरच होतात, अवयव फक्त पाठलाग करतात. चला, वेळ थोडा आहे. फ्रेश व्हा, आपल्याला थिएटरवर जायचं आहे. स्टेशनवर येण्यापूर्वी बॉयलर चालू करून आले होते. टॉवेल, साबण स्वागताकरता सिद्ध आहेत. तुमचे कपडे मात्र तुम्हालाच घ्यावे लागतील."

मी गंमतीने म्हणालो,

"मी जन्माने बाई नाही, याचं मला वाईट वाटतंय."

"का?" तिच्या एका मैत्रिणीने विचारले.

"बाई असतो तर यांनी खास माझ्यासाठी एखादी साडीही ठेवली असती."

कार्यक्रम संपवून आम्ही घरी आलो. घड्याळाकडे पाहात मी म्हणालो,

"आणखी अर्धा-पाऊण तासातच तुमचे 'अहो' घरी येतील. ह्या वेळेला आपण सगळे एकदम बसू."

"आता त्यांचा रात्री दोनचाही भरवसा राहिलेला नाही. जिंकल्याशिवाय ते घरी येणार नाही."

"म्हणजे?"

"प्लस झाल्याशिवाय."

"मला समजलं नाही."

"आमचे 'अहो' हल्ली रमी खेळतात, म्हणजे रमीमध्ये रमतात."

"खेळणं आणि रमणं सारखंच नाही का?"

"ते नुसते पत्ते खेळत असते तर मी खेळतात म्हणाले असते. रमतात म्हटल्यावर 'रमी'बरोबर 'रम' आलीच."

एक बारीकसा धक्का बसून मी विचारलं,

"म्हणजे ड्रिंक्स?"

जयाचे 'अहो' जणू थम्सअप पितात, इतक्या सहतेने ती 'हो' म्हणाली.

"ते ड्रिंक्स घ्यायला लागले हे तुम्हाला कधी समजलं?"

"पहिल्याच दिवशी. आल्याबरोबर त्यांनी मला विचारलं, 'रागवलीस?'

मी उलट विचारलं, 'कशाबद्दल?'

'आज मला एक तास उशीर झाला.'

मी शांतपणे म्हणाले, 'त्यात रागावण्याचा प्रश्न येतोच कुठे? गरम गरम पोळ्या मात्र मिळणार नाहीत.'

'आज मला जेवण नकोच आहे. अबरचबर भरपूर खाऊन झालंय.'

मला नवल वाटलं. तो ओसरायच्या आत 'अहो' म्हणाले,

'आतापर्यंत जेवढा आला नाही तेवढा मजा रमी खेळताना आला. आज प्रथम ड्रिंक्स हा प्रकार काय असतो, त्याचा अनुभव घेतला'..."

मला धक्काच बसला. म्हणून मी विचारलं,

"तुम्हाला तेव्हा काय वाटलं?"

"काय वाटायचंय? मी त्यांना फक्त एवढंच विचारलं, 'बीअर, जीन, व्हिस्की, व्होडका की चक्क फेणी?' त्यावर ते म्हणाले, 'सगळे अंदाज चुकले. मी रम घेतली आणि आज दीडशे रुपये मिळाले.' मी सहजतेने विचारलं, 'पैसे लावून खेळलात?' ते 'हो' म्हणाले."

"म्हणजे दोन्ही गोष्टी तुम्हाला एकदमच समजल्या."

तिने मान हलवली.

"तेव्हापासून रोज पितात?"

"हो."

"तुम्ही काही सांगायचा प्रयत्न केलात?"

"अजिबातच नाही."

"तुम्हाला मी नेमकं काय म्हणू?"

"मला काहीच म्हणू नका."

"नोकरी केव्हापासून धरली आहे?"

"सहा महिन्यांपासून."

"नोकरी कशाकरता?"

तिने समोरचं कपाट उघडलं. त्यातून एक बॉक्स काढला. तो उघडून तिने

माझ्यासमोर धरला. त्या दहा रुपयांपासून पाचशे रुपयांपर्यंत काही नोटा होत्या. न विचारता तिने सांगायला सुरुवात केली,

"ड्रिंक्स आणि पैसे लावून ते जेव्हा रमी खेळायला लागले, त्या दिवसापासून रमीचे पैसे मी ह्या डब्यात ठेवू लागले. त्याच सुमारास नोकरी धरली."

"'अहो'नी घरात पैसे देणं बंद केलं का?"

"छे, छे! तो एक मस्त माणूस आहे. संसारातल्या जबाबदाऱ्या टाळून, ते लाईफ एन्जॉय करीत नाहीत. सगळा पगार अजून माझ्या हातात देतात. रमीतले पैसे मी घरात घेत नाही. कारण ते जेव्हा हरतात तेव्हा घरातली लक्ष्मी जुगारात जाऊ नये ही इच्छा आहे म्हणून मी नोकरी धरली. त्यांच्यावरही मन माराची पाळी येऊ नये, हा आणखी एक उद्देश."

जयाच्या सांगण्यात इतका साधा, सरळपणा होता की जणू काही तिचे 'अहो' काही 'हायर एज्युकेशन' घेत आहेत किंवा डिपार्टमेंटल परीक्षेचा अभ्यास करत आहेत!

"तुम्ही कधी मन वळवण्याचा प्रयत्न का नाही केलात?"

"मन वळवणं ह्या गोष्टीवरच माझा विश्वास नाही."

मी अवाक् झालो. कौन्सिलिंग करणारे, सायकॉलॉजिस्ट वगैरे लोकांची यादी माझ्या डोळ्यांसमोर येऊन गेली. दैनिकं, साप्ताहिकं यांमधून मानवी स्वभावाचा अभ्यास करणारे जे लेख येतात, त्यालाही मी मनातल्या मनात हसलो. माझे सगळे भाव न्याहाळीत ती म्हणाली,

"एका अजब बाईशी आपला परिचय झाला असं तुम्हाला वाटतंय ना? मी ही अशी कशी? —हाही प्रश्न तुमच्या मनात आला असेल. यशस्वी संसाराची गुरुकिल्ली मला माझ्या वडिलांकडून मिळाली."

"तुमची हरकत नसेल तर मला ते ऐकायला आवडेल."

"मला तर हे माझ्या असंख्य भगिनींना सांगावंसं वाटेल. पण तिथंही पुन्हा माझ्या वडिलांचीच शिकवण मध्ये येते. असह्य होणाऱ्या गोष्टींवर उपाय विचारण्यासाठीच माणूस माणसाकडे धावतो. आणि त्याला ऐकायला काय मिळतं, तर 'तू हे सहन करायला शीक!' ह्याला तुम्ही मार्गदर्शन म्हणाल का?"

"वडिलांनी तुम्हाला कशी घडवली?"

"कुणीच कुणाला घडवू शकत नाही. आजूबाजूचे असंख्य संसार पाहिले, म्हणजे आपण आपला संसार कसा करायचा हे ज्याचं त्याने शिकायचं असतं. आणि ह्याचा प्रारंभ आपल्याच आईवडिलांचा संसार पाहून सुरू होतो."

"तुम्ही आई वडिलांचा संसार जाणिवेने, वयाच्या कितव्या वर्षापासून पाहायला सुरुवात केलीत?"

"नववं किंवा दहावं वर्ष असेल. बारीकसारीक मतभेद सगळीकडेच असतात. पण

ज्याला संघर्ष म्हणता येईल, तो पहिला संघर्ष माझ्यादेखतच झाला. 'ड्रिंक्स' हेच कारण होतं. ध्यानीमनी नसताना बाबांनी एके दिवशी एक क्वार्टर घरात आणली. त्यांच्या हातात ती बाटली पाहून आईने विचारलं,

'हे काय आहे?'

बाबांनी बाटलीचं लेबल आईसमोर धरलं.

'हे कधीपासून सुरू केलंत?'

बाबांचं तेवढंच शांत उत्तर,

'आज पहिल्यांदाच घेणार आहे.'

'तुम्हाला काय झालंय तरी काय?'

'सगळं असह्य झालंय.'

आई बाबांच्या शेजारी बसली. आपलेपणाने म्हणाली,

'मला सगळं सांगा.'

'तुला सगळं सांगायचं म्हणजे जे घडलंय त्याचीच उजळणी करायची.'

'आपल्या माणसाला नाही सांगायचं तर कुणाला सांगायचं?'

'तू कितीही समजून घेतलंस तरी तुझ्याकडे परिस्थितीवर उपाय नाही.'

'हे पिऊन उपाय मिळणार आहे का?'

'काही काळ विस्मरण तर होईल.'

'मी हार्मोनियम आणून देते, नेहमीची भजनं म्हणा.'

'प्रार्थनेसाठीसुद्धा मनाची एक वेगळीच शांती लागते. त्याशिवाय प्रार्थनेमध्ये मागणी आली म्हणजे भिक्षा मागण्यासारखी आहे.'

इथपर्यंत दोघं समजुतीने बोलत होते. तेवढ्यात माझ्या मैत्रिणीची हाक आली. मी बाहेर गेले. त्या दहा-पंधरा मिनिटांत संभाषणाने कुठलं वळण घेतलं हे मला समजलं नाही. मी परत आले, तेव्हा आई ओरडून म्हणत होती,

'तुमच्या हातात बाटली आहे तोपर्यंत ह्या खोलीत मी पाय ठेवणार नाही.'

त्या दिवसापासून आमच्या घरातलं वातावरण बिथरलंच.''

''तुमचे वडील गात असत का?''

''आवाज चांगला होता, पण गायक नव्हते. ते रोज पहाटे पाच-साडेपाचला उठत असत. माझी बेडरूम स्वतंत्र होती. कधीकधी त्यांचे सूर माझ्यापर्यंत पोचत असत. पण एकाच खोलीत झोपूनसुद्धा आईला कधीच जाग यायची नाही. आणि मग सुरुवाती-सुरुवातीला तीन-चार दिवस चांगले जात असत. त्यानंतर घरात रोज बाटली येऊ लागली. माझ्या आठवणीप्रमाणे आईने वडिलांची खोली सोडली ती सोडलीच. माझी रवानगी वडिलांच्या खोलीत होऊन, आई माझ्या खोलीत स्वतंत्र झोपू लागली. त्यामुळे एकच झालं, माझ्या वडिलांना एक श्रोता मिळाला. मी

त्यांच्याबरोबर उठायला लागले. त्यांना चहाचा कप मिळू लागला. सकाळी तास-सव्वा तास भजनं आणि रात्री फक्त तीन पेग. हा दिनक्रम सुरू झाला. आईने वडिलांशी बोलणं जवळजवळ बंद केलं. मला जेव्हा थोडी जास्त समज आली, तेव्हा मी बाबांना विचारलं, 'तुम्ही खरंच का घेता'?...

ते म्हणाले, 'बेटा, दिवसभर मी किती टेन्शनमध्ये असतो हे कोणालाच कळणार नाही. माझे पार्टनर्स माझ्याशी प्रामाणिकतेने वागत नाहीत. मार्केटमधलं आपल्या कंपनीचं नाव आहे त्या पदावरच राहावं ह्यासाठी मला काय वाटेल ते सहन करावं लागतं.'

'तुम्ही सकाळी रोज भजनं म्हणता, प्रार्थना करता त्यातून तुम्हाला शांती मिळत नाही का?'

माझ्या केसांवरून हात फिरवत बाबांनी विचारलं,

'ती तर न उतरणारी उंची शराब आहे.'

'तसं असेल तर खरंच सांगा तुम्ही रोज का घेता?'

'आतापर्यंत माझं प्रमाण वाढलं का? माझा कधी तोल गेला का? तू रोज ह्याला साक्ष आहेस.'

'हे आईला समजावून सांगा ना?'

'निव्वळ समजूत घातल्याने, समजूत पटत नाही. तिचं रागावणं हे माझ्यावरच्या प्रेमाचंच दुसरं रूप आहे. जितकं नातं जवळचं, तितकं जास्त प्रेम आणि तेवढाच रागही.'

'गाझं तुमच्यावर प्रेम नाही असं तुम्ही म्हणता?'

बाबा छान हसले. म्हणाले, 'तिच्या प्रेमात स्वाभिमानाचा भाग जास्त आहे. तुझ्याजवळ भक्तीचं प्रमाण जास्त आहे. बायकोजवळ मालकी हक्काची भावना असते, तुझ्या प्रेमात लडिवाळपणा आहे.'

मी बाबांकडे भारावून पाहिलं. त्यांच्या चेहऱ्यावरचा भाव पाहून मीच आपणहून म्हणाले,

'तुम्ही दोघं स्वतंत्रपणे किती छान आहात.'

बाबांनी प्रश्नार्थक नजरेने माझ्याकडे पाहिलं.

'आईचं तुमच्यावर खूप प्रेम आहे. ती मला रोज सांगते, अभ्यास करता-करता तुझे बाबा तीन पेग्जच्यावर चौथा घेत नाहीत ना ह्यावर लक्ष ठेव.'

एका क्षणात वडिलांचे डोळे भरून आले. ते म्हणाले,

'मी ड्रिंक्स मनापासून घेतो असं समजू नकोस. दिवसभराचे मनस्ताप, व्यवसायात होणारे अपमान ह्या सगळ्यांचं काही क्षणांत विस्मरण होणं, ही माझी गरज आहे. चैन म्हणून मी ड्रिंक्स घेत नाही. मला नंतर शांत झोप लागते. मी पहाटे उठतो तेव्हा कोरा करकरीत असतो. तृप्त असतो. सगळ्या विश्वातल्या सौंदर्याची आणि

एकूणच अस्तित्वाची मला नव्याने जाणीव होते. स्वर्ग, नरक, परमेश्वर ह्या गोष्टी आहेत का नाहीत, ह्याचा मी विचार करीत नाही. पंचेद्रियांना जाणवणारं हे अस्तित्त्व, तेवढंच मी जाणतो. त्या सगळ्याबद्दल वाटणारा कृतज्ञ भाव म्हणजे माझं भजन असतं'...''

न राहवून मी म्हणालो, ''ग्रेट!''

''...मी त्यांना एकदा विचारलं,

'तुम्ही देव मानत नाही का?'

त्यानंतर त्यांनी जे उत्तर दिलं, त्याचा माझ्या मनात शिलालेख झाला. ते म्हणाले, 'कितीही विचारवंत...विचारवंत असं म्हटलं तरीही बुद्धीची एक सीमारेषा आहे. त्या बॉर्डर लाईनवर भक्तीचीच पाटी असते. बुद्धी थकल्यावर भक्तीचाच प्रांत सुरू होतो. शंख, चक्र, गदा, पद्म ह्यांसारख्या मूर्तींची संकल्पना, माणसाने प्रेमाऐवजी भीतीमधूनच निर्माण केली. आपल्याला सावरणारा, आपल्यापेक्षा कुणीतरी मोठा आहे हे सांगण्यासाठी त्याने देवाला चार हात बहाल केले. ज्या गोष्टीची मला प्रचिती नाही, त्यावर मी विश्वास ठेवत नाही, साक्षात्कार वगैरे असतो का नसतो हेही मला माहीत नाही. पण ध्यान करणं, गुणगान करणं हे आपल्या हातात आहे. एखाद्या माणसाने आपलं काम केलं तर आपण त्याला 'थँक्यू कार्ड' पाठवतो. त्याप्रमाणे माझं पहाटेचं भजन म्हणजे मी अस्तित्वाला पाठवलेलं 'ग्रीटिंग कार्ड'च आहे'...''

''संताची व्याख्या सध्याच्या काळात ह्याहून वेगळी कशी करता येईल? मला त्यांचा एखादा फोटो दाखवाल का?''

जया म्हणाली,

''जरूर दाखवते. आमच्या बेडरूममध्ये लावलाय.''

''नेहमी ते असंच बोलत होते का?''

''आईने घरात त्यांच्याशी बोलणं टाकलंच होतं. त्यांची सगळी कामं ती करीत होती. सगळी म्हणजे, एकदा केव्हातरी—एकदा केव्हातरी असं तरी कशाला म्हणून? मी प्रसंग सांगते, तारीख आठवणं शक्य नाही. आमच्या कॉलेजचं गॅदरिंग होतं. सोड्याच्या बाटल्या घरात रोज आणून ठेवायचं काम माझ्याकडे होतं. त्या बाटल्यांना आईने घरातल्या फ्रीजमध्ये कधीही जागा दिली नाही. पण तिने बाबांसाठी फक्त पाण्याच्या किंवा सोड्याच्या बाटल्या मावतील असा पासष्ट लिटरचा फ्रीज बेडरूममध्ये आणून ठेवला. ज्या दिवशी गॅदरिंग होतं, त्या दिवशी सोड्याच्या बाटल्या तिने स्वत: आणल्या होत्या. आईच्या ह्या सगळ्या चांगल्या गोष्टी मी बाबांपर्यंत पोचवल्याशिवाय राहात नसे. एकमेकांचं चांगुलपण एकमेकांपर्यंत पोचवलंच पाहिजे. आम्ही फक्त निंदानालस्ती पोचवण्यात चॅम्पियन.''

''तुमच्या आईंनी स्वत: बाटल्या आणल्या त्यावर बाबांची प्रतिक्रिया काय होती?''

“ते म्हणाले, ‘तुझी आई गुणवान आहेच, म्हणूनच माझ्या न पटणाऱ्या गोष्टींचा निषेध करायचा तिला हक्क आहे.’ यासारख्या घटनांच्या अनुभवामुळेच ‘अहों’च्या पिण्याकडे मी वेगळ्या दृष्टिकोनातून पाहाते.”

“वेगळ्या म्हणजे?”

“माझा नवरा म्हणजे आईवडिलांचं बोट सोडून एखाद्या समारंभात किंवा जत्रेत हरवणारं लहान मूल आहे. जत्रेत रमलं तर घराची आठवण त्या मुलाला होत नाही. प्रदर्शनातल्या एखाद्या वस्तूने, त्या मुलाचं लक्ष जर वेधून घेतलं तर ते तिथंच थांबतं. पण एकटेपणाची जाणीव झाली की आपण होऊन आईवडिलांचा शोध घेऊन ते पुन्हा बोट धरून चालू लागतं. त्या मुलाला तुम्ही आरोपीच्या पिंजऱ्यात उभं केलंत की त्याची झुंजार वृत्ती वाढते. आई-वडिलांच्या संसाराप्रमाणेच मी अनेकांचे संसार पाहिले आणि आजही पाहात आहे. अत्यंत क्षुल्लक कारणांवर अनेक घरांतून संघर्ष होतात. कुठल्या साध्या वाक्याचा प्रेस्टीज इश्यू केला जाईल हे सांगता येत नाही. सल्ले मागायला माझ्या अनेक मैत्रिणी माझ्याकडे येतात. मी कुणालाच आदेश, उपदेश देण्याच्या भानगडीत पडत नाही. मी नुसतं ऐकते, काही बोलत नाही. म्हणून अनेकजणी कातावतात. बोलले तर एकच वाक्य बोलते ते म्हणजे, ‘हेही दिवस जातील’...”

“ह्यामागे काही निश्चित भूमिका आहे का?”

“बाबांचेच संस्कार, आईचं आणि बाबांचं ह्या तऱ्हेने बिनसायला नको होतं. पण त्यामुळे बाबांचा मला जास्तीत जास्त सहवास मिळाला. त्यांच्या कंपनीमुळे माझा अभ्यास चांगला व्हायचा. आपण स्वतःच्या कामात असलो तरीही आपल्या अवतीभवती कुणीतरी आहे याचा खूप आधार वाटतो. एकटीने वह्या-पुस्तकं घेऊन तासन् तास बसणं मला कधीच जमलं नाही. त्यात बाबांशी गप्पा म्हणजे नुसतीच शब्दांची देवाणघेवाण नसे, त्यांचं प्रत्येक विधान म्हणजे एकेक विचार असायचा. आणि म्हणूनच केवळ एका क्वार्टरपायी माझ्या आईने कायम एका नात्याशी फारकत घ्यायची हे मला खूप डाचत असायचं. झाडाला आलेलं बांडगूळ कापायच्या ऐवजी संपूर्ण झाडच मुळापासून छाटायचं, हे तिने केलं. तिचा जाता-येता फक्त एकच ठेका, ‘रात्री दारू प्यायची आणि सकाळी भजनं म्हणायची, उपयोग काय?’

एक-दोनदा मी आईला म्हणाले,

‘बाबा काही वैकुंठाहून विमान यावं म्हणून भजनं म्हणत नाहीत.’

‘तू त्यांना अजून ओळखलं नाहीस.’ तिच्याकडे उत्तर तयार असायचं.

‘तुला ओळख पटली आहे ना, खूप झालं.’

मग मी बाबांच्या मागे लागले.

‘तुम्ही आईपेक्षा विचारवंत आहात, तुम्ही तिचं मन का वळवत नाहीत?’

खूप गंभीर होत त्यांनी मला सांगितलं,

'सल्लामसगलत करून किंवा वेगवेगळे दाखले देऊन, समोरचा माणूस कधीही बदलत नाही. निसर्गाने प्रत्येक माणूस वेगळाच घडवला आहे, तो कशासाठी? म्हणूनच सांगणारा माणूस जेव्हा समस्या म्हणून काही सांगतो, तेव्हा ऐकणाऱ्याला ती समस्या आहे असं वाटतच नाही. 'समस्या' ह्या शब्दाची तू व्याख्या करू शकशील का'

मी अर्थातच गप्प राहिले. बाबा म्हणाले,

'समस्या नावाची वस्तूच अस्तित्वात नसते. एक विशिष्ट परिस्थिती निर्माण होते आणि माणसाने तारतम्याने वागायचं असतं. त्याचप्रमाणे एक माणूस दुसऱ्या माणसाच्या संदर्भात एका ठरावीक मर्यादेपर्यंतच विचार करू शकतो किंवा मदत करू शकतो. म्हणून एवढ्यासाठीच कुणालाही बदलण्याच्या खटाटोपात माणसाने पडू नये. असह्य झालं तर अलिप्त व्हावं, उपदेशक होऊ नये. दुसऱ्याचे प्रश्न सोडवताना तुम्ही त्याची बुद्धी वापरून, त्या समस्येकडे कधीच बघू शकत नाही. तुम्ही तुमचाच तराजू वापरता. माणूस असाच आयुष्यभर एकटाच असतो. दोन मुलांपैकी एका मुलाला आमटी तिखट लागते आणि दुसऱ्याला सौम्य वाटते, हे चूक की बरोबर कुणी ठरवायचं?' "

मी पसंतीची मान हलवली. जया आता बोलण्याच्या मूडमध्ये आली. स्वतःच्या वडिलांना माझ्यासमोर प्रकट करण्याचा तिचा मनस्वी खटाटोप चालू होता. ती त्यांना माझ्यासमोर आणून उभं तर करूच शकत नव्हती. पण त्यांचे विचार नक्की माझ्यापर्यंत पोचवू शकत होती. जया अगतिकतेने म्हणाली,

"माझ्या बाबांना मी तुमच्यासमोर कसं उभं करू?"

"फक्त विचारांनी."

"तोही मार्ग अपुरा आहे. त्यांचं बोलणं टेप करून ठेवलं असतं तर ते तुमच्यापर्यंत सेतूशिवाय पोचले असते. मी कितीही प्रयत्न केला तरीही त्यात माझ्या शब्दांची भेसळ होणारच!"

"तुम्हाला सहवास भरपूर लाभला ना?"

"जवळजवळ वयाच्या तेराव्या वर्षांपासून ते माझं लग्न होईतोपर्यंत. म्हणजे दहा ते अकरा वर्षं झाली."

त्यातला प्रत्येक दिवस विचार, गप्पा हे आठवणं अशक्य आहे. पण थेटपर्यंत पोचलेला विचार कोणता? कारण काहीकाहींचं बोलणं नुसतंच कानांवर पडतं. वेळ जातो पण मागे काही रेंगाळत नाही. काही विचार दोन-तीन दिवस मनात घर करतात. तेही विरून जातात. फार थोडे शब्द मनापर्यंत जातात. पण जे विचार चिरंजीव असतात ते आत्म्यापर्यंत जातात. 'आत्मसात' हा शब्द याच्यावरूनच आला आहे."

जया क्षणभर थांबली. कदाचित त्या तशा विचाराबरोबर ती तिच्या बाबांच्या बैठकीत जाऊन आली. तिचा चेहरा एकदम तजेलदार झाला. काही वेगळं ऐकायला

मिळणार ह्याचा अंदाज ऐकण्यापूर्वीच आला. ती उत्साहाने सांगू लागली.

"बाबांनी एकदा खूप गंमत केली. त्यांनी बागेतलाच एक मोठा दगड बाथरूममध्ये नळाखाली ठेवला. माझं कपड्यांचं कपाट, रायटिंग टेबल, पुस्तकं म्हणजे मला लागणाऱ्या सगळ्याच गोष्टी बाबांच्याच खोलीमध्ये होत्या. घर मोठं होतं. आईचं त्या खोलीवाचून आणि आमच्या दोघांचं इतर घरावाचून काहीच अडणार नव्हतं."

"जेवणाच्या वेळी?"

"आम्ही तिघंही एकदमच जेवायला बसत असू. जेवताना आणि एरवीही आई बाबांशी व्यवस्थित बोलत असे. त्यांचं पति-पत्नी म्हणून जे नातं असतं, ते माझ्याशिवाय कधीच कुणाला कळलं नाही. हां, सांगत होते ती दगडाची गोष्ट. ज्या दिवशी बाथरूममध्ये बाबांनी तो दगड ठेवला, त्या दिवशी त्यांनी मला सांगितलं, 'रोज पहाटे मी भजनं म्हणायला सुरुवात केली की तू फक्त एक काम करायचंस. नळाची बारीक धार ह्या दगडावर सोडायचीस. भजनं संपली की आठवणीने नळ बंद करायचा.' मी त्यांना का, कशासाठी ह्यासारखे प्रश्न विचारले नाहीत. त्यांनी सांगितल्याप्रमाणे माझ्या कामात एका दिवसाचाही खंड पडला नाही. तीन-चार महिन्यानंतर बाबांनी अचानक विचारलं,

'बाथरूममधला दगड काय म्हणतोय?'

'नळाखाली दगड आहे, ते तर मी विसरूनच गेले.'

'चल, आपण त्याचं दर्शन घेऊ.' असं म्हणत बाबांनी मला बाथरूममध्ये नेलं.

'ह्या दगडात तुला काही फरक दिसतो का?' —असा प्रश्न विचारून बाबांनी जेव्हा मुद्दाम मला बारकाईने त्या दगडाकडे पाहायला लावलं, तेव्हा एक गोष्ट ध्यानात आली. नळाच्या पाण्याची जेवढी धार त्या दगडावर रोज पडत होती, बरोब्बर तेवढ्याच आकाराचं भोक त्या दगडाला पडलं होतं. उरलेला दगड अखंड होता. एखाद्या लहान मुलीप्रमाणे मी त्या भोकात करंगळी घातली. ड्रिलिंग मशीनने लाकडाला गोल भोक पाडावं तसं ते होतं. बाबा मला म्हणाले,

'आणखी दोन-तीन महिन्यांनी हे भोक तळापर्यंत जाईल आणि त्यातून आरपार बघता येईल.'

'तुम्ही हा प्रयोग कशासाठी केलात?'

बाबांनी लगेच सांगितलं,

'कोमलतेत प्रचंड सामर्थ्य असतं. कोमलता म्हणजे दुर्बलता नव्हे. नजर पोचणार नाही इतक्या उंचीवरून पाण्याचे प्रचंड प्रपात कोसळतात. तरीसुद्धा पाणी अभंग राहातं. त्याचा स्फटिकासारखा प्रवाह होऊन तो पुन्हा जगाला आनंदच देतो. पाण्याऐवजी एखादा दगड जर कुणी वरून सोडला तर त्याचं काय होईल सांगतेस का?'

मी ह्या विचारानेच अवाक् झाले होते. उंचावरून खाली येणारे झरे, त्यांचं धबधब्यात

झालेलं रूपांतर, हे सगळं प्रवास करताना मी अनेकदा पाहिलं होतं. त्यावेळेला हे विचारही मनात आले नाहीत. बाबांनी मला प्रश्न विचारला, पण उत्तराची वाट न बघता ते म्हणाले,

'कोमलतेत ताकद असते ती ही अशी. पावसाचं पाणी तर आकाशातून पडतं. माती वाहून जाते, नद्यांना पूर येतात, भलेभले खडक झिजतात. पाणी वाहातच राहातं. फुलंही पाण्यासारखीच कोमल असतात. एक दगड भिरकावला तर दहा-बारा फुलं खाली पडतात. ज्या दगडामुळे फुलं वेचायला मिळाली तो दगड कुणी घरी आणत नाही. आपण फुलंच आणतो. ती कोमेजतात. पण एवढ्याशा आयुष्यात तुम्हाला सुगंधच देतात. फुलांचं आयुष्यच अल्प. पाण्यामध्ये सामर्थ्य कुठून येतं, ह्याचा विचार केलास तर तुला कळेल की त्यामागे सातत्य असतं. प्रवाहात एखादा खडक आला तर पाणी त्याच्याशी झुंज देत बसत नाही, थांबत नाही, स्वत:ची वाट शोधून बाजूने निघून जातं. ह्या वाहण्यात सातत्य असल्यामुळेच खडक हळूहळू लहान होत जातो आणि प्रवाह रुंदावत जातो. सातत्य म्हणजे काळ. काळाचं सामर्थ्य मोजता येणार नाही. अशा जबरदस्त शक्तीची साथ एवढ्याशा दिसणाऱ्या जलधारेच्या पाठीशी असते. तुझ्या संसारात तुझा जोडीदार कसा असेल, त्याची तुला साथ मिळेल की नाही, दोघांच्या संवेदना एकरूप होतील की भिन्न असतील ते सांगता येणं अशक्य आहे. लग्नाची आमंत्रणपत्रिका म्हणजे संपूर्ण संसाराचं चित्र नव्हे. मंगलपत्रिकेतले शब्द वर्षावनुर्षं तसेच राहातात. त्यांचा दगड होतो म्हणालीस तरी चालेल. संसारातले शब्द रोज बदलत जातात. कोणतेही शब्द ऐकावे लागले तरी त्या स्त्रीजवळ त्या शब्दांचं रूपांतर गीतात करायचं सामर्थ्य असेल, तर तिला मी जलधारच म्हणेन. साथीदाराला सुधारण्याच्या खटाटोपात पडू नकोस. त्याच्या दृष्टिकोनातून त्याचं वागणं योग्यच असतं. तिथे डोकं आपटत बसण्यापेक्षा त्याला वळसा देऊन पुढे जाणं चांगलं. जलधार हो, वाहात राहा. तुम्ही म्हणता त्याप्रमाणे हा विचार आत्मसात झाला.' ''

त्यानंतर माझं बडोद्याला जाणं झालं ते घरातलंच कार्य होतं म्हणून. रिसेप्शनमध्ये संध्याकाळी वेळ घालवण्यापेक्षा जयाकडे जावंसं वाटलं. मी गेलो आणि स्वागत जयाच्या 'अहों'नी केलं,

''व्हॉट अ प्लेझंट सरप्राईज? पेपरला तर कुठेच जाहिरात नाही.''

हातातला चिमटा गोलगोल फिरवत 'अहो' माझ्याशी बोलत होते. मी त्या चिमट्याकडे पाहात असताना त्यांनी मला विचारलं,

''काय, गोंधळलात की नाही? आमच्या हातात बुद्धिबळाऐवजी चिमटा कसा? या, या, सरळ स्वयंपाकघरात या.''

डायनिंग टेबलाच्या खुर्चीवर मी बसलो.

"जया एवढ्यात येईलच."
हे वाक्य पुरं व्हायच्या आतच जया दारात उभी होती.
"अय्या, तुम्ही? काहीही न कळवता कसे आलात?"
"काही बिघडलं नाही ना?"
"ती शंकाच मनात आणू नका."
एवढ्यात 'अहो' म्हणाले,
"आपण दोघंही त्यांचा परामर्श घेणारच आहोत. तू लवकर हातपाय धुऊन ये. गरमागरम पोहे तयार आहेत."
जया समोर येऊन बसेपर्यंत 'अहों'नी पोह्यांच्या बशा भरून आणल्या. गप्पा मारत-मारत चहापोह्यांचा कार्यक्रम संपला. 'अहो' म्हणाले,

"तुम्ही दोघं मस्त भटकून या. शार्प नऊ वाजता जेवण तयार असेल, एवढं लक्षात ठेवा."
"मला आता बाहेर जायचा कंटाळा आला आहे. ज्या मैत्रिणी वपुंच्या स्वागतासाठी वाट पाहातायत त्यांना 'पुढच्या वेळेला नक्की' असं वपु आश्वासन देतात. त्यांना जर वपु येऊन गेल्याचं कळलं तर त्या पुन्हा 'पृथक् पृथक्' करतील."
"इथल्या रोहिणीकडे जाऊन या."
जया नाईलाजाने उठली आणि तयारीला लागली. 'अहो' माझ्या कानात पुटपुटले,
"मी स्वयंपाक करत असताना मला कुणाची सुपरव्हिजन चालत नाही."
बाहेर पडल्याबरोबर मी नुसतं जयाकडे पाहिलं. मला काहीही विचारण्याची गरजच पडली नाही. जया सांगू लागली,
"दोन वर्षांत खूप घडामोडी झाल्यात. आमचे 'अहो' आजारी पडले. लिव्हरला सूज आली. दोन महिने हॉस्पिटलमध्ये होते. त्याच काळात मला प्रमोशन मिळालं. 'अहों'नी व्हॉलंटरी रिटायरमेंट घेतली. मला नोकरीत पुढे भरपूर स्कोप आहे हे सगळं लक्षात घेऊन 'अहों'नी संसाराचा पॅटर्नच बदलला. घरातली सगळी सूत्रं त्यांनी आपल्या हातात घेतली. वाणसामानापासून ते स्वयंपाकापर्यंत सगळं घरातलं बघतात. दुपारी तीन तास फक्त एका फर्ममध्ये कन्सल्टंट म्हणून जातात."
रोहिणीकडे जाताना आणि तिथून परत येताना मला वाटत होतं, मी झऱ्याच्या काठाकाठाने जात आहे. घरी आल्यावर फाईव्ह स्टार हॉटेलप्रमाणे 'अहों'नी सजवलेलं टेबल पाहून मी जयाकडे नुसतं पाहिलं. ती प्रसन्नतेने हसली आणि तिच्या नजरेने मला सांगितलं,
"जत्रेत हरवलेल्या मुलाने आई-वडिलांचं सोडलेलं बोट पुन्हा धरलं आहे."

■

# दान

'स्वानंदा' बंगल्याचा सोळा बाय बाराचा हॉल आज हाऊसफुल्ल होता. तब्बल आठ वर्षांनंतर माहेरी आलेल्या स्वानंदासाठी आज निरोपसोहळा होता. खरा तर तो 'वियोगसोहळा'च! स्वानंदावर जिवापाड प्रेम करणाऱ्या अप्पांनी लांबलांबची पण भरपूर प्राप्तीवाली स्थळं नाकारली होती, ती स्वानंदा आपल्यापासून अंतरावर जाऊ नये म्हणून. तिची आठवण होताक्षणी पिल्लू चार तासांत भेटायला हवं म्हणून मुंबईतलं स्थळ निवडण्यात आलं होतं. आता पुणे ते मुंबई हे चार तासांचंच अंतर कापायला सहा-सहा, आठ-आठ तास लागतील, एवढी रेल्वेची कार्यक्षमता वाढेल, ह्याची त्या काळात कल्पना नव्हती. वेगवान गाड्यांच्या घोषणा करण्याच्या वेगात जेवढी 'वाफ' वापरली गेली ती खरोखरच गाड्यांसाठी वापरली असती तर? वॅट बिचारा गेला. सुटला. भारतामध्ये वाफेचा किती गैरमार्गाने वापर होतो हे त्याला कळलं नाही. खरं तर वाफेची खरी ताकद भारतानेच ओळखली. वॅटच्या शोधामुळे फक्त रुळावरच्याच गाड्या धावतात. पण भारतातल्या राज्यकर्त्यांनी जवळजवळ पन्नास वर्षं संपूर्ण देश तोंडच्या वाफेवर चालून दाखवला आहे.

अशा वातावरणात अप्पांसारखा कोणताही प्रेमळ बाप 'किलोमीटर्स' मनात ठेवूनच स्थळं शोधणार.

तसं त्यांनी केलं आणि तरीही पोरगी तब्बल आठ वर्षांनी माहेरी आली होती. 'आली' म्हणता-म्हणता परत जाण्याची वेळ आली होती.

म्हणजे उद्याच.

त्यासाठी हा मेळावा. अप्पांच्या इतका शिस्तबद्ध माणूस विरळाच. शिस्त आणि ऐपत ह्याचा काहीही संबंध नाही. स्वानंदाच्या आगमनापूर्वी त्यांनी चक्क आमंत्रणपत्रिका तयार केल्या. परिवार मोठा असल्यामुळे झेरॉक्स कॉपीज् काढून त्यांनी सगळीकडे पोहोचवल्या. जिंदादिल माणसाचा परिवार नदीच्या पात्राप्रमाणे रुंदावतच जातो. अप्पांनी स्वानंदाचे कॉलेजमधले तिचे जे खास मित्र-मैत्रिणी आणि काही प्राध्यापक

होते, त्या सगळ्यांचा शोध घेऊन त्यांनाही आमंत्रणं दिली होती. त्यांच्याकडून चक्क आहेर मागवला होता. पण तो कसला? कुणी काही चांगल्या कविता वाचल्या असतील तर त्या लिहून आणायच्या. त्यात गझलांचा समावेश होता.

त्याप्रमाणे सगळे आप्तेष्ट, चार-पाच वर्गमित्र-मैत्रिणी, त्यापैकी काही साथीदारांसहित, काही एकटे... दरबार 'फुल्ल' होता. नुसता फुल्ल नव्हे तर प्रफुल्लित होता. प्रतिसाद न देणाऱ्या औरंगजेबांना व्हिसा लागू करण्यात आला होता. एखादी कविता हे ग्रीनकार्ड होतं.

रात्री दीड वाजेपर्यंत मैफलीचा कार्यक्रम झाला. संसाराच्या अनुभवातूनच मॅच्युअर्ड किंवा बनचुके झालेल्यांच्या हकिकती सगळ्यांनी चवीने ऐकल्या आणि मग कुणीतरी म्हणालं,

"छे बुवा, हा सोहळा एकाच रात्रीपुरता, हे काही खरं नाही. दहा-दहा, पंधरा-पंधरा वर्षांचे नानाविध अनुभव एका रात्रीत सांगून कसे होतील?"

स्वानंदाच्या त्या वर्गमित्राला परस्पर दुसऱ्या व्यक्तीने उत्तर दिलं,

"टीव्ही पाहतेस ना? चाळीस-पन्नास वर्षांची कोणत्याही कर्तबगार व्यक्तीची तपश्चर्या तिथं पंचवीस मिनिटांत गुंडाळतात. 'आज आता आपल्याला वेळ कमी आहे' हे वाक्य आलं की काय ते समजावं. आम्हाला भरपूर वेळ आहे. ह्यांना कुठे जायचं असतं?"

"नंतर तीन तास धुडगूस घालणारा आचरट हिंदी सिनेमा दाखवायला जायचं असतं ना?"

तेवढ्यात मुकुंद म्हणाला,

"ते काही नाही. आणखी दोन दिवस राहा. तुझ्या निमित्ताने आम्ही सगळेसुद्धा खूप वर्षांनी असे एकत्र आलो आहोत. राहतेस?"

"श्यामरावांना विचारा."

"मला अचानक ताप आलाय असं कळवतो."

केदारने सुचवलं.

त्यानंतर आजारासाठी वर्णी लावावी म्हणून सगळ्यांच्यात स्पर्धा सुरू झाली. काका तेवढ्यात आवाज चढवीत म्हणाले,

"आजारी पडणं ह्याचे मी कायमचे कॉपीराईट्स घेऊन ठेवले आहेत. अस्थम्याचं प्रशस्तिपत्रक, बर्थडेट सर्टिफिकेटलाच जोडलेलं आहे. आता बोला."

"अरे, श्यामराव एवढा लाख माणूस आहे की कोणत्याही सबबींची गरजच नाही. नुसतं फोन करून कळवलं, 'आम्ही स्वानंदाला आणखी एक-दोन दिवस सोडत नाही' तर नेहमीच्या स्टाईलमध्ये तो म्हणेल, 'नो प्रॉब्लेम!' काय स्वानंदा?"

डोळ्याची पापणी न हलवता स्वानंदा मुकुंदाकडे फक्त बघत राहिली. त्या नजरेला

हेच सांगायचं होतं,
'नुसता भ्रम आहे, भ्रम!'
स्वानंदाची धाकटी बहीण स्वरदा म्हणाली,
''अशी काय बघतेस त्याच्याकडे? मुकुंद त्याला कॉलेजमध्ये असल्यापासून ओळखतोय.''
स्वानंदा संथपणे म्हणाली,
''लहानपणापासून अप्पांनी आपल्याला साहित्याचं वेड लावलं. कोणत्या तरी परीकथेत ती एक साधी मुलगी चिमणी व्हायची. नातेवाईकांच्या घरी जायची. आपल्यामागे कोण काय बोलतं ते ऐकून नंतर घरी येऊन आई-वडिलांना सावध करायची. त्यामुळे त्या कुटुंबाला आपल्यावर खरं प्रेम करणारे किती, ते आपोआपच समजायचं. आज आता इथं आपली जिवाभावाची तीस-पस्तीस मंडळी हजर आहेत. त्यांच्यापैकी जर कुणाला असं चिमणी होता आलं तर मी दोन दिवस उशिरा गेल्यामुळे 'नो प्रॉब्लेम' म्हणणारे श्यामराव किती प्रॉब्लेम्स निर्माण करतात ते त्या चिमणीने पाहावं.''
स्वानंदाचं बोलणं संपताक्षणी आत्या म्हणाली
''का उगीच नावं ठेवतेस? श्यामराव अत्यंत लाघवी माणूस आहे. एका दिवसाच्या पुण्याच्या धावत्या भेटीतही आम्हाला भेटल्याशिवाय जात नाहीत.''
आत्याला दुजोरा देत मामी म्हणाल्या,
''नुसते भेटतात असं नाही तर महिनो न् महिने तुंबलेली काही ना काही कामंही करून जातात. हे तुला माहीत आहे?''
स्वानंदाने नकार दिला.
''पाहिलंस? हा आणखी एक गुण. कामं करायची पण त्याचा स्वतःच्या घरीसुद्धा उच्चार करायचा नाही. म्हणजे मोठेपणा मिळवण्याची धडपड नाही.''
स्वानंदा त्या क्षणी म्हणाली, ''इथं मामा पण आहे हे छान आहे. आता मामानेच महिनो न् महिने घरातली कामं का तुंबतात ते सांगावं.''
मामी तोऱ्याने म्हणाली,
''त्यांची काय बिशाद आहे नाकारण्याची.''
स्वानंदा शांतपणे म्हणाली,
''घरोघरी हे असंच असतं.''
''आपल्याला इथं कोणताही वादविवाद नकोय. स्वानंदाने दोन दिवस मुक्काम वाढवावा. दॅट्स ऑल!''
त्यानंतर कॉफीपान झालं. कपबशा आत गेल्या.
स्वरदाने विचारलं,
''तुझा बेत काय ठरला सांग.''

स्वानंदाने सगळ्यांकडे बारकाईने पाहिलं. तिचा चेहरा कमालीचा बदलला होता. स्वानंदाकडे सगळ्यांचं बारीक लक्ष होतं. सगळ्यांकडे पाहून झाल्यावर ती दोन-तीन मिनिटं खाली मान घालून बसली. तीस-पस्तीस माणसांची ती सत्तर मिनिटं झाली. तो एकांत वाटला. मौन किती भयाण असतं ह्याची ती झलक होती. पुन्हा सगळ्यांकडे पाहात ती म्हणाली,

"मी राहाते. आणखी किती दिवस राहू ते कुणीही सांगावं."

हेमंत म्हणाला,

"आम्ही दोघं आणखी दोन दिवस रजा वाढवू."

स्वानंदाने आपल्या धाकट्या बहिणीकडे—स्वरदाकडे पाहिलं.

"माझा स्वत:चा कॉम्प्युटरचा बिझनेस आहे. मी काय, कायम राहा म्हणेन. मला क्लाससाठी घरातलं कुणीतरी मिळालं तर बेस्टच!"

स्वानंदा पटकन् म्हणाली,

"मग तसंच समज. मी घर सोडून आले आहे."

"खरं म्हणतेस की काय?"

"शंभर नव्हे हजार टक्के म्हण."

सगळ्यांचे चेहरे हां हां म्हणता बदलले. सगळे आवाज बंद झाले. स्वानंदाचा निग्रही चेहरा पाहून तिच्याकडे डायरेक्ट कुणी पाहात नव्हते. सगळे एकमेकांकडे पाहात राहिले.

अप्पा म्हणाले,

"स्वानंदा, तुझ्यावर माझा किती जीव आहे ते तुला..."

"पूर्णत: माहीत आहे. बंगल्यालादेखील तुम्ही माझंच नाव दिलेलं आहे आणि तरीही तुम्ही स्वरदामध्ये आणि माझ्यामध्ये चुकूनही डावं-उजवं केलेलं नाही."

"मग माझ्याकडे सरळसरळ बघून पुन्हा काय म्हणालीस ते सांग."

"अप्पा, मी खरोखरच कायमची परत आलेली आहे."

"श्यामरावांना सांगून आलीस तसं?"

"नाही."

"का?"

"पळायला प्रारंभ करण्यापूर्वी मनात जे मुक्कामाचं ठिकाण असतं, त्याचा अगोदर अंदाज घ्यायचा असतो. सेण्डऑफ पार्टीसाठी तुम्ही केलेली यादी मी वाचली. एखाददुसरा अपवाद वगळला तर मला हवी असलेली सगळी माझी माणसं इथं आहेत, हे पाहून फार बरं वाटलं. मी शांत झाले."

कुणीतरी विचारलं,

"आता अपवादात्मक कोण आहे तेही सांग."

स्वानंदा पटकन् म्हणाली,

“हा गैरसमज होणार हे माझं विधान संपताक्षणी मला जाणवलं. आमंत्रण करूनही ज्यांना येता आलं नाही, त्यांच्या संदर्भात ‘अपवाद’शब्द होता. इथं जेवढी मंडळी जमलेली आहेत, त्यांना मी वेगवेगळ्या कारणांसाठी प्रिय आहे, हे मला आणि ज्याचं त्यालाही माहीत आहे. जयंतने तर त्या काळात मला मागणी घातली होती. मी नकार देऊनसुद्धा तो पत्नीसहित आज आला आहे. ह्यावरून त्या दोघांचीही मनं किती विशाल आहेत त्याचं दर्शन झालं. मी कायमची निघून का आले हे एकदमच जवळच्या सगळ्या मंडळींना समजावं म्हणून मी निरोपसोहळ्याला ‘होकार’ दिला. अप्पांना आणि आईला माझ्याबद्दल आपलेपणाने तुम्हीच सारखं विचारीत राहाल. बाकीच्यांना फक्त एक चर्चेला विषय हवा असतो. तशी माणसं ह्या सोहळ्यात नाहीत, म्हणूनच ठरवलं, माझा निर्णय तुम्हा सगळ्यांसमोर मांडावा. अप्पा-आईला प्रत्येकाला तेच-तेच सांगावं लागलं असतं आणि आपलेपणापोटी पुष्कळदा निवेदनात स्वतःचे शब्द येतात. माझ्याच शब्दांत माझी हकिकत, कैफियत तुमच्यापर्यंत यावी हाही हेतू होताच.”

मामी म्हणाली,

“सगळं मान्य. पण चौदा, छे, चांगली साडेपंधरा वर्षं संसार झाल्यावर...”

“चौदा वर्ष वनवास भोगल्यावर रामसुद्धा आयोध्येला परतला ना?”

“तुझं लग्न करून दिलं त्यामागे तुला वनवासात पाठवायचं असा दादाचा हेतू होता का?”

“आत्या, कोणत्या आई-वडिलांचा असा हेतू असेल? मी तसा आरोप केला का? पण संसार जर वनवास वाटायला लागला तर परतीची वाट नसावी का? तू नाही म्हण, मी मग कुठेही जाईन, पुन्हा फिरकणार नाही. संसार म्हणजे वनवास असतो असं आपल्यापैकी कुणालाही अक्षता पडण्यापूर्वी वाटलं असतं तर एवढा परिवार आज इथं जमला असता का?”

अप्पा समजुतीच्या स्वरात म्हणाले,

“आपण सगळे सुशिक्षित आहोत. सुशिक्षित हा शब्दही चुकीचा आहे. राज्यकर्त्यांमध्येही बरेचजण सुशिक्षित असण्याची शक्यता आहे. आपण सगळेजण समंजस आणि सुसंस्कारित आहोत. दुसऱ्याचा आवाज बंद करणं हा आपल्या घराण्याचा रिवाज नाही. बोलणाऱ्या माणसाला जिथं सुरक्षित वाटतं त्याला कुटुंब म्हणतात, ही माझी धारणा तुम्हा सर्वांना माहीत आहे. मतं पटतील, न पटतील, प्रत्येक माणूस स्वयंभू आहे. त्याच्या परीने तो परिपूर्ण आहे. मतभेद त्यामुळेच होतात. त्याला घाबरायचं कारण नाही. म्हणूनच मुस्कटदाबीचं राजकारण मी आयुष्यात खेळलो नाही. तसा मी कधी संसारात वागलो का हे आज कुणीही सांगावं.”

स्वानंदाची आई म्हणाली,
"ते सांगायचा पहिला अधिकार बायकोचाच असतो, कारण जास्तीत जास्त सहवास तिला लाभलेला असतो. आमच्यात मतभेद भरपूर आहेत, पण मला माझं मत व्यक्त करण्याचं स्वातंत्र्य ह्या क्षणापर्यंत अबाधित राहिलं आहे."
सगळ्यांनी उत्स्फूर्तपणे टाळ्या वाजवल्या. मग पुन्हा शांतता पसरली आणि नजरा स्वानंदाकडे वळल्या.
घशाशी आलेला हुंदका परतवीत स्वानंदा म्हणाली,
"आई म्हणाली हे खरं आहे. नवरा कसा आहे ते सांगायचा पहिला अधिकार बायकोचाच असतो. नवरा अनेकांचा मित्र असतो, काहींचा भाऊ असतो, कुणाचा भाचा, पुतण्या... पण तो पती फक्त एकाच स्त्रीचा असतो. म्हणून 'म्हण' तयार झाली, 'द वेअरर नोज व्हेअर द शू पिंचेस.'"
"तू प्रथम मुख्य कारण सांग."
"मुख्य म्हणजे नेगकं काय हवंग?"
"ज्या घटनेमुळे हा निर्णय घेण्यावाचून पर्याय नव्हता असं कारण."
"दारू पिणं, मारहाण, परस्त्री अशा समाजमान्य कारणांपैकी एखादं कारण हवंय का?"
अप्पा म्हणाले,
"स्वानंदा, आपल्याला सवाल-जवाबाची जुगलबंदी नको आहे. दुःखाच्या मुळाशी जाण्याचा प्रयत्न आहे. फांद्या छाटून काही होत नाही. झाड उलट फोफावतं. संथपणे, सावकाश तुला काय काय खुपतंय ते सांग. जखम ती जखमच. पायाचं एखादं बोट तुटलं तर ती मोठी जखम आणि टाचेत काचेचा तुकडा टोचत राहाणं..."
"अप्पा, नेहमीच तुम्ही नेमकं बोलता, तसंच आता बोललात. बोट तुटलं तर आपण नादच सोडून देतो. त्या बोटाशिवाय जगण्याचा सराव करून घेतो. पण प्रत्येक पावलागणिक तो काचेचा तुकडा आत आत जाताना जाणवतंय, त्याच्या कळा मस्तकापर्यंत जाताहेत अशा वेदनांचं काय? काचेचा तुकडाही तोच, किती वर्षं सोसायचं? तेही आपलं वागणं चोख असताना?"
"कुणाच्या दृष्टिकोनातून?" काकांनी विचारलं.
"काका, काही गोष्टी दृष्टिकोनाच्या पल्याड असतात. पहाटे साडेपाच-सहाला उठून आंघोळ, वेणीफणी करून, देवघरासमोर उदबत्ती लावून, थोडं सकाळचं फिरून येणं ह्यात काय गैर आहे, हे सांगाल?"
"ही माझी शिस्त!" अप्पा पटकन् म्हणाले.
स्वानंदा हिरिरीने पुढे झाली. तिने अप्पांना विचारलं,

''कितव्या वर्षापासून तुम्ही हा संस्कार केलात?''
''मला वाटतं, तेव्हा तू सात वर्षांची होतीस.''
काका म्हणाले,
''म्हणजे सारंगपेक्षा तू फक्त पाच महिन्यांनी मोठी होतीस. सारंगला मी अगोदरच सवय लावली.''
''सांगलीत असूनही?''
''पुण्यातली मुळा-मुठा सांगलीत 'कृष्णा' नावाने ओळखली जाते. आकाश एकच आहे ना?''
''माझा सगळा अभ्यास साडेनऊपर्यंत आटपायचा. शाळेत जाण्यापूर्वी मी एक तास रिकामा असायचो. सुरुवातीला बाबांना बेदम राग यायचा. मोठा झालो म्हणजे साडेनऊशिवाय उठायचं नाही असं ठरवून टाकलं. पण हॉस्टेलवर गेल्यावरसुद्धा मी साडेनऊ वाजता लायब्ररीत असायचो. आत्तापर्यंत त्याचा फायदा होतोय.''
''हे चांगलं का वाईट?''
''चांगुलपणाला वकिली करावी लागत नाही.''
''आपल्या देशात चांगुलपणालाच पुरावा लागतो.'' मामा खूप वेळाने बोलले.
स्वानंदा म्हणाली,
''देशाचं राहू दे, चार माणसांच्या परिवारातसुद्धा गुणवत्ता हा दोष मानला जातो.''
इतकं सांगून सगळ्यांकडे पाहात स्वानंदा म्हणाली,
''तुम्हाला ऐकायचं आहे ना? आता ऐका. पहाटे साडेपाचनंतर मी पाच मिनिटं जरी लोळत पडले तरी माझं अंग दुखायला लागतं. पहिल्या रात्री जागरण होऊनही मी साडेपाचला जागी झाले. उठले. आंघोळ वगैरे आटपली. देवघरात उदबत्ती लावली. गच्चीवर गेले. सूर्योदय पाहिला आणि बेडरूममध्ये गेले. हाताला येईल ते कवितेचं पुस्तक वाचत बसले. हे आळोखेपिळोखे देत उठले. मला जवळ बोलवायला लागले. मी म्हणाले, 'तुम्ही तोंड धुवा. मी चहा करते.' त्यांनी मला जबरदस्तीने पलंगावर ओढलं. आंघोळ झाल्यावर मला गादीचा स्पर्शही नकोसा वाटत होता. त्यांनी तर चुळाही भरल्या नव्हत्या. मी त्यांचे लाड पुरवले नाहीत. मी चहा करायला गेले. त्या पहिल्या दिवशीच पायात काच गेली ती गेलीच. इतर सगळी कुणी आठ वाजता, कुणी साडेआठ आणि माझी नणंद— सुषमा तर सोडनऊला उठली. पंधरा-पंधरा मिनिटांनी चहा. पहिल्या दिवसापासून माझी टिंगल पहाटे उठते म्हणून. 'आपल्याला सगळ्यांना लाजवायचं, हिणवायचं म्हणून ती पहाटे मुद्दाम उठते' हा सुषमाचा कॉमेण्ट आणि आमच्या साहेबांनी तिला टाळी दिली.''
''सरप्राईजिंग!''
''पहाटे लटक आली तर शेजारी स्वानंदा नाही हे कारण. अगदी स्पष्ट बोलते,

कारण काच किती आत आत जात होती तेव्हापासून हे तुम्हाला कळावं म्हणून.''
सगळे गप्प होते. ह्यावर काही बोलण्यसारखं नव्हतंच.
अप्पा सहजी बोलून गेले,
''सुरुवाती-सुरुवातीला जरा नवलाई असते. तरुणपणाची रग असते. उठायचं होतंस जरा उशिरा. झोप नाही आली तर लोळायचं.''
स्वानंदाने अप्पांकडे जरा रोखून पाहिलं. अप्पा सावरून घेत म्हणाले,
''हळूहळू त्यांना तयार करायचं. एक दिवस तुम्ही माझ्यासाठी लवकर उठा. आपण पहाटे समुद्रावर जाऊन येऊ असा हट्ट करायचा.''
स्वानंदाने विचारलं,
''सासरच्या आणखी कोणकोणत्या सवयी पचवायचा प्रयत्न करू? पायात सपाता असतानाही आवाज न करता चालायचं कसं हे अप्पा, तुम्ही शिकवलंत. माझ्या सासरी घरात कुणीही सपाता वापरीत नाहीत. कोळशाच्या खाणीतल्या कामगारांसारखे सगळ्यांचे तळवे आहेत. माझ्या स्वच्छ तळव्यांवर टीका. फाटकाच्या कडीचा आवाज होऊ नये म्हणून, उजव्या हाताने लोखंडी कडी वळवून टाकताना ती डाव्या हातावर झेलायची इथपासून अप्पा, अनावश्यक आवाज आपण किती टाळू शकतो हे तुम्ही बिंबवलंत. खाताना माझ्या तोंडाचा आवाज होत नाही, मी बशीवर चमचा आपटू देत नाही. चिमटा ओट्यावर फेकीत नाही. कढईच्या काठावर झारा किंवा डाव आपटीत नाही. झाऱ्याला चिकटणारा पदार्थ मी दुसऱ्या चमच्यावर घेऊन पातेल्यात टाकते. आपण हे छोटं-छोटं साऊंड पोल्यूशन टाळू शकतो. वॉश बेसिनवर मी खाकरत नाही. ह्या सगळ्याला एकच विशेषण आहे– 'चोरासारखी', म्हणजे सगळ्या हालचाली चोरट्यासारखी, आवाज न करता उरकते. केर काढताना कुंचा जमिनीवर आपटणाऱ्या मोलकरणी घराघरांतून सापडतील. डायनिंग चेअर्स खर्रकन् जमिनीवर ओढायच्या. मी त्या उचलून ठेवते. लगेच एकमेकांत खाणाखुणा होतात. पुस्तक वाचताना पान लक्षात राहावं म्हणून मी पानांचे कोपरे दुमडत नाही किंवा ते पालथ्या अवस्थेत पसरून ठेवीत नाही. चपला भिरकावीत नाही. माझा आंघोळीचा साबण कधीही लडबडलेला नसतो. गेली पंधरा वर्ष दिवसाचे चोवीस तास मी हे सहन करतेय. तीच काच रोज त्याच-त्याच जागी राहून-राहून टोचतेय. किती यादी देऊ? ह्याचसाठी रोहिणीच्या जन्मापूर्वी मी स्वतंत्र बिऱ्हाडाचा तगादा लावला. भाडं परवडावं म्हणून नोकरी धरली. स्वतंत्र संसारापेक्षा मला रोहिणीला घडवायची होती. तिच्यासमोर बापाचं आचरण होतं आणि माझंही होतं. तिने बापाला कौल दिला आणि मी नशिबाला.''
''रोहिणीने तुझं काहीच घेतलं नाही?''
''मी त्याबद्दल काहीच बोलत नाही. महेश माझ्याकडे दोन दिवस राहायला आला

होता, त्याला विचारा.''
महेश म्हणाला,
''श्यामराव दोन-तीनदा भेटले होते, ते ऑफिसच्या कामानिमित्त. मोठा मस्त माणूस आहे, हे माझं इम्प्रेशन. मी स्वानंदाचा मावसभाऊ लागतो हे मी प्रारंभी सांगितलंच नाही. एका ट्रिपमध्ये मी त्यांच्या ऑफिसमध्ये नेमका लंच अवर्समध्ये गेलो. त्या क्षणी त्यांनी टिफीन बाजूला सारला. ते मला हॉटेलमध्ये घेऊन गेले.''
''महेश, हे असं महिन्यातून दहा-बारा दिवस होतं. रोज मी पहाटे साडेपाचला अजून उठते. तीन डब्यांचा टिफीन रोज तयार असतो. तो तसाच घरी परत येतो आणि रात्री पान मांडून तयार ठेवलं तरी ते तो डबा उघडून खातात.''
''काय सांगेतस?''
''पगारातले पैसे हॉटेलमध्ये किती जातात सांगू? तू अचानक घरी कसा आलास, हेच मला पहिल्या वेळी समजलं नाही.''
''त्या दिवशी दुपारपासून बाहेरगावच्या गाड्या बंद होत्या. श्यामराव स्टेशनपर्यंत सोडायला आले होते. तेवढ्यात माझ्या एका मित्राने मला विचारलं, 'आता बहिणीकडे मुक्काम का?' तेव्हा श्यामरावांनी चौकशी केली. मग मी सांगितलं की मी स्वानंदाचा मावसभाऊ. त्यानंतर मी तुझ्याकडे आठ दिवस राहाणार होतो, पण...''
''दोन दिवसांत का पळालास ते सांग.''
''मी कुणापाशीच बोललो नाही, कारण..''
''तेही सांग.''
''एकच वर्ष, तेही दहावीचं म्हणून मी तुझ्या घरी राहिलो होतो.''
इतकं सांगून महेश सगळ्यांना उद्देशून सांगू लागला, ''केवळ एकच वर्षाचा अप्पांचा सहवास. कारण नसताना ह्याच्याबद्दल त्याला सांग, इकडचं तिकडे कर, त्याऐवजी एक वर्षात अप्पांनी एक विचार ठसवला, 'आपण जेव्हा जेव्हा काही ना काही बोलू, तेव्हा तेव्हा त्या बोलण्यातून काही प्रगल्भ विचारांची देवाणघेवाण होते का ते पाहावं. असं प्रत्येकाने ठरवलं तर अनेक आवाज गप्प होतील. कारण नेमकं तेच बोलायचं म्हणजे वाचन आलं, चिंतन आलं, मनन आलं, आपल्या गप्पांतून लावालाव्या किती, निंदानालस्ती किती आणि समृद्धता किती ह्याचा विचार व्हावा' हे मनावर ठसलं ते कायमचं. तुझ्या घरचं दोन दिवस खाल्लं, पाहुणचार घेतला. तू काय काय सोसत आहेस ते पाहिलं. त्याचा बभ्रा का करायचा?''
''आता सांग, तेही माझा प्रॉब्लेम सोडवायचाय म्हणून. माझ्यासमोर सांग म्हणजे निंदा होणार नाही. आता काय हरकत आहे?''
''स्वानंदाच्या रूपाने श्यामरावांना एक मोलकरीण, एक स्वयंपाकीण, एक पगार आणणारी आणि...''

"पुढचंही स्पष्ट सांग. गरज पडेल तेव्हा एक शय्यासोबतीण मिळाली आहे, तेही अपरात्री..."

शेवटच्या विधानाचा अर्थ विचारण्याची हिंमत कुणालाच झाली नाही. पण तेही सांगितल्याशिवाय पायातल्या काचेचं आता 'सेप्टिक' झालंय हे कुणाला समजणार नाही, म्हणून स्वानंदा पुढे म्हणाली,

"अलीकडे रात्री बारानंतरही टीव्हीवर सिनेमा असतो. इंग्लिश. त्यात सगळा खुल्लमखुल्ला मामला असतो. कपडे असतात-नसतात. बापलेक रात्री अडीच-तीनपर्यंत ते चित्रपट एकत्र बसून बघतात. त्यानंतर मग केव्हाही.."

पुन्हा शांतता.

मामी म्हणाली,

"सकाळ-संध्याकाळ श्यामराव संध्या करतात. सत्यानारायणाची पूजा सांगतात. चतुर्थी करतात. अष्टविनायकाच्या सहली काढतात..."

"त्याशिवाय सोशल वर्क, जिथं गरज आहे तिथं धावतात."

"म्हणजे?"

"माझा मुलगा दहावीला होता तेव्हा श्यामराव रोज त्याच्याकडून दोन तास अभ्यास करवून घ्यायला येत होते. सकाळी साडेसातला हजर व्हायचे. तीन महिन्यांत एकही खाडा नाही. श्यामरावांमुळेच माझ्या मुलाला ब्याण्णव्व टक्के मार्क मिळाले, नाहीतर आफत होती."

"स्वतःची मुलगी प्रत्येक यत्तेत दोन-दोन वर्षं का रखडतेय?"

"काय सांगतेस?"

"चौदा वर्षांची रोहिणी अजून सातवीत आहे."

"ती करते काय?"

"रात्री दोन वाजेपर्यंत टीव्ही. मी कामावर गेले की दहाच्या सुमारास उठते. मग घाईघाईने अभ्यास. संध्याकाळी मैत्रिणी."

"तू टीव्ही बंद का करीत नाहीस?"

"दोन-तीनदा केला. कारण तिचे वडील तेव्हा अष्टविनायकाच्या दौऱ्यावर गेले होते. रोहिणीने लगेच माझ्याविरुद्ध तक्रार नोंदवली. तिच्या प्रेमळ बापाने लेकीला कोणता सल्ला दिला असेल?"

प्रतिक्रियेसाठी स्वानंदा काही क्षण थांबली. मग तिनेच सांगितलं,

"आईच्या हातावर सरळ फटका हाण."

"काय सांगतेस काय स्वानंदा?"

"माझा हात दहा दिवस प्लॅस्टरमध्ये होता. रोहिणीने काठी हाणली होती."

त्याच कालावधीत उभ्या-उभ्या भेटून गेलेल्या मामांनी विचारलं,

“तेव्हा तू गाडी पकडताना पडले असं म्हणालीस.”
स्वानंदाने प्रतिप्रश्न केला,
“हे कारण सांगणं योग्य दिसलं असतं का?”
“बाहेर श्यामरावांनी आपली इमेज किती वेगळी निर्माण केली आहे, आश्चर्य आहे.”
“मीही चक्रावून गेलोय. त्या दिवशी ऑफिसमध्ये मीटिंग होती. सदुभाऊंना स्टेशनवर सोडायला कुणीही नव्हतं.”
“सदुभाऊंचं आत्ता वय काय असेल रे?”
“पुढच्या महिन्यात ऐंशी वर्षांचे होतील.”
“अजून प्रवास करतात?”
“स्टेशनवर बसवून आणि उतरवून घेण्यासाठी कुणीतरी लागतं. म्हणूनच मी श्यामरावांना फोन केला. मधल्या वेळेत ते आले. त्यांनी सदुभाऊंना गाडीत बसवून दिलं आणि जळगावला एस्. टी. डी. वरून तसं कळवलं सुद्धा.”
स्वानंदानं लगेच विचारलं,
“स्वत:च्या वडिलांना एशियाडवर सोडायला का गेले नाहीत? माझ्या मामंजींना ब्लडप्रेशर आहे. लोकल वेळेवर दादरला पोहोचली नाही. आता एशियाड चुकणार ह्या विचारांनी ब्लडप्रेशर वाढलं. दादर स्टेशनवरच चक्कर येऊन पडले. ह्या वयात प्रवास करायची गरज काय?- हा तुमच्या सोशल वर्कर श्यामरावांचा प्रश्न.”
स्वरदाला हुंदके आवरेनात. स्वानंदाला मिठी मारीत ती म्हणाली,
“तू राहा इथंच. कायमची. श्यामरावांना मी पत्र लिहिते.”
आई म्हणाली,
“तुझं लग्न ठरलंय. ते होऊन जाऊ दे. नाहीतर तुझ्या सासरच्या माणसांना कसं पटवायचं? दोष बाईच्याच पदरात पडतो.”
आईकडे पाहात स्वानंदा म्हणाली,
“तू काळजी करू नकोस. मी ठरल्याप्रमाणे सकाळी एशियाडने जाणार आहे.”
‘दोन दिवस थांब. शांतपणे विचार करू.”
“विचार संपल्यावर मी परत जाणं भाग आहे असा निष्कर्ष निघाला तर? मला पुन्हा तासभर घराच्या बाहेर उभं राहण्याची शिक्षा कशासाठी?”
“मी समजले नाही.”
“रोहिणीच्या वेळेला बाळंतपणासाठी आले होते, तेव्हा एकच दिवस उशिरा गेले, तेही रोहिणीला बरं नव्हतं म्हणून. त्यांनी रोहिणीला घरात घेतलं. मला एक तास बाहेर उभं केलं त्यांनी. भुकेने रोहिणी कळवळली होती. त्यांना पाझर फुटला नाही.”
“पत्र पाठवलं नाहीस. ‘मी पोहोचले’ एवढ्या ओळीही पुरल्या असत्या.”
“पंधरा वर्षांत माझं एकही पत्र का आलं नाही ह्यावर विचार केलात का?”

"आमच्याही पत्रांची पोच कधी मिळाली नाही."
हीच तक्रार मग बऱ्याचजणांनी केली. स्वानंदा सगळ्यांकडे पाहात म्हणाली,
"ख्यालीखुशालीची खोटी पत्रं मला लिहिता येत नाहीत आणि आजवर जे जगत आले, ते लिहिलं असतं तर तुम्ही विश्वास ठेवला नसतात."
काकांनी अस्वस्थ होत विचारलं,
"हे सगळं करून श्यामराव काय मिळवतात?"
स्वानंदा ठाम स्वरात म्हणाली,
"त्यांना मिळतो लौकिक, मान, चांगुलपणा, मोठेपणा, कौतुक, आदर, आई, वडील, बायको ह्यांच्यासाठी जे जे केलं जातं ते कर्तव्य ह्या एका शब्दात सामावतं. सामाजिक कार्याची 'नशा' असते. कौटुंबिक जबाबदाऱ्यांची 'शान' असते. नशेला प्राधान्य दिलं की परतीचा रस्ता नसतो. मद्यपानापेक्षा प्रसिद्धीची नशा जास्त जहरी. प्रत्येक नवा गरजू माणूस म्हणजे रोज नवा ब्रॅण्ड. त्यात भर पडते ती त्या माणसाची स्वत:ची संतती अपयशी का निपजावी ह्या सहानुभूतीची. सार्वजनिक जीवनात कौतुक आणि कौटुंबिक पातळीवर अपयश हे सर्वांत जीवघेणं 'कॉकटेल'. ह्या कॉकटेलवर उपाय सांगा, कुणाजवळ असेल तर!"
"अप्पाने तुझ्यावर केलेले संस्कार. त्यापायी तू जास्त मिझरेबल झाली आहेस."
"ते संस्कार मी विसरावेत असं कुणाला सुचवायचं आहे का?"
सगळे गप्प बसले. कुणीतरी म्हणालं,
"शेवटी ज्या माणसाजवळ जास्त अंडरस्टँडिंग आहे, त्यालाच आपला अट्टहास काही प्रमाणात सोडावा लागतो."
स्वानंदा त्या क्षणी उठली. दुसऱ्या खोलीत गेली आणि परतली ती साडी बदलूनच. तिच्या हातातली बॅग पाहून स्वरदा म्हणाली,
"तू चाललीस?"
"होय. रडू नकोस. अट्टहास सोडायला आत्तापासून शीक. लग्नानंतर कोणता परिवार तुला भेटणार आहे. हे आता आपल्याला कुठे माहीत आहे? मी येते."
"अगं, असं काय? ठरलेल्या एशियाडने तरी जा."
"ते तिकीट मी फाडून टाकीन. त्याच्याआधीची बससुद्धा मिळू शकते. तीस वर्षांचे संस्कार मला विसरायचे आहेत. एका तिकिटाच्या पैशाची त्यात भर म्हणजे काहीच नाही."
"स्वानंदा, अशी नाराजीने जाऊ नकोस." अप्पा कळवळून म्हणाले.
"मी शांतपणे जाणार आहे. माझ्या परिचयाच्या घरी. मला आता तुम्हीच सगळे अनोळखी वाटायला लागले आहात. माणसाला अनोळखी प्रवासाची भीती फारशी वाटत नाही. जे परिचयाचं आहे ते सोडायचं ह्याची धास्ती जास्त वाटते. आता माझं

आयुष्य आणि वाट्याला आलेला संसार पूर्ण ओळखीचा वाटायला लागला. तिथं जाण्यात कसला धोका? मी येते.''

''स्वानंदा...''

''अप्पा, मला थांबवू नका. तुम्हाला घडवण्याचा अधिकार होता. त्याचा मला शेवटपर्यंत अभिमान वाटेल. पण नंतर तुम्ही कन्यादान केलंत. 'इदम् न मम' म्हणालात. ज्या कुणी ऋषीमुनींनी 'कन्यादान' शब्द योजला तो प्रज्ञावंत. 'कन्याभेट' हा शब्द त्याला नक्की सुचला असेल. त्याऐवजी त्याने 'दान' शब्द वापरला. लाखो-कोट्यावधी मुलींप्रमाणे मी 'दान' आहे, म्हणूनच मला मालक निवडण्याचा अधिकार नाही. त्याने माझा वापर कसा करावा हे सांगण्याचा हक्क नाही. मी येते.''

''तरी ऐक. काहीतरी मार्ग...''

स्वानंदा काहीशा उपहासाने पण निर्धारपूर्वक म्हणाली,

''फाशी देण्यापूर्वी शेवटची इच्छा विचारतात, ती मागणी छोटीशीच असेल ह्या अंदाजाने विचारतात. उद्या जर कुणी म्हणालं, 'मला व्हायोलिन शिकून त्यात पारंगत व्हायचं आहे', तर ती इच्छा पूर्ण होईल का? केलेले संस्कार तुम्हीच पुसून टाका तोपर्यंत राहते असं मी म्हटलं तर? मी आता कुणाची मुलगी नाही, आई नाही, पत्नी तर नाहीच नाही. मी फक्त एक 'दान' आहे. येते!''

■

# बांधावरचा

एसी चेअरकारच्या डब्यात मी लॉबीमध्ये प्रवेश केला. मधला दरवाजा उघडला. थंडगार वाऱ्याचा झोत अंगावर आला. इतकी थंड हवा प्रवास संपेपर्यंत आपल्याला पेलेल का, असा प्रश्न पडला. संपूर्ण डब्यात वीस-पंचवीस माणसंच होती. गाडी सुटायला पंधरा मिनिटांचा अवधी होता. ह्या पंधरा मिनिटांत हां हां म्हणता इतर प्रवासी येतील. सगळ्या सीट्स भरल्या म्हणजे एवढा गारवा जाणवणार नाही, असं म्हणत मी माझी जागा शोधू लागलो.

खिडकीपेक्षा मला मधल्या पॅसेजवळची खुर्ची नेहमीच बरी वाटते. एसी डब्याच्या खिडकीतून बाहेरचा निसर्ग दिसत नाही. त्यामुळे खिडकीला अस्तित्व नसतंच. अधूनमधून उठावं लागलं तर शेजारच्या प्रवाशांना आपल्याला बाहेर पडण्यासाठी जागा करून द्यावी लागते, हा त्यांना आपला एक उपद्रव. पुन्हा स्वतःच्या सीटवर बसण्यासाठी शेजारच्या प्रवाशांना दुसऱ्यांदा त्रास. मला इतरांसाठी उठावं लागलं तर काही वाटत नाही. पण दुसऱ्याला आपल्यासाठी उठायला लावणं जिवावर येतं. पॅसेजशेजारची जागा एवढ्याचसाठी मला बरी वाटते. पॅसेजवरून जाणाऱ्या येणाऱ्या प्रवाशांचा जो उपद्रव होईल तेवढाच. त्यांच्यात रेल्वेचे 'कॅटरर्स'सुद्धा आले. एसी चेअरकारचं भाडं दरवर्षी वाढत चाललं आहे. आणि पैशासाठी हपापलेलं सरकार जोपर्यंत राज्यावर आहे तोपर्यंत भाडी वाढतच जाणार. तरीसुद्धा एसी चेअरकारशिवाय प्रवास करायचा नाही, हे मी मला ऐपत आल्याबरोबर प्रारंभीच ठरवलं. हे जास्तीचे पैसे भरायचे ते फेरीवाल्यांचा हैदोस चुकवायचा म्हणून. एका मिनिटाला सरासरी तीन ते पाच फेरीवाले, सँडविच, मगनलाल चिक्की, लहान मुलांसाठी गोळ्या, बादलीभर कोल्ड्रिंक्सच्या बाटल्या ह्यासारख्या वस्तू कर्कश्श आवाजात किंचाळत, प्रवासभर जीव नकोसा करतात. ह्या विक्रेत्यांना गाडीमध्ये चढायचीच बंदी करणं हे रेल्वे स्टाफच्या हातात नाही का? पण ह्या लोकांना सर्रास ही मुभा देणं, हेच रेल्वे कर्मचाऱ्यांचं वरचं उत्पन्न. गाड्या अनियमित चालल्या तरी ह्या लोकांचं छान,

व्यवस्थित चालतं. एसी डब्यामध्ये हा धुमाकूळ जरा कमी.

नेहमीप्रमाणे माझ्या मनात हे विचार येतात, तेच विचार आत्ताही माझी सीट शोधताना आले.

सीट पॅसेजजवळची होती. ह्याचं समाधान वाटायच्या आत शेजारच्या सीटवरचा प्रवासी पाहून मी अस्वस्थ झालो. मधल्या सीटवर एक, वयाचा अंदाज करता येणार नाही असा मुलगा होता. त्याच्या डोक्याचा आकारच विचित्र होता. नजर नक्की कुठे होती हे सांगता येत नव्हतं. तोंड उघडं होतं. नशिबाचा भाग एवढाच, मुखरस गळत नव्हता. खुर्चीमध्ये तो कलंडलेल्या अवस्थेत बसला होता. वाजवीपेक्षा आकाराने जास्त मोठं असलेलं डोकं, त्याने शेजारच्या बाईच्या खांद्यावर टेकवलेलं होतं. माझं लक्ष त्या बाईकडे गेलं. नाकीडोळी नीटस, काळीसावळी, विलक्षण तरतरीत आणि प्रथम लक्ष वेधून घेतलं जाईल अशी केशरचना. शब्दामध्ये मांडता येणार नाही अशा कुशलतेने तिने केशभूषा केली होती. आपल्या खुर्चीत ती डोळे मिटून शांत पडली होती. पहिल्यापासूनच तिने साध्या खुर्चीचं आरामखुर्चीत रूपांतर केलं होतं. तिच्या शेजारचा मुलगा जाता-येता डोकं हलवत होता. तिच्या दंडावर आघात होत होते. तरी ती शांत होती

मी माझ्या खुर्चीत बसलो आणि पुन्हा एका जुन्या विचारात हरवलो. त्या क्षणी मला जाणवलं, आपण स्वत:ला विचारवंत समजतो पण आपण अनेकदा काही ठरावीक विषयांवरच वारंवार विचार करतो. आत्ता तेच झालं. मतिमंद मुलांच्या बाबतीत जे विचार मला अस्वस्थ करतात त्यावरच मी पुन्हा जुने विचार करायला लागलो.

हे विचार इतरांनाच नव्हे तर माझे मलाही अमानुष वाटतात. आत्मा अमर आहे वगैरे सगळं सत्य आहे, असं समजू. कारण मलाही त्याची प्रचिती नाही. जित्याजागत्या माणसाकडून दुसऱ्या माणसाला संवाद हवा असतो. मुका आणि बहिरा माणूससुद्धा खाणाखुणा करून मनातले विचार प्रकट करतो. आंधळा माणूस किंवा इतर प्रकारचं पंगुत्व हा नक्कीच दुर्दैवाचा भाग आहे. तरीसुद्धा त्यांचा वावर चैतन्याचीच साक्ष देतो. मेंदूवरच आघात होणं म्हणजे नातं, दळणवळण, संवाद सगळंच तुटतं. ह्या व्यक्तीला फक्त सांभाळावं लागतं. सांभाळणं म्हणजे तरी नेमकं काय? तर परिवाराचं आयुष्य उद्ध्वस्त करणं. ज्यांच्या नशिबी, दुर्दैवाने अशा व्यक्ती आयुष्यात आल्या तर त्या सगळ्या परिवाराची प्रचंड दया येते. आणि त्याच वेळेला 'मर्सी किलिंग' चा स्वत:लाही न पटणारा विचार मनात येतो. आपण जगत आहोत ह्याचंही भान जगणाऱ्या व्यक्तीला नसेल तर अशा व्यक्तीची हत्या केली असं म्हणता येईल का? मानसिक आणि भावनात्मक पातळीवर हा विचार जरी स्वत:लाच त्रासदायक वाटत असला तरीही बौद्धिक पातळीवर असा जीव जगवण्यात पालकांनी आपलं आयुष्य बरबाद का करावं?-- हा प्रश्न मला सुटलेला नाही.

अशा संस्था चालवणाऱ्यांचं ठीक आहे. स्वत:च्या बुद्धीला ही माणसं 'चॅलेंज' समजत असतील, त्या माध्यमातून त्यांना व्यवसायदेखील मिळत असेल. समाजाकडून देणग्या आणि परिचितांकडून 'कमाल आहे बुवा तुमची!'–अशी प्रशस्तिपत्रकंही मिळत असतील, मला मात्र एखाद्या पुलावरून गाडी जात असताना नदीत पैसे फेकणारी माणसं आणि अशा संस्थांकडून खर्च होणारा पैसा ह्यात फरक वाटत नाही. सरकारी अनुदानं मिळत असतील, पण तीही शेवटी जनतेच्या पैशातूनच मिळतात. म्हणजे आपण स्वत:सुद्धा अशा मुलांचे दूरस्थ पालकच ठरतो.

कदाचित माझ्या आयुष्यात असं काही प्रारब्धामध्ये नव्हतं म्हणूनच मी 'मर्सी किलिंग' चा कठोर विचार करीत असेन. मतिमंद मुलांचा ह्यात कुठलाच अपराध नाही. मला प्रचंड अनुकंपा वाटते ती अशा मुलांसाठी खस्ता खाणाऱ्या परिवाराची. आयुष्यातले सगळे आनंद नाकारायचे – म्हणजे साधं फिरायला जाणं, चार घटका गप्पागोष्टींसाठी कुणाकडे तरी जाणं, किंवा अशा मुलाला एक खोलीत बंदिस्त करून, मग परिवार गोळा करणं इथपासून सहलीला जाणं, निसर्गरम्य स्थळांना भेटी देणं अशा कितीतरी गोष्टी येतात. प्रत्येक मतिमंद मुलाला अशा संस्थांमधून प्रवेश मिळेलच असं नाही. एका कुटुंबाने मग अशा मुलाचं संगोपन करणं म्हणजे स्वत:चं जगणं नाकारणं.

हे नेहमीचेच विचार करताना माझं लक्ष पुन्हा त्याच्या हालचालींकडे आणि त्याच्या आईकडे गेलं. ह्या विचारांत गाडीने गती कधी घेतली हेही मला कळलं नाही. त्या बाईला झोप लागली असेल का? मुलगा दणादण डोक्याने धक्के देत असताना झोप लागणं शक्य आहे का? दृष्टिआड सृष्टी असं म्हणत तिने डोळे मिटले असतील का? परिस्थितीमध्ये काहीही फरक पडणार नाही, ह्याचं आकलन झाल्यावर, ते सत्य स्वीकारण्याकरिता किती काळ गेला असेल? घरातल्या इतर मंडळींची कितपत साथ मिळाली असेल?

त्या मुलाने पाय ताठ केले. मला धक्का लागून मी भानावर आलो. त्याच वेळेला तिने डोळे उघडले आणि आपल्या मुलाचे पाय स्वत:कडे ओढून घेतले.

तिच्याकडे बघत मी म्हणालो, "डोण्ट वरी."

त्याच वेळेला बिस्किटं, चॉकलेटचा ट्रे घेऊन रेल्वेचा विक्रेता शेजारी येऊन उभा राहिला. ज्या प्रवाशांजवळ लहान मुलं असतात तिथे अशा विक्रेत्यांचे 'बसस्टॉप' असतात. मी एक कॅडबरी घेतलं आणि त्या मुलासमोर धरलं. त्याच्या चेहऱ्यावरती त्याची नोंदही झाली नाही. आता ह्याचं काय करायचं असा प्रश्न मला पडला. मी त्याच्या आईकडे पाहात म्हटलं, "हे तुम्ही त्याला द्या म्हणजे तो घेईल."

आढेवेढे न घेता तिने माझ्या हातून चॉकलेट घेतलं. रॅपरमधून बाहेर काढलं. त्यातलं पहिलं जुळं तिने माझ्या हातात ठेवलं. शांतपणे आणखीन एक तुकडा मोडून उरलेलं

चॉकलेट गुंडाळून टाकलं. मला 'थँक्स' म्हणत तिने स्वत: चॉकलेट खायला सुरुवात केली. ह्या सगळ्या हालचालींकडे तो मुलगा पाहात होता. आणि तरीही त्याचा चेहरा तसाच कोर करकरीत राहिला. वास्तविक अशा मुलांचा आहार जबरदस्त असतो. विचारशक्तीच नसल्यामुळे आपण किती खात आहोत ह्याचं त्यांना भानच नसतं. वजनही वाढत जातं. देखभाल आणि शुश्रूषा आणखीन कठीण होऊन बसते.

तेवढ्यात त्याने आईकडे पाहिलं. त्याची 'ती' नजर आईच्या परिचयाची असावी. कलत्या खुर्चीची पाठ सरळ करीत ती घाईघाईने उठली. तिने मुलाला उभं केलं. मीही खुर्चीतून उठलो आणि त्यांना बाहेर पडायला वाट करून दिली. झोकांड्या खात खात तो मुलगा पॅसेजमधून चालत राहिला. त्याला सांभाळत नेणं बलदंड पुरुषालाही अशक्य होतं. ती मात्र त्याला सहजतेने नेत होती. एअरकंडिशण्ड डब्याचा दरवाजा त्याला डोअर क्लोजर लावलेला असल्यामुळे, तो जोर करूनच उघडावा लागतो. दोघंजण दाराशी पोचेपर्यंत, मी भरकन पुढे होऊन तो दरवाजा उघडला आणि त्यांच्याचसाठी पॅसेजमध्ये जाऊन उभा राहिलो. टॉयलेटमधून दोघंही बाहेर आल्यावर त्यांच्यासाठी दरवाजा उघडून मी उभा राहिलो.

"तुम्ही उगीच त्रास घेतला. मला ह्या सगळ्याची सवय झालेली आहे."

मी काहीच बोललो नाही. आम्ही तिघंही स्थानापन्न झालो.

उतणार नाही, मातणार नाही, घेतला वसा टाकणार नाही– ह्या वचनाची आठवण होऊन मी म्हणालो,

"तुमच्यासारख्या व्यक्तीला सहानुभूती खपणार नाही. तरी म्हणावंसं वाटतं, असा मुलगा सांभाळणं हे मोठं व्रत आहे."

प्रसन्नतेने हसत ती म्हणाली,

"अनेक विचारवंत मतिमंदांपेक्षा हे काम सोपं आहे."

माझ्या गोंधळलेल्या चेहऱ्याकडे पाहात ती पुढे म्हणाली,

'तुम्हाला नवल वाटलं का?"

"मला वाक्यच समजलं नाही."

"वर्षोन् वर्षं आपल्यावर राज्य कोण करतंय असं तुम्हाला वाटतं?"

"म्हणजे..."

"जर्मनी आणि जपान राखेतून वर आले आणि त्यांनी जगावर राज्य करायला सुरुवात केली. सामान्य माणसाचं आयुष्य सुसह्य व्हावं, किमान त्यांना आपण सुरक्षित आहोत असं वाटावं ह्यासाठी राज्यकर्त्यांनी आत्तापर्यंत काय केलं?"

तिने मोठ्या कौशल्याने तिच्या मुलाचा प्रश्न बाजूला ठेवून माझ्यासमोर सगळा देशच उभा केला. तिने असं का करावं ह्याचा मला उलगडा झाला नाही. चाकोरीबद्ध आयुष्य जगणाऱ्या माणसांच्या वाटेतल्या अडचणी चारचौघांपेक्षा वेगळ्या नसतात.

ज्यांना चाकोरीबाहेरचं जीवन स्वीकारावं लागतं, त्यांच्या आयुष्यातले संघर्षही वेगळे असतात. ह्या अशा मुलाला सांभाळताना ह्या बाईचा प्रवास कोणत्या आणि किती वळणांनी भरला असेल आणि आडवळणांनी ग्रासलेला असेल ह्याची कल्पना करणं मुश्कील. माझ्याकडून काही ना काही प्रतिक्रियेची ती अपेक्षा करीत असावी. मी गप्प आहे असं पाहून तिनेच पुन्हा सुरुवात केली.

"माझ्या मुलाची परिस्थिती तुम्ही डब्यात येताक्षणीच पाहिली आहे. त्याच्याबद्दल मी काही बोलत नाही. तुमच्याबद्दल मला काहीही माहिती नाही. मुलंबाळं किती, कशी..."

"दोन्ही मुलीच आहेत. हुशार आहेत."

"शाळेत प्रवेश काहीही न करता मिळाला का?"

"एका मुलीच्या वेळेला पाच हजार आणि दुसऱ्या मुलीच्या वेळेला आठ हजार द्यावे लागले."

"पावत्या मिळाल्या का?"

मानेने नाही म्हणत मी सांगितलं,

"हवी ती शाळा मिळाली एवढंच."

"भाग्यवान आहात! माझ्या ह्या मुलासाठी मी पंचवीस हजारांपासून पन्नास हजारांपर्यंत तयारी ठेवली होती. काहीही उपयोग झाला नाही. आणि ही अडवणूक बुद्धिवान मतिमंदांनीच केलेली. अशा लोकांचंच आपल्यावर राज्य चाललेलं आहे."

"तुमच्या मुलाची सोय झाली असती तर तुम्हाला तुमचं आयुष्य जगता आलं असतं."

ती गडबडीने म्हणाली,

"मी माझ्या सुटकेचा विचार कधीच केला नाही. माझी ही धडपड माझ्या मोठ्या मुलासाठी चालली होती. तीसुद्धा त्याची कुचंबणा होऊ नये म्हणून."

"किती वर्षांचा आहे तो?"

"पंधरा."

"ह्या मुलाचं वय काय?"

"ह्याचं नाव महेश आणि वय विचाराल तर त्याला वयच नाही."

मी तिच्याकडे आश्चर्याने पाहिलं. ती पुढे म्हणाली,

"ह्याचं वय लक्षात ठेवायचं म्हणजे, आपण ह्याला किती वर्षं सांभाळलं हेच आठवायचं ना? तो हिशोब करायला लागले तर माझी सहनशक्ती संपेल. साधा नोकरी करणारा माणूससुद्धा 'इतकी वर्षं गाडा रेटतोय' अशा भाषेत बोलतो. ह्या विधानात संसारासाठी किती खपतोय हाच अहंकार डोकावतो. म्हणूनच ह्याला वय नाही."

"मुंबईलाच राहाता?"
"राहाते मुंबईत, पण तिथे फारशी असत नाही."
"महेशची कुठे ना कुठे सोय होईल म्हणून तुम्ही अजूनही प्रयत्न करत आहात का?"
"नाही. तो विचार मी डोक्यातून काढून टाकला."
"एक विचारू?"
"जरूर."
"महेशचे वडील काय करतात?"
"बिल्डर आहेत."
"त्यांच्या तर भरपूर ओळखी असतील."
"भरपूर आणि नको इतक्या माणसांच्याही भरपूर."
"नको इतक्या, म्हणजे नेमके कोण?"
खूप अर्थपूर्ण पण विषादाने हसत ती म्हणाली,
"सध्या राज्य कोण करतंय हे तुम्हाला माहीत आहे का? बिल्डर्स, स्मगलर्स आणि व्यापारी."
"तुमच्या मिस्टरांना पण गैरमार्गाने पैसे मिळवावे लागतात?"
"गैरमार्ग हाच सध्या राजमार्ग आहे. अगदी पहिली इमारत त्यांनी जेव्हा बांधली, इमारत म्हणण्यापेक्षा कॉलनी – त्यावेळचे श्रीधर वेगळे होते. कारभार चोख होता. कामात क्वालिटी होती आणि मुख्य म्हणजे त्यांची उंची एवढी वाढणार आहे हे त्यांनाही माहिती नव्हतं. आणि सरकारी अधिकाऱ्यांनाही पत्ता नव्हता. अत्यंत प्रामाणिकतेच्या जोरावरच ते वर आले. आणि भरपूर यश मिळाल्यावर तत्त्व विसरायला लागले. द वे टू हेल इज पेव्हड् वुइथ गुड इंटेन्शन्स. तसं त्यांचं झालं."
"म्हणजे नेमकं काय झालं, असं विचारलं तर तुम्हाला आवडेल का?"
"गुणवत्तेचं भांडवल वाममार्गासाठी करण्यात ह्या देशात खूप चतुर माणसं आहेत. म्हणूनच माणसं श्रीमंत होत गेली आणि देश आहे तिथेच राहिला. आपल्या देशात पैसा प्रचंड प्रमाणावर आहे. अपघातानेच तो कुणाकडे आहे हे कळतं. धूर्त लोक प्रामाणिक माणसांच्या शोधामध्ये असतात. तेच माझ्या नवऱ्याच्या बाबतीत झालं. ते स्वत: थोडे स्वार्थी आणि लबाड असायला हवे होते. म्हणजे अशा माणसांपासून दूर राहिले असते. 'काय सेवा करू?' अशी भाषा वापरणारी माणसं स्वत:ची सेवा करून घेणारी असतात, हे ह्यांना कळलं नाही. असाच एक खासदार प्रश्न विचारीत आला. सुरुवाती-सुरुवातीला त्यांनी सगळ्या रकमा बिनबोभाट दिल्या. सेवेचा भाव शेवटपर्यंत कायम होता. शेवटी ह्यांनाच लाज वाटून ते म्हणाले, 'प्रॉजेक्ट कंप्लीट झाल्यावर आता एकदम पैसे मागेन.'

''त्यानंतर एक कपर्दिकही मिळाली नाही. त्याच काळात महेशचा जन्म. महेश एक वर्षाचा होईपर्यंत त्याचं भविष्य काय आहे हे स्पष्ट झालं. बुडलेला पैसा वसूल करून देण्यासाठी दुसरा खासदारच पुढे आला. त्याने दामदुपटीने पैसा वसूल करून दिला. इथंच सगळं बिनसलं. त्यानंतर दाराशी गाड्या उभ्या राहायला लागल्या. त्या अशाच लोकांच्या. आता आमच्या घरात गडगंज पैसा आहे.''

''ह्या खासदार-आमदारांकडेसुद्धा एवढा पैसा कसा येतो?''

''ते सांगणं अशक्य आहे. पण संसदेच्या कामकाजाला एका मिनिटाला पाच हजार नऊशे सतरा रुपये खर्च येतो, एवढं मी वाचलं आहे.''

मी उडालोच.

''तुम्हाला हे कुणी सांगितलं?''

''वर्तमानपत्रात आकडेवारी प्रसिद्ध झाली आहे.''

''इतका खर्च करून देशासाठी नक्की काय चाललंय, ह्याचा पत्ताच लागत नाही. ही माणसं नक्की करतात तरी काय?''

''त्यांच्या अनेक उद्योगांपैकी सध्या एक उद्योग म्हणजे असाच एखादा प्रामाणिक बिल्डर पकडणं आणि त्याच्यामार्फत स्वत:च्या इमारती उठवणं. सगळ्यांच्याच इमारती वर आल्या म्हणजे कोणीच कुणाची चौकशी करीत नाही. अशा माणसांची न्यायालयीन चौकशी होणार नाही आणि ह्या विळख्यात सापडलेला माणूस घराची चौकशी करीत नाही.''

मी भीत भीत विचारलं, ''तुम्ही स्वत:बद्दल सांगताय का?''

ती निर्भीडपणे म्हणाली, ''माझीच हकिकत सांगतेय. पण ही प्रातिनिधिक समजायला हरकत नाही.''

''तुम्हाला मोठ्या मुलाची काळजी वाटत नाही का?''

''श्रीधरने तो बंदोबस्त कधीच केलाय. मी सतत महेशच्या अवतीभवती होते, ह्याला मी चार माणसांसारखा करून दाखवीनच, अशा जिद्दीने पेटून उठले होते. मोठ्या मुलाकडे थोडं दुर्लक्ष होणं स्वाभाविक होतं. श्रीधरने त्याची सोय पाचगणीला करून टाकली आणि धाकट्या भावाची कटकट मागे नको म्हणून मोठाही हसत हसत पाचगणीला गेला. तेव्हापासून मीही घरापासून लांब लांब राहायला लागले.''

''तुमच्या मिस्टरांना हे आवडतं?''

''मी त्यांचा विचार केला नाही. मला हवं होतं प्रेम. जिव्हाळा. आपुलकीचं नातं. प्रेम संपलं म्हणजे आपण किमान कर्तव्य म्हणून काही गोष्टींची अपेक्षा करतो. कर्तव्यापोटी काही जबाबदाऱ्या आपोआप येतात. अशा जबाबदाऱ्या माणूस टाळू लागला म्हणजे नवऱ्यावर कर्तव्य म्हणूनसुद्धा प्रेम करावंसं वाटत नाही. बायकोवाचून ह्या माणसाचं काहीच अडत नाही हे लक्षात आल्यावर त्या वास्तूत माझा जीव

गुदमरू लागला आणि तेव्हा तर माझ्या मनात महेशशिवाय दुसरा विषय नव्हता. केवळ मन रमवायचं म्हणून, विरंगुळा म्हणून मी कुलू-मनालीला गेले.''

''एकट्याच गेलात?''

''दुसरं कोण येणार? श्रीधरने मुलाची जबाबदारी कधीच टाळली होती. त्यांचा व्यवसायसुद्धा निव्वळ नोकरीप्रमाणे आठ तासांचा नव्हता. दिवसा काम आणि रात्री ज्यांच्यासाठी इमारती उठवायच्या होत्या, त्यांच्याबरोबर पार्ट्या. घरात दोन नोकर होते. गरजेप्रमाणे पैसे फेकत होते. एखाद्या पुतळ्याची देखभाल करणं काय आणि महेशसाठी काही करणं काय, दोन्ही सारखंच होतं. महेशची देखभाल घरात राहूनच केली पाहिजे, असं बंधन नव्हतं. महेशमुळेच नातेवाईक आणि परिचयाचे अंतरावरच होते. माणूस पुस्तकं वाचून वाचून किती वाचेल? किंवा कॅसेट्सच ऐकायच्या ठरवलं तरी त्याचाही थकवा नसतो का? सजवलेली वास्तूसुद्धा आपलं मन शांत नसल्यामुळे रणांगणावरच्या सैन्यासारखी वाटते.''

''वास्तू?''

''वास्तू म्हणजे भिंती नव्हेत. फर्निचर, मोठमोठाले सोफासेट्स, फ्लॉवरपॉट्स ह्या सगळ्या वस्तू अतिपरिचयाच्या झाल्या म्हणजे अंगावर आल्यासारख्याच वाटतात. त्या सगळ्यांचं मनावर एक अनामिक दडपण येतं. त्या वस्तूंतलं सरप्राइज एलिमेंट नाहीसं होतं. त्यामुळेच मनाला मरगळ येते. प्रवासातला प्रत्येक क्षण ताजा असतो. मुक्काम स्थिर असतो. प्रवास गतिमान असतो. पहिल्याच प्रवासात हे जाणवलं आणि मग भ्रमंतीचं वेडच लागलं. आता प्रवास म्हणजे माझा विसावा आहे, व्यसन आहे आणि नित्यनूतन शिक्षण आहे.''

''तरीही एकटं जाणं... तेही महेशला घेऊन...''

''बरोबर गडी होता. त्याचं नाव वामन. त्याने महेशला खूप सांभाळलं. पण परतीच्या वाटेवर आम्हाला दोघांना झोप लागली आहे असं पाहून फक्त प्रवासाची तिकिटं पर्समध्ये ठेवून सगळ्या सामानासहित तो मधल्या स्टेशनवर उतरून पळून गेला. तेवढ्या एका क्षणी मला माझ्या मतिमंद मुलाचा हेवा वाटला. उरलेला प्रवास कसातरी संपवत मी घरी आले. कोणत्या तरी संस्थेला डोनेशन द्यावं, ती माणसं त्या पैशाचं काय करतात ह्याची चौकशीही करू नये आणि महेशच्या जबाबदारीतून मुक्त व्हावं, ह्या विचाराने आठ दिवस पछाडले होते. सगळ्यातून लक्ष उडालं होतं. त्याच कालावधीत, माझ्या गैरहजेरीत श्रीधर संसारापासून किती लांब गेलाय हे मला समजलं.''

''म्हणजे नेमकं काय झालं?''

''त्याचं नवीन प्रॉजेक्ट जिथे चालू होतं त्याच्या समोरच्या फ्लॅटमध्ये ते राहायला गेले. पेडर रोडपासून मालाडपर्यंत रोज ड्रायव्हिंग करत जायला लागू नये म्हणून

ही व्यवस्था केल्याचं त्यांनी सांगितलं. मी ते मान्य केलं. दुसरा पर्यायच नव्हता. त्या दोन-तीन महिन्यांच्या कालावधीत मला जर गुरू भेटला नसता तर आजची ही माधवी वेगळीच कुणी झाली असती!''

गुरू शब्द ऐकल्याबरोबर मी कान टवकारले. माझ्या डोळ्यांसमोर अनेक भोंदू माणसांनी स्थापन केलेले मठ आले. स्वत:चे पाय धुऊन घेण्यासाठी तीन-तीन हजार रुपये घेणारे महाभाग आठवले. खरं तर पायदेखील धुवायचे नाहीत, त्यांच्या पादुका धुवायचा हा भाव होता. अशा सो-कॉल्ड गुरूंच्या दाराशीसुद्धा बड्याबड्यांच्या गाड्या उभ्या राहिलेल्या मी पाहिलेल्या आहेत. मोठमोठे डॉक्टर्स, इंजिनिअर्ससुद्धा ह्या रांगेत उभे राहिलेले दिसले. स्वत:चं ज्ञान, मिळवलेल्या पदव्या, आत्मविश्वास ह्यांचं ह्या लोकांना विस्मरण कसं होतं ह्याबद्दल आश्चर्य करूनही मी थकलेलो आहे. गुरू कोणाला सावरतो, ही माझी संकल्पनाच नष्ट झाली आहे. माधवीला नेमकं कोण भेटलं असेल? मी तसा प्रश्न विचारला. ती शांतपणे म्हणाली,

''एक वर्तमानपत्राचं कात्रण.''

''सरप्रायजिंग!''

''आमच्या घरात गडीमाणसं भरपूर आहेत. मला कुठलंच काम करण्याची आवश्यकता नाही, पण माहेरी लागलेल्या कोणत्याही सवयी सोडायच्या नाहीत म्हणून मी घरात जातीने उभी असते. नोकरांनाही वळण लागतं. तुम्ही आपणहून स्वत:चा अधिकार आणि स्वातंत्र्य नोकरांच्या स्वाधीन करता, अशा घरात नोकर कोण आणि मालक कोण हे कालांतराने समजत नाही. एक दिवस जरी स्वयंपाकीण आली नाही तर स्वयंपाकघरातले डबेही परके होतात. स्वत:च्या पोटात काय आहे हे सांगत नाहीत. ज्यांना ऐपत आहे त्यांनी नोकर जरूर ठेवावेत, पण आपल्या घरातील जास्तीत जास्त माहिती नोकरांपेक्षा स्वत:ला असणं आवश्यक आहे. त्या दिवशी वाण्याकडून आलेले पुडे मी डब्यातून रिकामे करत होते. त्यापैकी एका कागदाकडे माझं लक्ष वेधलं. कागदामध्ये गुंडाळलेली वस्तू साधीच होती. पण बाहेरच्या बाजूला त्याच्यावर नवरत्नांचा हार असेल असं वाटलंही नाही.''

''असं काय छापलेलं होत?''

''वर्तमानपत्राचा तो मधलाच भाग होता. त्यामुळे संपूर्ण तपशील हाती लागला नाही. विचार देणाऱ्याचं नावही समजलं नाही. तरीही एक जाणवलं की, अंतर्मनातली ज्योत पेटली आहे. माझ्या दृष्टीने ही आकाशवाणीच ठरली.''

''मजकूर आठवतो?''

तंद्रीत जात ती म्हणाली,

''संपूर्ण आशय कायम कोरला गेलाय. निसर्ग प्रत्येक कलाकृती संपूर्ण घडवूनच पाठवतो. कोणतीही व्यक्ती अपूर्ण नसते. पूर्णत्वातून पूर्णत्वच निर्माण होतं. आणि

तरीही मागे पूर्णत्वच उरतं. म्हणूनच निसर्गात बदल संभवत नाही. प्रत्येक व्यक्ती आपापल्या परीने परिपूर्णच असते. पूर्णातून अपूर्णत्व निर्माण झालं तर तुम्ही त्याला पूर्णत्व देणारे कोण? अपूर्ण व्यक्ती ही अपूर्ण म्हणून पूर्णत्वालाच पोचलेली असते.''
एवढं बोलून ती गप्प राहिली. खुर्चीवरून घसरत आलेल्या महेशला तिने खुर्चीत नीट बसवलं. बिस्लेरीची बाटली उघडून तिने त्याच्यासमोर पाण्याचं भांडं धरलं. महेशने ते संपवलं. जवळचा छोटा नॅपकीन ओलसर करीत तिने महेशचा चेहरा पुसला. हे सगळं करून माझ्याकडे पाहात ती म्हणाली,
''त्या क्षणी मी अंतर्बाह्य बदलले. कोणता तरी पदार्थ बांधण्यासाठी, वाण्याने रद्दीच्या भावाने विकत घेतलेल्या कागदातून, हाताला येईल तो तुकडा उचलला. बांधून दिलेल्या वस्तूच्या किंमतीत त्याने त्या कागदाचे पैसेही वसूल केले असतील. अनेक शतकांपूर्वी कुठेतरी गाडलेलं गुप्तधन त्या कागदाबरोबर आलं, हे त्याच्या गावीही नव्हतं. त्यानंतर महेशकडे बघण्याचा माझा दृष्टिकोनच बदलून गेला. 'सुधारणं' हा शब्द कायमचा काळाच्या आड पुसला गेला. आणि त्या जागी 'सांभाळणं' ह्या शब्दाचा शिलालेख तयार झाला. मतिमंद मुलांच्या सगळ्या संस्थांची नावं मी पुसून टाकली. मला एक कायमची संस्था मिळाली.''
''काय सांगता?''
महेशच्या डोक्यावरून हात फिरवीत माधवी म्हणाली,
''मी आता महेशची आई नाही, मी त्याची संस्था आहे. आणि तो माझा एकमेव सभासद आहे. दरवर्षी संस्थेला द्यावे लागणारे पैसे आता मीच वापरते. आणि सगळेच्या सगळे प्रवासात खर्च करते. बँकेत जावं तशी घरी जाते. एक-दोन दिवस राहाते आणि नवा ड्राफ्ट घेऊन बाहेर पडते.''
''अचाट आहे!''
''गुरू भेटल्यावर सगळंच सोपं होतं. खऱ्या गुरूची व्याख्याही मला त्या कागदानेच शिकवली. अंतर्मनात जो दिवा त्या दिवशी पेटला त्या दिव्यामुळे 'आपद्दिपो भव' ह्या बुद्धवचनाचा अर्थ समजला. आता सगळीकडे प्रकाशच आहे.''
तिचं बोलणं ऐकून मी खूप विचारात पडलो. कोणताही चांगला विचार कानांवर पडला, एखादं प्रवचन ऐकलं म्हणजे त्यानंतर त्याचा हँगओव्हर एक-दोन दिवसच टिकतो. लताचा एखादा सूर, रॉकेटप्रमाणे एका असीम उंचीवर घेऊन जातो. काही क्षण आपण त्या उंचीवर विहार करतो. दैनंदिनीतले व्यवहार आपल्याला पुन्हा मूळ उंचीवर आणून ठेवतात. रोज किमान वीस मिनिटं ध्यान करायचं असं तीव्रतेनं वाटलं तरीही प्रत्यक्ष आचरण दोन-तीन दिवसच घडतं.
माधवी मुळातच आपल्यापेक्षा फार वेगळी असेल का? प्रपंचात पडल्यावर प्रेम, माया, जिव्हाळा ह्यासारख्या नैसर्गिक गोष्टींची जिला भूक होती, तिला – ती चार

माणसांसारखीच आहे असं म्हणायला हरकत नाही. रात्री प्रवास करताना, समोरून येणाऱ्या गाडीचा प्रकाशझोत डोळ्यांवर पडला म्हणजे अंधारल्यासारखं होतं. आपण पुन्हा नॉर्मलला येतो. हे झालं साध्या प्रकाशाबद्दल, ज्याचं तेज एका बटणाने निष्प्रभ करता येतं. ती म्हणते त्याप्रमाणे तिच्या मनात जो किरण पडला तो चिरंजीव कसा ठरला? थेट गौतम बुद्धाच्या अंतर्ज्योतीशी ह्या ज्योतीचं नातं टिकलं कसं?

माझ्या चेहऱ्यावरचे भाव न्याहाळत तिने मला विचारलं,

"विश्वास बसत नाही का?"

"तुमचा तो प्रचितीचा उद्‌गार आहे. मी अविश्वास कसा दाखवू? आणि माझ्यासारख्या अपरिचित माणसाला प्रभावित करावं म्हणून तुम्ही भलतंच काही कशाला सांगाल? अंतर्मनात प्रकाश पडल्यावर तुम्ही तो धरून, टिकवलात कसा ह्याच्यावर विचार करतोय. प्रकाशापेक्षा आमची अंधाराशीच जास्त दोस्ती."

माधवी नि:संकोचपणे, प्रांजलपणे म्हणाली,

"मीही सामान्यच होते. सत्य-असत्यात झोकांडे खात होते. हा प्रकाशच आहे का?– असा संदेह करणारीच राहिले असते. सत्य कितीही शाश्वत असलं तरी आपल्या आयुष्यात ते अपुरंच असतं. सत्याला सातत्याची जोड द्यावी लागते. त्या सातत्याचंच नाव गुरू."

"जे शाश्वत आहे त्यालाच सत्य म्हणतात, असं संतमहात्मे सांगतात ना?"

"प्रपंचातून मुक्त झालेल्यांची ही परिभाषा तुमच्या-माझ्या काय उपयोगाची? सिगारेट हानिकारक आहे, ह्या वचनाची स्मोकिंग न करणाऱ्याला गरज नाही. आणि स्मोकिंग करणारा ते वाचत नाही."

"त्या महान तत्त्वाला सातत्य देणारे आपण कोण?"

"महान तत्त्वाची गोष्टच विसरा. साध्या गप्पागोष्टीतही श्रवणाचं सातत्य लागतं."

मी नुसतंच पाहिलं. ती त्याच उत्साहाने सांगू लागली, "मित्रांच्या वर्तुळात गप्पा रंगात आल्या आहेत आणि तरीसुद्धा कुणीतरी पटकन म्हणतो, 'अरे बाबा, पुन्हा सांग. माझं लक्ष नव्हतं. काही क्षण ब्लँक झाले.' असं घडतं की नाही?"

माझ्या एका जिवाभावाच्या मैत्रिणीची लकब किंवा ट्रिक आठवून मी म्हणालो,

"काही माणसं, 'माझं लक्ष नव्हतं' असं सरळ सरळ मान्य तरी करतात. ह्याउलट काहीजण 'ऐकलं सगळं पण रजिस्टर झालं नाही' असं सांगतात. ऐकलं नाही, असं ते मान्यच करीत नाहीत."

ती तिच्याच तंद्रीत म्हणाली,

"ह्याचाच अर्थ ऐकणारा जो कोणी आहे तो त्या क्षणी हजर नव्हता. त्याला 'मन' म्हणा, 'आत्मा' म्हणा, 'चैतन्य' म्हणा, काहीही."

"सातत्याची जोड म्हणजे काय?"

"वर्तमानपत्राचं ते कात्रण केवळ रद्दी म्हणून, मी बाजूला टाकलं असतं. नेहमीप्रमाणे. म्हणजे तो कागद मी टाकलाच. विचार अजरामर झाल्यावर कागद कशाला सांभाळायचा? महेशला पूर्णत्व देणारी मी नव्हे. फक्त सांभाळणं हे आपलं काम. सांभाळणं म्हणजे सतत सहवास आला. तो सहवासच मला त्या कात्रणाची सतत स्मरण देत राह्यला. ह्याचसाठी आपल्याला 'सत्संग' ह्याची महती सांगितली जात असावी. चांगलं बोलावं, चांगलं ऐकावं, चांगलं पाहावं हेही ठसवावं लागतं. 'शुभं करोती' सारख्या श्लोकात काय आहे?– हे विचारायचं नाही."

"हे हल्ली कोण कुणाला पटवणार?"

"आमच्या नात्यात एक गृहस्थ आहेत. एकदा मुक्कामाला आले होते. संध्याकाळी दिवा लावल्यावर मी हात जोडले. त्यांनी लगेच मला विचारलं, 'हा नमस्कार तू दिव्याचा शोध लावणाऱ्या एडिसनला केलास की बीईएसटीला?' ह्यावर उत्तर काय देणार? आज सहा-सात वर्षं मी महेशच्या सहवासात आहे. तेच सातत्य टिकावं म्हणून प्रवासात असते."

मी क्षणभर अवाक् झालो. एका ज्योतीबरोबरच मी प्रवास करतोय, असं वाटूनही माझ्या मनातला अंधार जाईना. तिच्या मनात बुद्ध होता. माझ्याही मनात जर बुद्ध असेल तर त्याच्यावर अद्यापि महेशचीच सावली होती. महेशच्या खांद्यावर हात ठेवीत मी म्हणालो,

"तरीसुद्धा असा मुलगा सांभाळणं म्हणजे..."

माझं वाक्य तोडीत ती म्हणाली,

"आगीतून जाणं आहे. कचरा जळून जायला हवा असेल तर आगीतून जावंच लागतं. विवाहाच्या वेळी अग्निकुंडाभोवती सीतेबरोबर रामानेही प्रदक्षिणा घातल्या पण प्रत्यक्ष आगीत एकटी सीताच उतरली. जास्त शुद्ध कोण ठरलं सांगा? म्हणून की काय रामनामाचा जप करताना आजही आपण 'सीताराम-सीताराम' म्हणतो. सीतेचं नाव आपण अगोदर घेतो. एकेकाळी ह्या डॉक्टरकडून त्या डॉक्टरकडे धावताना माझ्या वाटेवर माझ्याच अश्रूंचा पाऊस पडायचा. त्यानंतर वेगवेगळ्या संस्थांचा शोध घेत असताना मी स्वतःच्या सुटकेचा शोध घेत होते. त्या एका कागदाने मी बदलले. त्या क्षणी वाट स्पष्ट झाली. वाटेत दगड आला तर तिथे न थांबता त्याच दगडावर उभं राहून मी माझी उंची वाढवू लागले."

मी अभावितपणे म्हणालो, "ग्रेट!"

"हे वाक्य माझं नाही. मी मग ह्याच विषयावरची पुस्तकं झपाटल्याप्रमाणे वाचू लागले. वाचनासाठी हुकमी एकांत मिळावा म्हणून सतत प्रवास करत राहिले. पोथ्यापुराणात माझं मन रमत नाही. वेगवेगळ्या संतमहंतांचे, स्वतःला आलेले अनुभव ज्यांनी ज्यांनी पुस्तकांतून मांडले, ती ती पुस्तकं वाचून मी ती वर्ज्य केली.

त्या पुस्तकांतून योगायोगाचा भाग किती आणि खऱ्या गुरूकृपेचा लाभ किती हा संदेह मला तशी पुस्तकं वाचू देईना. त्यात काही महात्मे असतीलसुद्धा, पण ज्यांना त्यांचा लाभ झाला त्या माणसांच्या अनुभवांशी माझं काय देणं-घेणं लागतं?''

पुन्हा महेशच्या डोक्यावर हात फिरवीत ती पुढे म्हणाली,

''माझा जीवनग्रंथ हा इथं माझ्याबरोबर आहे. श्रीधरची फक्त प्रस्तावनेची चार पानं ह्याच्यात आहेत. हा ग्रंथ संपेपर्यंत पुढची सगळी पानं महेशची आणि माझी आहेत. माझा मुलगा आता मला माझी जबाबदारी वाटत नाही. आता तो माझा गुरू आहे. निष्काम कर्मयोग अर्जुनानंतर मलाच समजलाय, असं मी आज ठामपणे म्हणते.''

त्या क्षणी मी तिला खाली वाकून नमस्कार केला. तिने तो मनावर घेतला नाही. तिला कुठेतरी विचारांनी प्रकट व्हायचं होतं. म्हणूनच नमस्काराची दखल न घेता ती सांगत राहिली,

''ज्या ज्या ग्रंथांच्या वाचनाने माझी आतली ज्योत जास्त प्रज्वलित होत आहे आणि प्रकाशाचं आकाश असीम होत आहे असेच ग्रंथ माझे गुरू आहेत. ज्ञानाची कास धरली म्हणजे भाबडेपणाही कचऱ्यासारखा जळून जातो. महेशसारखी मुलं ज्याच्या प्रारब्धात असतील त्यांनी त्यांनी ते जर संकट मानलं तर तो दुर्दैवाचा भाग आहे. स्वत:चं आत्मबळ वाढवण्यासाठी आपल्याला मिळालेली संधी आहे, ह्या दृष्टिकोनातून त्यांनी त्या मुलाकडे पाहिलं तर अलौकिक संक्रमण ठरेल. ह्या संक्रमणाचा प्रारंभ, आपणच 'स्वत:चा गुरू होणं' इथून होतो.''

ती जेवढ्या शांतपणे सांगत होती, तेवढ्या प्रमाणात माझी अशांती वाढत होती. मनातल्या मनात, 'गुरू, गुरू, गुरू' असा आक्रोश सुरू झाला. ह्या शोधामध्ये आत्तापर्यंत मी ज्यांच्या ज्यांच्याकडे गेलो, ती सगळी माणसं डोळ्यांसमोर आली. त्यांनी दिलेले उपदेश आणि आदेश कानांवर आदळू लागले. काही ना काही अपेक्षा बाळगून जी माणसं गुरू शोधतात, त्या सगळ्यांना 'निरपेक्षतेत आनंद आहे' सल्ला कसा मानवेल? साध्या नोकरीतही, शुद्ध व्यावहारिक पातळीवर, आपल्याजवळ पात्रता आहे अशा माणसांना प्रमोशनच हवं असतं. ती निव्वळ व्यावहारिक गरज नसते. आपल्या शिक्षणाचं यथायोग्य मूल्यमापन व्हावं आणि त्या शिक्षणाचा गौरव व्हावा ही रास्त मागणी असते. नोकरीतल्या प्रथेप्रमाणे 'सिनियॉरिटी' साठी थांबायची पाळी आली म्हणजे, एक्स्प्रेस गाड्यांनी यार्डात पडून राहायचं आणि मालगाड्यांनी पुढे जायचं, हे शल्य सोसत नाही. काही काही डब्यांतून तर मालही नसतो, तरी ते खडखडत पुढे जातात. आणि लायक माणसांना रखडवतात. रिकामा डबा आपल्या हिमंतीवर कुठलाच प्रवास करू शकत नाही. हे डबे कुणाच्या ना कुणाच्या कृपेवरच पुढे होतात. लायक माणसाने कितीही दरवाजे ठोठावले तरीही आतली कडी निघत नाही. बंद दरवाजांची एकजूट झटकन होते. कारण त्या दरवाजाच्या

पल्याड भ्याड माणसांची घरं असतात. उघडा दरवाजा सगळ्यांचंच स्वागत करतो. नोकरी करणाऱ्या माणसांचं सत्तर टक्के आयुष्य उघड्या दरवाजाच्या शोधामध्ये जातं. बंद दरवाजांना दार ठोठावणाऱ्यांची लायकी किंवा योग्यता कशी कळणार? अशा माणसांना ज्याप्रमाणे वरिष्ठ अधिकाऱ्यांनी 'माझं लक्ष आहे. योग्य वेळेची वाट पाहा' असं म्हणणं काय किंवा पेशंटला डॉक्टरांनी 'वेट अँड वॉच' म्हणणं काय, सारखंच! बुद्धी थकली, आपल्यावर अन्याय का होतोय ह्याचं उत्तर मिळालं नाही म्हणजे ती माणसं पत्रिका घेऊन धावत सुटतात किंवा कोणत्या तरी महाराजांच्या मठात गर्दी करतात. आपल्या बुद्धीवरचा ह्या माणसांचा विश्वास उडाला आहे का?– असा विचार मनात येऊनही उपयोग होत नाही. माणूस कितीही बुद्धिवान असला तरीसुद्धा बुद्धीलाही सीमारेषा असते. प्रत्येकाच्या वैचारिक कुवतीनुसार प्रत्येकाची सीमारेषा वेगळी असते. बुद्धी थकली रे थकली की त्या सीमारेषेवर 'भक्ती' चीच पाटी असते. म्हणूनच पत्रिका बघणाऱ्यांचे 'गुरू पंचमातून जातोय, शनी व्ययात आहे, नवपंचमांश योग, रवी चांगला आहे पण शनीचं पाठबळ नाही' ह्यासारखे संकेत मानावे लागतात. अगदी आत्ता माझ्या पत्रिकेतला गुरू बदलला म्हणजे सगळं ठीक होणार आहे असं मला सांगण्यात आलं आहे. अमेरिकेच्या नागरिकांप्रमाणे हे ग्रहसुद्धा सारखी घरं बदलतात. 'टेन पर्सेन्ट' प्रमाणे इथे मर्जीतल्या माणसांनाच जागा देणं असल्या भानगडी नाहीत. खरं तर ह्या महिन्याच्या नऊ तारखेला माझ्या पत्रिकेतला गुरू योग्य त्या घरात आला आहे. अकरा तारखेपर्यंत मी वाट पाहिली. आमच्या मित्राने सांगितलं, 'त्याचं फळ मिळायला अजून आठ दिवस लागतील.' मी मनात म्हटलं, स्वाभाविक आहे. स्वतःचं घर नीट लावल्यानंतर, जरा स्वास्थ्य मिळाल्यावर मग गुरू माझ्याकडे बघणार. 'महाराज, योगीपुरुष' वगैरे मंडळी प्रारब्ध, संचित, पूर्वसुकृत अशा ठरलेल्या शब्दांच्या जुड्या फेकतात. एक गोष्ट त्यातल्या त्यात बरी. पत्रिका बघणाऱ्यांनी दिलेल्या तारखांकडे पाहात आयुष्य छान जातं. समस्या गौण ठरून तारखेला महत्त्व येतं.

ज्योतिर्विद्येचा आयुष्यभर व्यासंग करणाऱ्या माणसांचा मला उपहास करायचा नाही. आपल्या आयुष्यातली अगतिकता, भविष्य सांगणाऱ्या माणसालाही जाणवलेली असते. आपल्याप्रमाणेच त्यांचाही इलाज नसतो आणि माणूस कधीकधी इतका भाबडा असतो की, प्रत्यक्ष समस्या जरी सुटली नाही तरी कोणत्या कारणामुळे ती सुटत नाही याचं आकलन झालं तरी तो समाधानी होतो. प्रश्न आहे तो गुरू, महाराज, साधू, साक्षात्कारी पुरुष ह्यांच्याच बाबतीत. आणि इथं तर ही बाई म्हणते, 'आपणच आपला गुरू व्हायचं.' ह्याचा अर्थ हिला विचारावा का? आत्तापर्यंतची तिची सगळी विधानं तर्कावर आधारलेली नव्हती. त्याला प्रचितीची आभा होती. तिच्या स्वतःच्या बाबतीत तीच जर स्वतःची गुरू झाली असेल तर कशी?

"गुरू होणं म्हणजे नेमकं काय?" मी तिला विचारलं.

धक्का बसावा अशी व्याख्या तिने सांगितली. ती म्हणाली, "गरज म्हणजे गुरू."

"एवढी साधी व्याख्या आहे का?"

"आयुष्यामध्ये अशा असंख्या गोष्टी असतात की ज्या व्याख्येत मांडता येत नाहीत. आणि व्याख्येने कुठलीच समस्या सुटत नाही. जोपर्यंत जगायचं आहे तोपर्यंत कोणत्या ना कोणत्या गरजा पूर्ण करतच जगावं लागतं. ज्या मार्गाने गरज पूर्ण होते तो मार्ग म्हणजे गुरू."

मी नुसतं पाहिलं.

तिने विचारलं, "काय झालं?"

मी विचारलं, "गुरू या संकल्पनेला तुम्ही एवढ्या व्यावहारिक पातळीवर आणता?"

"ह्या विषयावर तुम्ही एवढा विचार का करता?"

मी तिला पाच ते दहा मिनिटांत माझ्या नोकरीतल्या अडचणी, प्रमोशनच्या आड येणारी माणसं ह्या व्यथा सांगितल्या.

तिच्याकडे प्रश्न तयार होता. तिने विचारलं

"तुम्ही ह्यासाठी कुठले प्रयत्न करीत आहात?"

"माझी अडवणूक करणारे ज्याचा हुकूम ऐकतील अशा माणसाला शोधतोय. एक सोर्स मिळाला होता म्हणून पुण्याला गेलो होतो."

" 'पाच शनिवार मारुतीला तेल घाला' असं कुणी सांगितलेलं आवडलं असतं का?"

मी मानेने 'नाही' म्हटलं.

"ह्या परिस्थितीमध्ये हवा तो माणूस तुम्हाला मिळणं हाच तुमचा गुरू. तिथेही काही अडचणी आहेत. तुम्हाला आणि त्याला ओळखणारा माणूस तुम्हाला पकडावा लागेल. किंवा थैलीचं तोंड मोकळं सोडावं लागेल. व्यावहारिक जगामध्ये गुरूला प्रसन्न करून घेण्याकरिता हेच मार्ग आहेत."

"तिथेही अडचणी आहेत. माझी तिडीक मधल्या माणसाला समजेल. तो मला ज्याच्याकडे घेऊन जाईल त्या माणसाला त्यातली तीव्रता समजेल का? ती समजली नाही तर तो उपाय वाया गेला. दुसरा मार्ग थैलीचा. माझ्याजवळ तेवढी ऐपत नाही."

"ह्या अशाच अडचणी घेऊन आपण साधुसंतांकडे जातो. स्वतःच्या संसारातून बाहेर पडलेल्या माणसाला, संसारातल्या अडचणी गौण वाटतात. तेव्हा एक ठरवून टाकायचं की, ही माणसं आपली गुरू होऊ शकत नाही. ह्याचा अर्थ तुमचा आणि माझा गुरू संसारातच भेटणार आहे."

महेशच्या डोक्यावरून हात फिरवत ती पुढे म्हणाली, "हा माझा गुरू. मी शांत आहे."

“श्रीधरने हे मान्य केलं आहे म्हणून तुम्ही शांत आहात. त्यांनी मान्य कसं केलं, हे नवल आहे.”

“जबाबदारी झटकण्याचा मार्ग सापडला म्हणजे पुरुष सुखी होतात.”

मी निर्भीडपणे विचारलं, “पुरुष म्हणूनच ज्या गरजा असतात त्याचं काय?”

“ड्राफ्ट काढण्याकरिता ज्या वेळी घरी जाते त्यावेळेला जकात भरली म्हणजे झालं.”

“यू आर व्हेरी ब्लंट.”

“तसं व्हावं लागलं. पत्नीला स्पर्श करताक्षणी तिला ‘कात’ टाकायला लावण्याचं सामर्थ्य नवऱ्याजवळ नसेल तर ती ‘जकात’च. मन, भावना, जिव्हाळा, आपुलकी ह्या स्त्रीच्या प्राथमिक गरजा आहेत. मी स्त्रीधर्माची प्रतिनिधी आहे. नवऱ्याकडून ह्या गोष्टी मिळणार नाहीत हे मला लवकर समजलं. पुरुषाचा ‘नवरा’ फार पटकन होतो. नवऱ्याचा ‘पिता’ होणं हे एखाद्याच घरात घडतं. माझ्या संसारात मी एक वस्तू आहे. वापरली जाणारी. हे ज्या क्षणी ध्यानामध्ये आलं त्या क्षणी मन महेशकरता ठेवलं आणि शरीर श्रीधरकरता.”

“किती शांतपणे आणि सहजतेने सांगताय? मनात नसताना नवऱ्याला शरीर देणं ह्यात काहीही यातना वाटत नाही का?”

माझ्या नजरेला सरळ नजर भिडवीत ती म्हणाली,

“शरीर देणं म्हणजे काही नापसंत हालचाली सहन करणं ना? प्रवासात शरीराचे कमी का हाल होतात? तशाच ह्या अखंड प्रवासात नावडत्या स्टेशनपाशी थांबावं लागतं. त्यानंतर त्याच स्टेशनमास्तरकडून मला हव्या तेवढ्या रकमेचा ड्राफ्ट मिळतो. वाममार्गाने पैसे मिळवून राज्यकर्त्यांपासून व्यापाऱ्यांपर्यंत सगळेजण कोणतं ना कोणतं देवस्थान उभं करतात, त्याच पद्धतीने मी तो पैसा एकट्या महेशवर खर्च करते.”

“ह्यात तुम्हाला कधी हे गैर आहे असं वाटलं का?”

“जिथं माझी गरजच नाही तिथे माझी सुटका होतेय हे काय कमी आहे?”

“तुमच्यामध्ये अचाट सामर्थ्य आहे.”

“हे सामर्थ्य माझं नाही. मगाशी मी म्हणाले, त्याप्रमाणे मला स्त्रीत्वाची प्रतिनिधी समजा. जगामध्ये स्त्रियांइतकं मत्सरी कुणी नसतं, असं समाज जाता-येता मानत आलाय. हे जितक्या प्रमाणात खरं आहे तितक्याच प्रमाणात तिच्याइतकी सहनशक्तीही पुरुषांजवळ नसते हेही खरं आहे. स्त्री चिवटही असते अन् लवचिकही असते. जेवढी नाजूक तेवढी कठोर, जितकी भावनाशील तितकीच उग्र. अन्याय सहन करण्याची तिच्याजवळ अफाट ताकद असते. परिवारात आणि समाजात वावरताना, ज्या अन्यायांना तिला तोंड द्यावं लागतं तशा अन्यायांना पुरुष सामोरे जाऊ शकणार

नाहीत. तिला निसर्गाने अशी घडवलेली आहे, म्हणूनच ती बाळंतपणाच्या यातनांना सामोरी जाऊ शकते. बाळंतपण हे जसं एका जिवाचा जीवनारंभ असतो तसाच कधीकधी तो जन्मदात्रीचा अंतही असतो. मरणाच्या उंबऱ्याला स्पर्श करून मागे येण्याचं सामर्थ्य पुरुषाजवळ असतं का, मला सांगा.''

''अवघड आहे.''

''एका क्षणामध्ये पत्नीची आई होते. नवऱ्याने त्यानंतर 'पिता' व्हावं ही पत्नीची अपेक्षा असते. पण तसं घडत नाही. ह्याचं कारण दिवस गेल्यापासून दिवस पूर्ण होईपर्यंत पत्नीने मातृत्वाचा छोटा कोर्स केलेला असतो. एकच विद्यार्थी असलेला वर्ग तिने नऊ महिने सांभाळलेला असतो. मूल आणि आई शाळेतच असतात. आणि पुरुष शाळा सोडून अन्यत्र असतो. म्हणूनच त्याला पिता व्हायला वेळ लागतो. त्यात शाळेला कायमचा कंटाळलेला नवरा वाट्याला आला तर संसारामध्ये तो बिनखात्याचा मंत्री असतो.''

मी प्रचंड हसलो.

''तुम्ही हसताय, पण ही खूप गंभीर बाब आहे. 'बिनखात्याचा मंत्री' हे देशाच्या बाबतीत लांच्छन आहे. आणि त्या मंत्र्यांच्या बाबतीत निव्वळ नफ्फडपणा आहे. आपण आपल्या स्वत:च्या घरामध्ये, काम न करणाऱ्या नोकराला ठेवून नुसता पगार कधी देऊ का?''

''सॉरी, आपण हा संसाराचा विषय इथे थांबवूया.''

''का?''

''प्रपंच विसरण्यासाठी तुम्ही प्रवास करत आहात आणि मी तुम्हाला पुन्हा घरापाशी आणतो आहे.''

''कुठेही गेलो तरी प्रपंच बरोबर येतोच. त्याप्रमाणे मी सातत्याने प्रवासात असले तरीही ही भटकंती बिनखात्याचा मंत्री वाट्याला आला म्हणूनच मला पत्करावी लागली ना? असे नवरे ज्यांच्या प्रारब्धात आहेत अशा सगळ्या भगिनींना शरीरापासून मन वेगळं करावंच लागतं.''

एवढं म्हणून तीच जोरजोरात हसू लागली.

''काय झालं'?''

''योगायोग असा आहे की ज्या रेल्वेने मी सारखा प्रवास करतेय त्या रेल्वेचे (माजी) मंत्री जाफर शारीफ यांनाही अखेर बिनखात्याचं मंत्री व्हावं लागलं होतं आणि उरलेले मंत्री सरकारची प्रतिमा स्वच्छ करण्याच्या खात्यात आहेत.''

तेवढ्यात वेटर आला. तिने तिघांकरिता कॉफी सांगितली. जे मला अगोदर सुचायला हवं होतं ते तिला सुचलं. पण पैसे देणं माझ्या हातात होतं, म्हणून मी निवांत झालो. पिशवीतून एक टॉवेल काढून तिने महेशच्या गळ्याभोवती गुंडाळला.

तेवढ्या अवधीचा फायदा घेऊन मी कॉफीचे पैसे दिले. टॉवेलवर शक्यतो कॉफी सांडणार नाही ह्याची दखल घेत तिने महेशचं कॉफीपान संपवलं. तेवढ्यात समोरच्या पॅसेजमधून एक गृहस्थ आले आणि माधवीकडे बघत 'ठीक आहे ना सगळं?' — असा प्रश्न टाकून उत्तराची वाट न बघता निघून गेले.
"या अशा नातेवाईकांच्या तावडीतून मी कायमची सुटले आहे. प्रवासाचा हाच फायदा असतो. महेशची अवस्था पाहून माझ्याशी बोलायचा प्रयत्न कुणी करीत नाही. त्यामुळे कुणाला काही सांगत बसावं लागत नाही."
"आज भाग पडलं का?"
"तुम्ही दरवाजा उघडला म्हणून."
"त्यात मी काही विशेष केलं असं नाही. तुम्ही इतकं मन मोकळं कराल ह्याची कल्पना नव्हती. तेही माझ्यासारख्या परक्या माणसाजवळ."
"तानसा, वैतरणा काठोकाठ भरले की नळ कुणी सोडला ह्याला महत्त्व राहात नाही."
हे म्हणतानाच तिने माझ्याकडे सरळ सरळ पाहिलं. तिने एक दीर्घ श्वास घेतला. आणि पुन्हा माझ्याकडे पाहात ती म्हणाली, "तानसा आणि वैतरणा दोन्ही तलाव तुमच्यासमोरच आहेत."
तिच्या डोळ्यांत मला ते दिसले.
"ह्या दोन्ही तलावांच्या मागे एकाच मोसमाचा पाऊस नाहीये. काठाबाहेर पाणी येऊ द्यायचं नाही असं तुम्ही ठरवलंत. म्हणजे ह्या जलाशयांची व्याप्ती प्रत्येक सीझनला वाढत जाते. फक्त आकाशालाच हा जलाशय किती खोल आणि किती विराट होत चाललाय हे समजतं. कारण पाण्याचा आहेर त्यानेच केलेला असतो. बांधावरून चालणाऱ्या माणसाला ते कधीच कळणार नाही."
एकाएकी माझ्या मनात काय विचार आला कुणास ठाऊक, मी माझ्या ब्रीफकेसमधून वॉकमन काढला, गाण्याची कॅसेट काढली आणि हेडफोन महेशच्या कानाला लावला. इतकं झाल्यावर त्याच्या चेहऱ्यावरच्या काही रेषा हालतात का हे मी पाहात राहिलो त्याच्या चेहऱ्यावरची रेषाही हलली नाही. ज्या हेडफोन्समधून सूर प्रत्यक्ष झिरपत जातात, त्या सुतासारख्या नळीला स्पर्श करीत जातात, त्यांच्यावर जसा संगीताचा काहीच परिणाम होत नाही, तसाच परिणाम इथंही झाला नाही. मी वॉकमनचा आवाजही लहानमोठा करून पाहिला. त्याचीही नोंद झाली नाही. दोन-तीन मिनिटांनी मी हेडफोन्स काढून घेतले. वॉकमन बॅगेत टाकला. माधवीने त्याच वेळेला तिच्या पिशवीतून मला वॉकमन काढून दाखवला आणि मला ती म्हणाली, "ह्याच वॉकमनच्या माध्यमातून महेश माझा गुरू आहे हे मला समजलं."
"ते कसं?"

"महेशचा सांभाळ करणारी मी आहे, ह्याचा मला प्रारंभी अभिमान होता. त्यात जास्तीची भर म्हणजे मी त्याच्यासहित प्रवास करते ह्याचा अहंकार जास्त होता. एकाच खोलीमध्ये अशा मुलाला स्थानबद्ध करून सांभाळणं जास्त सोपं आहे. 'तू बाई सगळीकडे कशी हिंडतेस? तुझी धन्य आहे.' – असं कुणी म्हटलं म्हणजे कर्ण आणि दुर्योधन ह्यांची मनामध्ये युती होत असे. स्वतःच्या करमणुकीसाठी एका प्रवासात वॉकमन घेतला. आणि आत्ता तुम्ही जो प्रयोग केला तोच प्रयोग त्यावेळी महेशवर केला. त्या क्षणी धक्काही बसला आणि गुरूही सापडला. क्षणात क्रांती झाली आणि अहंकार गळून पडला.
ह्याला कान आहेत पण ह्याच्या आत जो ऐकणारा हवा तोच गैरहजर आहे -- हा विचार मनात आला. क्षणभर अंधेरी आली. त्या क्षणी मी डोळे मिटून घेतले आणि आत प्रकाश पडल्याची जाणीव झाली. त्या क्षणी त्याच्या कानावरचे हेडफोन्स मी काढून घेतले. त्याच्या डोळ्यांत डोकावले. तेव्हा कळलं की माझ्याकडे बघणारा डोळ्यांच्या आत कुणीच नाहीरे. त्याच्या सर्वांगावरून हात फिरवला तेव्हा एकच जाणवलं, शंकराच्या समोरच्या नंदीवरून हात फिरवणं काय आणि महेशच्या अंगावरून हात फिरवणं काय दोन्ही सारखंच! दुसऱ्या व्यक्तीला स्पर्श केल्यानंतर आपल्या शरीरामध्ये जी आवर्तनं निर्माण होतात त्या आवर्तनांना समोरच्या व्यक्तीची स्पंदनं भेटली पाहिजेत. तसं घडल्यानंतरच स्पर्शाची कविता होते. तुम्ही आत्तापर्यंत अनेक माणसांना शेकहँड्स केले असतील. आपल्या हाताला 'लूत' लागल्याप्रमाणे दुसरा माणूस हातात हात घेतो. ह्या अनुभवातून तुम्ही नक्की गेला असाल. मी त्या क्षणीच जागृत झाले. आकाश, डोंगर, नद्या, झाडं, फुलं, फळं, नाद, सुगंध सर्वत्र उपस्थित असलेला 'तो' महेशच्या बाबतीत गैरहजर आहे, ह्याची जाणीव झाली. 'ह्याला सांभाळणारी मी आहे' हा भावही नष्ट झाला. गुरू तुम्हाला काहीच देत नाही. तुम्ही काय घेता, ह्यावरच सारं निर्भर आहे. मला नेमकं काय मिळालं हे मी तुम्हाला सांगू शकणार नाही. मी पिसासारखी हलकी झाले. कदाचित हीच मुक्ती असावी."
हा विचार पेलण्यासाठी मला काही मिनिटं थांबावं लागलं. ती अवस्था कशी असेल?– हे मी तर्काच्या पातळीवर शोधू लागलो. एकीकडे मी त्या देहातीत अवस्थेचा विचार करीत होतो आणि त्याच वेळेला देहाधीन पातळीवर प्रवास करीत होतो. गाडीची गती मंद झाल्यामुळेच मी त्या अवस्थेत आलो. मला दादरला उतरायचं होतं. आणि माटुंगा मागे पडलं. मी तिला विचारलं,
"ह्या वेळला घरी मुक्काम किती दिवस?"
"कोणतं घर?"
"अर्थात तुमचं."
"मी कायम प्रवासातच असते. एक प्रवास हा, ज्याला गाडी लागते, तिकीट

लागतं, पैसे लागतात, बरोबर सामानसुमान लागतं, कोणत्या तरी स्टेशनवर उतरावं लागतं. हा सगळा प्रवास निश्चित दिवसांचा. दुसरा प्रवास ज्याला 'अनाहत' म्हणतात तो. गाडीतून दिसणारे निसर्गरम्य देखावे पाहणारा, संगीताने बेहोष होणारा, स्पर्शाने बेभान होणारा आणि महेशचा सांभाळ करणारा, माझ्यात 'तो' जो कुणी आहे त्याच्या शोधाचा प्रवास. मुक्कामाचं ते ठिकाण कधी सापडेल सांगता येणार नाही.''

मी गाडीतून खाली उतरलो. ती डब्याच्या दरवाजात येऊन उभी राहिली. गाडी सुटेपर्यंत आम्ही दोघेही गप्प होतो. गाडी हलली. ती दिसेनाशी होईपर्यंत मी प्लॅटफॉर्मवरून निरोपादाखल हात हलवत राहिलो. मनात प्रश्नांची दाटी होती. ती कोण होती? खरंच होती का? आपल्या आत्तापर्यंतच्या आयुष्यात तिला एवढंच अस्तित्व होतं का? ह्या प्रश्नापाठोपाठ शेवटचा प्रश्न मनात आला तो हा की, हा निरोपादाखल हात हलवणारा कोण आहे? माझ्यामध्ये 'तो' कुणी उपस्थित असेल तर तो नेमका कोण? हात आपोआप गळून पडला.

आणि त्यासरशी जाणवलं तानसा-वैतरणा ह्या महान तलावांतले दोन-तीन थेंब माझ्याही अंगावर उडाले आहेत. निदान तेवढ्या क्षणापुरतं तरी मी बांधावरचा नाही एवढा अहंकार मला पुरेसा वाटला.

मी जरासा डौलात चालू लागलो. तोच पाठीवर सणसणीत थाप पडली. पाह्यलं तर माझा मित्र सावे.

''चल, टॅक्सीतून तुला सोडतो. तसाच पुढे जातो. संपूर्ण प्रवास आपण एका गाडीने केला आणि भेट प्रवास संपल्यावर. ह्याला योग म्हणतात.''

आम्हा टॅक्सी केली.

''पुण्याला सहज?''

''ऑफिससाठी.''

''तुझ्या प्रमोशनचं काय झालं?''

''आत्ता जो सोर्स सापडलाय त्या माणसाने मनावर घेतलं तर काम होईल. एकदा पोस्ट मिळू दे, मग पाहा काय काय चमत्कार करतो ते.''

''तू गड्या बहाद्दर आहेस.''

माझी छाती भरून आली. मी गर्वाने दीर्घ श्वासही घेतला. तेवढ्यात सावेने विचारलं, ''हात हलवून कुणाला निरोप देत होतास?''

आणि मनातल्या मनात मी कोसळलो. तानसा-वैतरणा सत्संगातले जे दोन-चार थेंब अंगावर उडाले होते त्याची एका दीर्घ श्वासाने वाफ झाली होती.

मी बांधावर परतलो होतो.

■

# मीच तुमची स्टेनो

नेहमीप्रमाणे ब्रेकफास्ट टेबलापाशी आल्यावर रोहिणीबाई म्हणाल्या,

"परत तुमच्या कंपनीची जाहिरात आलीय."

चहा पिता-पिता भगवंतराव म्हणाले, "वाच."

"काय मेली वाचायची आहे त्यात? —'स्टेनो हवी' दुसरं काय?"

वर्तमानपत्राची घडी करत त्या पुढे म्हणाल्या,

"मोठं नवल आहे! तुमच्या कंपनीत स्टेनो का टिकत नाही हेच मेलं कळत नाही."

"स्टेनो निवडणं आमच्या हातात नाही म्हणून. केरळवाली म्हण किंवा सिंधी, पारशी किंवा सरकारच्या कृपेने जी येईल ती स्वीकारावी लागते. स्वकर्तृत्वाने, बुद्धीच्या जोरावर शिक्षण मिळवणारी मिळाली तर वारंवार जाहिरात द्यावी लागणार नाही."

हा विषय आवरता घ्यायचा म्हणून भगवंतरावांनी घाईघाईने चहा संपवला आणि रोहिणीकडे न बघता ते ऑफिसला जाण्याच्या तयारीला लागले. तरीसुद्धा ते ब्रीफकेस घेऊन निघाले तेव्हा दारापर्यंत येत रोहिणीबाई म्हणाल्या, "गेल्या सबंध वर्षात ही तुमची चौथी स्टेनो. एकही टिकली नाही ह्याचा अर्थ काय? आज आता पुन्हा ऑफिसात रांग लागेल. ह्या वेळेला तरी व्यवस्थित बघून निवडून घ्या."

"तेच करणार आहे."

"बघून निवडा म्हणजे चेहरा नव्हे. कॅलिबर बघा."

तोडीस तोड उत्तर देत भगवंतराव म्हणाले, "चेहरा एका क्षणात दिसतो, कॅलिबर यथावकाश कळतं."

इतकं बोलून ते घाईघाईने गाडीत बसले.

आठव्या उमेदवाराला त्यांनी विचारलं,

"युवर गुडनेम?"

शुद्ध मराठीत ती म्हणाली,

''माझं नाव रिमा पाटणकर.''

''सरप्राईजिंग! अर्थात पोशाखावरून मातृभाषा कोणती हे सध्याच्या काळात ठरवणं अशक्य.''

रिमाने खट्याळपणे हसत विचारले,

''हा कॉमेंट आहे की डिक्टेशन्स समजू?''

''व्हेरी स्मार्ट!'' इतकं बोलून भगवंतराव गप्प बसले.

चोवीस-पंचविशीची देखणी तरुणी, त्यात भर म्हणजे एक खट्याळ प्रश्न विचारून तिने चातुर्याची चुणूक दाखवली. आता कॅलिबर बघणार कधी? शेवटी हे काम ऑफिसचं. कॅलिबर यथातथा असली तरीसुद्धा देखणी आहे, तरुण आहे. जास्ती जास्त काय करावं लागेल? तिच्या हातून चुका झाल्या तर टायपिंग दुसऱ्यांदा करून घ्यावं लागेल. शॉर्टहॅण्डमध्ये कमी असेल तर डिक्टेशन हळूहळू द्यावं लागेल. ते एकापरीने बरंच. तेवढाच सहवास जास्त. नाहीतरी आपल्याला स्वत:च्या योग्यतेप्रमाणे पगार मिळतोय कुठे? बाकीचा पगार ह्याच मार्गाने मिळवायचा. शेवटी पगार कशासाठी? आरामात राहाण्यासाठी. आराम म्हणजे नेमकं काय? उत्तम कपडे, मनाजोगा आहार, सजवलेलं घर आणि म्युझिक सिस्टिम, टीव्ही वगैरे. पडद्यावरची माधुरी दीक्षित, जयाप्रदा, श्रीदेवी, पूनम धिल्लाँ, नीतू सिंग आणि गेला बाजार वर्षा उसगावकरसुद्धा. ह्यांच्यापैकी कुणीही असो, त्यांनी दुसऱ्या कलावंतांबरोबर केलेला शृंगार नुसता बघायचा. जिच्याबरोबर आपल्याला प्रत्यक्ष बोलता येतं ती पोरगी सर्वात सुंदर. पगार फक्त स्टँप पेपरवर सही घेऊन पाकिटातून घ्यायचा नसतो, पैशापल्याडचं सुख आणि आनंद सहवासातून मिळवायचा. पैशाचं पाकीट घरी गेल्याबरोबर बायकोच्या हातात ठेवावं लागतं, पण सौंदर्याच्या सहवासात वाटेकरी नाही.

आतापर्यंत रिमा पाटणकरचा सहवास कितीजणांना मिळाला असेल, ते काढून घेण्याकरता भगवंतरावांनी विचारले,

''पूर्वानुभव?''

''मुळीच नाही. मला नोकरीची मुळातच गरज नाही. तुमच्यासारख्या नावाजलेल्या कंपनीची जाहिरात वारंवार का येते याचं कुतूहल वाटलं म्हणून मी आले.''

''देन इट्स अ प्रॉब्लेम.''

''का?''

''अर्थार्जन ही तुमची गरज नाही, त्यामुळे तुम्ही ही नोकरी केव्हाही सोडाल.''

''असंच काही नाही. इथं जीव रमला तर मी राहीनसुद्धा.''

''पण शेवटी नोकरी ती नोकरीच. दुसऱ्याच्या कलाने अनेक गोष्टी स्वीकाराव्या लागतात. आणि नेमकी त्याचीच सवय व्हावी लागते. ती सवय अंगवळणी पडली

तर सर्व्हिस इज नॉट अ प्रॉब्लेम.''

''अंगवळणी पडण्यासाठी अनेक गोष्टी अवलंबून आहेत. अनेक गोष्टींची गरज असते. पहिली गोष्ट, डिसेंट ऑफिस. इथं तो प्रश्न येणार नाही. तुमचं ऑफिस एअरकंडिशण्ड आहे, फर्निचर आकर्षक आहे, टाईपरायटरसुद्धा चांगला असेल ही अपेक्षा. आणि सर्वात महत्त्वाची बाब — ज्याच्या हाताखाली आपल्याला काम करायचं आहे ती व्यक्ती. मला सगळ्याच गोष्टी आवडल्या.''

भगवंतराव गडबडले. सगळ्या गोष्टी आवडल्या असं म्हणताना रिमाने आपल्याकडे थोड्या वेगळ्या नजरेने पाहिलं ते त्यांना जाणवलं.

...तिची नजर धीट होती, त्यात आव्हान होतं, आमंत्रण होतं. कदाचित प्रतीक्षाही असेल. वास्तविक हे सगळे भाव पुरुषाच्या मनात पहिल्यांदा येतात. बायका 'पॅसिव्ह' असतात. आतापर्यंत भेटलेल्या अशाच होत्या. पण हिची नजर वेगळी आहे. हिचा पंजाबी ड्रेस पाहून आपली फसगत झाली. सिंधी, पंजाबी किंवा क्वचित केरळच्या मुली काहीशा सोशल असतात असा एक, कदाचित चुकीचा पण रूढ झालेला संकेत आहे. त्या संकेतानुसार जर एखादी तशी वाट्याला आली तर भाषेचा अडसर मध्ये येतो. 'छाछूगिरीच' करायची असेल तर भाषेची आवश्यकता आहे का?—जाना देव!

हिला सगळं आवडलं आहे हे खूप झालं. अर्थात ह्या सगळ्यात आपलाही समावेश आहे का?—ही गोष्ट काढून घेतली पाहिजे. चुकणारे अंदाज करत बसण्यापेक्षा रोखठोक परिस्थिती समजावून घ्यावी. तीन महिन्यांनी पुन्हा जाहिरात देण्याची पाळी येऊ नये.

सुस्कारा सोडीत भगवंतराव म्हणाले,

''एक प्रॉब्लेम सुटला, तुम्हाला ऑफिस आवडलं.''

ती अनपेक्षितपणे म्हणाली, ''आणि तुम्हीसुद्धा.''

मस्करी म्हणून कुणीतरी पार्टीच्या वेळेला शर्टच्या कॉलरमागे बर्फाचा खडा शर्टमध्ये सोडावा असं भगवंतरावांना झालं. तरीसुद्धा आपण नेमकेपणाने का आवडलो हे कुतूहल होतंच. ते म्हणाले,

''मी एक मामुली माणूस आहे. प्रामाणिक कष्ट केले म्हणून या पदापर्यंत पोचलो.''

''तुम्ही वेगळे आहात.''

''म्हणजे नेमका कसा?''

''तुमच्या वयाची मी अनेक हॅण्डसम माणसं पाहिली, पण तुमच्या नजरेत कंपॅशन आहे.''

भगवंतराव एकदम गडबडले. आपल्या नजरेची स्थापना साध्या आकर्षणाच्या स्थानावरून रिमा पाटणकरने कंपॅशनच्या चौरंगावर केली.

रिमा पाटणकरने विचारलं, "एनी मोअर क्वेश्चन्स?"
भगवंतराव म्हणाले, "उद्यापासून जॉईन व्हा. जमलं तर आतापासून."
"थँक्स देऊ?"
तिची संमती समजून भगवंतरावांनी इंटरकॉमवरून एकबोट्यांना बोलावलं.
"ह्यांना अपॉईंटमेंट लेटर द्या."

दुसऱ्या दिवशी कामावर जाताना पायातल्या बुटांपासून नेकटायपर्यंत भगवंतराव जास्त काटेकोर झाले आहेत हे रोहिणीबाईंच्या लक्षात आलं. त्यांना एकेक कपडा देत असताना त्यांनी भगवंतरावांना विचारलं, "स्टेनो मिळालेली दिसतेय."
भगवंतराव निरिच्छपणाने म्हणाले, "हं!"
"कशी आहे?"
"दिसायला चांगली असून करायचीय काय? हे काय कॉलेज नव्हे. वर्षाला दीड कोटीचा टर्नओव्हर असलेलं, बाजारात पत असलेलं हे मोठं ऑफिस आहे."
"म्हणजे स्टेनोग्राफीच्या नावाने बोंब का?"
"पहिलाच दिवस आहे. दोघंही गोंधळलेली असतात."
"दोघं म्हणजे?"
"नोकरी स्वीकारणारा आणि देणारा."
"कामापलीकडे संबंध येतोच कशाला?"
"म्हणूनच काटेकोर राहावं लागतंय. इट इज अ प्युअर ट्रॅन्झॅक्शन. ते थोडक्या वेळेत आणि नेमक्या शब्दांत व्हावं लागतं."
हे सगळं अत्यंत कोरड्या आवाजात सांगताना भगवंतरावांच्या डोळ्यांसमोर होती रिमाची कालची नजर आणि कानात पडसाद उमटत होते — 'तुम्ही इतरांपेक्षा निराळे आहात.'

ऑफिस सुटलं. शेवटच्या फाईलवर नजर फिरवत असताना समोर रिमा येऊन उभी राहिली.
"तुम्ही जाऊ शकता. मला थांबावं लागणार आहे."
रिमा म्हणाली, "मी पण थांबते."
असं म्हणत ती समोरच्या खुर्चीत आपणहून बसली.
"तुम्ही खरंच गेलात तरी चालेल. ऑफिसची वेळ संपली तरी माझी कामाची वेळ संपत नाही."
"घर खुणावत नाही का?"
"घर सांभाळण्यासाठीच घराच्या बाहेर राहावं लागतं. घर उभं करायचं आणि त्या

घराच्या सहवासाला नोकरी आहे तोपर्यंत पारखं व्हायचं ही न संपणारी व्यथा आहे.''
''तुम्हाला घराची ॲटॅचमेंट जबरदस्त दिसतेय. वहिनी भाग्यवान आहेत.''
''शक्यता आहे.''
''त्या बोलत असतील की...''
''मिस् पाटणकर...''
''सर, प्लीज मला नुसतं रिमा म्हणा.''
भगवंतराव गप्प राहिले.
''तुम्हाला घराबद्दल वाटणारी ही ओढ मिसेस्ना जाणवते ना?''
''असावी.''
''असं का म्हणता?''
''ती कधी बोलत नाही.''
''हालचालीतून कळतं, नजरेतून गोचतं.''
''संसार हा कालांतराने सराव झाल्यामुळे होतो. प्रेम असतं हे कुणी नाकारत नाही. संपतात ते शब्द. नवरा कामावर जायला निघाला म्हणजे अमेरिकन स्त्री त्याला मिठी मारते, किस् देते. हे सगळं भारतीय लोकांना नाटकी वाटतं. त्यांच्या वागण्यातल्या हालचाली कधीकधी यांत्रिकही असतील, पण त्यातून टवटवीतपणा टिकत नसेल असं म्हणण्यात अर्थ नाही. आपल्या संसारातलं नेमकं हेच हरवतं.''
एवढं बोलून स्वत:ला सावरीत भगवंतराव म्हणाले,
''सो सॉरी, भलत्याच विषयावर मी जास्त मोकळेपणाने बोलत राहिलो, तेही तुमचं लग्न झालेलं नसताना.''
''तुमचं नाही— तुझं म्हणा.''
''ओ. के.! आय ॲम सॉरी!''
''कशासाठी? एखादा विचार मनमोकळेपणी मांडला तर माणसाने स्वत:ला सावरलच पाहिजे का? लग्न झाल्याबरोबरचे ताजे, नवखे, टवटवीत क्षण अजून तुमच्या मनात रेंगाळत आहेत ही चांगली गोष्ट आहे. मलासुद्धा अजून झाडावर चढून गाभुळलेल्या चिंचा शोधाव्याशा वाटतात.''
''तुम्ही निघा.''
''तू निघ असं म्हणा, मी जाते. पण मी का जायचं हे तुम्ही सांगा.''
भगवंतराव म्हणाले, ''तू अशी बोलत राहिलीस तर मी खरोखरच त्या काळात जाईन. आणि मग आजच्या फाईल्स संपवता येणार नाहीत.''
हे बोलताना त्यांचा आवाज घोगरा झाला. डोळेही डबडबले. अश्रूंचं दान मागताक्षणी त्याचा वर्षाव करणाऱ्या डोळ्यांचे मनातल्या मनात भगवंतरावांनी आभार मानले.

रिमा पटकन् म्हणाली, ''आजच्या दिवस तुम्ही माझं ऐका, आज घरी लवकर जा.''
भगवंतराव म्हणाले, ''आजच्या दिवस तरी लवकर या हे वाक्य रोहिणी बोलली असती तर त्याला केवढा अर्थ होता. तू नीघ, मी थांबतो.''
असं म्हणत भगवंतरावांनी घड्याळ पाहिले.
रिमा म्हणाली, ''घड्याळ न बघता घरी जा.''
''मी वेळ पाहिली ती कँटिनसाठी. ते आता बंद झालं असेल.''
''काय हवं होतं?''
''फक्त कॉफी.''
''बाहेरून मागवू या का?''
तिचा अंदाज घेत भगवंतराव म्हणाले,
''बाहेर जाऊन घेऊया का?''
तिने मानेने संमती दर्शवताच खिशातून शंभराची नोट काढत ते म्हणाले, ''तू टॅक्सीने सेंटॉरपाशी जाऊन उभी राहा!''
रिमाने आश्चर्याने विचारलं, ''तुमची गाडी आहे ना?''
''आहे. पण एका गाडीतून गेलो तर माझ्या घराची लंका होईल.''
''लगेच कोण सांगायला जाणार आहे? आणि आजच कुणी बघेल असं नाही.''
भगवंतराव म्हणाले, ''रामायणकाळात एकच मारुती होता. आता मारुतींची संख्या हजारोंनी आहे. गाडीलादेखील मारुती नाव दिलेलं आहे ह्यावरून बघ ना! द्रोणागिरी उचलण्याची हिंमत एकाजवळही नाही. पण आग लावण्याचं सामर्थ्य आणि त्यासाठी रिकामा वेळ अनेकांजवळ आहे. माझ्या गाडीचा नंबरही कित्येकांना पाठ आहे.''
रिमाने विचारलं, ''दोन कप कॉफी केवढ्याला पडेल?''
''सहवासाचा आनंद पैशात मांडता येत नाही.''
शंभर रुपयांची नोट स्वीकारीत रिमा टॅक्सीने गेली. भगवंतरावांनी तिला सेंटॉरजवळ पाहिलं आणि ते म्हणाले, ''दोन मिनिटं थांब, मी गाडी पार्क करून येतो.''
पाच मिनिटांनी ते जेव्हा परत आले तेव्हा ते भयानक कावरेबावरे झाले होते. त्यांना दरदरून घाम फुटला होता. रिमाने घाबरून विचारलं,
''काय झालं? तुमची अवस्था अशी का?''
रुमालाने घाम पुसत भगवंतराव म्हणाले, ''सगळा घोटाळा झाला. माझा मुलगा आणि त्याचे मित्र कॉफी लाऊंजमध्ये हास्यविनोद करताहेत.''
असं म्हणून पुन्हा शंभराची नोट काढीत ते रिमाला म्हणाले,
''प्रत्येक गोष्टीला नशीबच लागतं. आज योग नाही. पुन्हा केव्हातरी. अर्थात तुझी इच्छा असेल तर.''

दोघांचीही इच्छा असूनही नंतरच्या दोन महिन्यांत योग आला नाही. भगवंतरावांचा ओव्हरटाईम वाढत गेला. आता ते रात्री नऊ नऊ वाजेपर्यंत ऑफिसमध्ये थांबू लागले. आता कॉफी परक्युलेटर भवंतरावांच्या केबिनमध्येच आणला गेला. गप्पा मारायला रिमा आणि गरम कॉफी.

संध्याकाळी ती आपल्यासाठी दोन-तीन तास थांबते म्हणून भगवंतरावांनी तिला ऑफिसमध्ये एक वाजेपर्यंत येण्याची सवलत दिली. भगवंतराव त्यांच्या वयाच्या पंचपिशीकडे हळूहळू जाऊ लागले. घरातल्या बारीकसारीक गोष्टी रिमाला समजू लागल्या. ह्यावेळेला ही स्टेनो कशी काय तुमच्याकडे टिकली, आश्चर्यच आहे — असा रोहिणीबाईंनी केलेला कॉमेंटसुद्धा रिमापर्यंत पोचला.

केव्हातरी भगवंतराव अनावर होऊन रिमाला म्हणाले,

"रिमा, आता मला असह्य होतंय. ऑफिसमध्ये बसून कितीही जिव्हाळ्याच्या गप्पा मारल्या तरी हे ऑफिस आहे ह्याचा विसर पडत नाही. तू घरी येशील?"

"रोहिणीचं काय कराल?"

"अगं, रोहिणी उद्या जाणार आहे पिक्चरला. ती दोन वाजता घरातून बाहेर पडेल. तू उद्या बरोबर दहा वाजता कामावर ये. दुपारी हाफ डे घे. मी मीटिंगच्या नावाखाली एक वाजता ऑफिस सोडेन. सरळ घरी जाईन. तू ये. आपण दोन-तीन तास मोकळेपणाने बोलू. सहा वाजता तू तुझ्या घरी जा. मी ऑफिसमध्ये परत येईन."

ठरल्याप्रमाणे भगवंतराव घरी आले. रोहिणीने विचारलं,

"तुम्ही आता?"

"आज मीटिंग आहे. दोन फायली घरीच ठेवल्या होत्या. जाता-जाता ऑन वे पिकअप् करणार असं ठरवूनच आलो. थोडा रिलॅक्स होतो आणि जातो."

सफारी ड्रेससकटच भगवंतराव कॉटवर आडवे झाले. बाईसाहेबांची सिनेमाला जाण्याची तयारी चालली आहे की नाही ह्याचा अधूनमधून ते कानोसा घेत होते. रोहिणीची साडी बदलून झाली आणि फोन घणघणला. फोन राहिणीनेच घेतला.

"हॅलो... होय मी रोहिणीच! काय सांगतेस काय... कधी... किती आहे... बापरे! संध्याकाळी तिला बघायला घरी जाऊया."

फोन बंद करून ती भगवंतरावांसमोर येऊन बसली आणि पडलेल्या आवाजात सांगू लागली, "किती दिवसांनी प्लॅन केला होता."

"मग काय झालं?"

"अचानक काल रजनीला टेंपरेचर आलं. आता एकशेचार टेंपरेचर आहे."

"मग पिक्चर कॅन्सल का?"

"दुसरं काय करणार?"

त्या क्षणी भगवंतराव विजेच्या वेगाने उठले. त्यांनी हातात ब्रीफकेस घेतली. रोहिणीबाईंनी विचारलं, ''असे झटका आल्याप्रमाणे काय उठलात?''
''जाताना नायरला बरोबर न्यायचं आहे हे ह्या क्षणापर्यंत विसरलो होतो.''
''कॉफी तरी घेऊन जा!''
''नको. नायरकडे होईलच.''
हरणाच्या चापल्याने भगवंतराव घराबाहेर पडले. त्यांनी रिमाला कॉर्नरपाशी थांबायला सांगितलं होतं. तिने आता घर सोडलं असणार. फोन करून सूचना द्यायला अवधी नव्हता. एकच उपाय. रिमाच्या अगोदर कोपऱ्यावर जाऊन उभं राहाणं आणि तिला तिथंच आडवणं. थोडक्यात म्हणजे मोर्च्याचं सभेत रूपांतर होण्यापूर्वी मामला आवरता घेणं. आणि त्यासाठी पोलिसांचं—म्हणजेच रोहिणीचं कडं तोडून कोपरा गाठणं.

हे सगळं व्यवस्थित जमलं. ह्या कानाचं त्या कानाला कळलं नाही. पण मनाची अस्वस्थता शिगेला पोचली. सर्कसमध्ये काम करणारे वाघ-सिंह त्यांचा आयटेम आला म्हणजे पिंजऱ्यातल्या पिंजऱ्यात गुरगुरत राहातात तशी भगवंतरावांची अवस्था झाली. पिंजऱ्यातून सुटका म्हणजे स्वातंत्र्य नव्हे. पुन्हा रिंगमास्टरच्या तालावर मोठ्या पिंजऱ्यात कवायतीच करायच्या. पण गुलामी रक्तात भिनली की वाघ-सिंहासारखे प्राणीसुद्धा त्या गुलामीतच स्वतःला सुरक्षित समजतात. घरी आलं की रोहिणी रिंगमास्टर आणि ऑफिसात रिमा.
...छे! रिमाला रिंगमास्टर म्हणायचं? नॉट ॲट ऑल. रोहिणी म्हणजे फायरिंग आणि रिमा म्हणजे कव्हरिंग. तिच्या आव्हानात्मक नजरेत उबदार पांघरुण आहे.

''काय, कॅलिबरच्या लेव्हलपर्यंत स्टेनो पोचली की नाही?'' असंच एकदा ब्रेकफास्टच्या वेळेला रोहिणीबाईंनी विचारलं.
''पोचेल हळूहळू.''
''अजून अंदाज आला नाही का?''
''घाई करून चालत नाही. हेड ऑफिसने पण कळवलंय, वारंवार जाहिरातीचा खर्च आता पेलत नाही. त्यामुळे काहीही करून हिलाच पटवली पाहिजे.''
भुवया उंचावीत रोहिणीबाईंनी विचारलं, ''पटवली पाहिजे म्हणजे?''
त्या क्षणी स्वतःला सावरत भगवंतराव म्हणाले,
''भलतेसलते अर्थ काढू नकोस. पटवली पाहिजे म्हणजे पटवून घेतलं पाहिजे.''
''साहेबा, पटवली पाहिजे आणि पटवून घेतलं पाहिजे ह्या दोन वाक्यांत खूप फरक आहे.''

भगवंतराव त्राग्याने म्हणाले, ''तेवढं मला कळतं.''
''माझ्यावर खुशाल चिडा हो. डिक्टेशन देताना असा काही घोटाळा करत नाही ना एवढंच मला हवंय.''
''इतकी वर्षं नोकरी टिकली असती का?''
''नोकरी टिकली हो, स्टेनो कुठे टिकली आहे?''
''तुला काय करायचंय?''
रोहिणीबाई खट्याळपणे म्हणाल्या, ''पंचवीस झाल्या म्हणजे मला रौप्यमहोत्सवी स्टेनो म्हणून तिला साडीचोळी पाठवायची आहे.''
भगवंतराव म्हणाले, ''साडीचोळींचे दिवस कधीच मागे पडले. आता ड्रेस मटेरियल आणि त्या सतरंजीच्या पँट्स याचा जमाना आलाय.''
''सतरंजीच्या?''
''ते—तेच! त्याला जीन्स म्हणतात. रक्तातल्या कळत नाहीत, अंगावरच्या कळतात.''
''तुम्हाला नेमक्या कुठल्या समजायला हव्या आहेत?''
''का?''
''त्याच्यावर भवितव्य अवलंबून आहे ना?''
''कसलं?''
''टिकेल की नाही हेच.''
''जीन्स वापरते ह्याचा अर्थ टिकेल असाच आहे.''
भगवंतराव न बोलता उठून गेले. त्यानंतर ऑफिसात जाईपर्यंत भगवंतराव रोहिणीबाईंशी एक अक्षर बोलले नाहीत. त्यांच्या हालचालींवरून नवऱ्याचा पारा, सिस्टॉलिक ब्लडप्रेशर एकशेसत्तरच्या वर गेलं असेल हे रोहिणीबाईंनी जाणलं.
ऑफिसमध्ये आल्या-आल्या त्यांनी रिमाला फोन केला. साडेअकरा वाजेपर्यंत कामावर येण्याची विनंती केली. अशा स्वरूपाचा फोन त्यांनी आज प्रथमच केला. ऑफिसमध्ये येताक्षणीच रिमाने आपली पर्स ड्रॉवरमध्ये न ठेवता टेबलावर फेकली आणि ती तशीच भगवंतरावांच्या केबिनमध्ये गेली.
''सर, कसे आहात?'' असं म्हणत ती समोरच्या खुर्चीत बसली. त्यांच्या चेहऱ्याकडे पाहूनच तिला त्यांची मन:स्थिती जाणवली. तिनं नुसतं पाहिलं आणि भगवंतराव म्हणाले,
''आत्ता ह्या क्षणी वाटतंय गाडी काढावी आणि लांब जावं.''
''तुम्ही तुमच्या गाडीत आणि मी मागून टॅक्सीने असं ना?''
''नॉट ॲट ऑल! दोघांनी एकाच गाडीतून जायचं. जगाची पर्वा करायची नाही.''
''जगाची म्हणजे नक्की कोणाची?''
''जगाची म्हणजे अं... जगाची म्हणजे अं...''

"लग्न झालेला पुरुष जेव्हा जगाची पर्वा करायची नाही असं म्हणतो तेव्हा त्याच्या डोळ्यांसमोर फक्त बायको असते. काय म्हणतायत वहिनी?"
"ऑफिसची चौकशी."
"म्हणजे माझी."
"अरे...! कसं ओळखलंस?"
"कोणत्याही ऑफिसरची बायको जेव्हा ऑफिसची चौकशी करते तेव्हा तिच्याही मनात साहेबाचा शिपाई नसतो."
"जाऊ दे. मला हा टॉपिक नको आहे."
"तुमचं आज घरी नक्की काहीतरी बिनसलं आहे."
"अरे, कितीही सरळपणाने वागलं तरी बायको एकाच दिशेने विचार करते."
"तुम्ही म्हणता त्याप्रमाणे आपण खरोखरच कुठंतरी जाऊया."
अत्यंत अधीरपणाने भगवंतरावांनी विचारलं, "तू खरंच माझ्याबरोबर येशील?"
"कुठे?"
"आणखीन पंधराच दिवसांनी औरंगाबादला सेमिनार आहे आणि ऑफिसचं काम असल्यामुळे आपण दोघं राजरोसपणे जाऊ शकतो."

"आज बाईसाहेब बऱ्याच खूष दिसताहेत."
"आहेच!"
"आम्हाला समजलं तर बरं वाटेल."
"तुम्हाला न सांगून कसं चालेल? हेड ऑफिसला अर्ज करावाच लागणार आहे."
भगवंतराव गालातल्या गालात हसले. 'हेड ऑफिस' हा त्या दोघांतला परवलीचा शब्द होता.
त्यांनी विचारलं, "ब्रँच ऑफिसला किती हवेत?"
"दोन हजार."
"एवढंच ना? अडीच दिले. आता पुढचा प्लॅन सांगा."
"आम्ही अकराजणी औरंगाबाद, दिल्ली, आग्रा, जयपूर, उदयपूर अशी ट्रिप काढणार आहोत."
"सगळ्याजणी अर्ध्या तिकिटात प्रवास करणार आहात का? अडीच हजारात एवढी गावं होणार आहेत? काळ किती पुढे गेलाय माहिती आहे?"
"अरे हो, तो साडीचोळीपासून जीन्सपर्यंत आलाय नाही का?"
तोल जाऊ न देता भगवंतराव म्हणाले, "दॅट्स राईट! आता खरी रक्कम किती हवीय ते सांगा."
"दहा हजार. एका वेळेला विमानाने जाणार न् पैसे वाचवायचे म्हणून एक प्रवास

गाडीने.''
''कधी?''
रोहिणीबाईंनी तारखा सांगितल्यावर भगवंतराव उडालेच.
औरंगाबादला सेमिनारला जाण्यापूर्वी तीन दिवस अगोदर रोहिणीबाईंची सहल जाणार होती आणि दहा दिवसांनी परत येणार होती. त्यामुळे औरंगाबादला रिमाबरोबर जाण्यापूर्वी कसलेही खुलासे करण्याची वेळच येणार नव्हती.
ऑफिसमध्ये आल्या-आल्या त्यांनी रिमाला सरळ सांगितलं.
''एका टेन्शनमधून तुम्ही सुटलात.''
''कोणत्या?''
''हेच. वहिनींची नजर चुकवत चुकवत त्यांना सगळं सांगायचं. मुद्दाम सगळी आखणी असली तरीही ऑफिसच्या नावावर काय काय खपवायचं हा हिशोबही वाचला.''
भगवंतराव मनापासून हरले.

विमानात बसल्यावर भगवंतरावांनी रिमाला विचारलं,
''एका प्रश्नाचं मनापासून उत्तर देशील का?''
''मी नेहमीच मनापासून तुमच्याशी बोलते.''
''मला आज वेगळं विचारायचंय आणि त्याचं खरं आणि स्पष्ट उत्तर हवंय.''
''विचारा!''
''माझ्याबद्दल तुझं स्पष्ट मत मला हवंय. आपण दोघंच औरंगाबदला चाललोय. ऑफिसची फाईलसुद्धा माझ्याजवळ आहे. फरक इतकाच आहे की हे काम एखाद्या असिस्टंटला पाठवूनसुद्धा झालं असतं. मी मुद्दाम ते काम स्वत: करीत आहे आणि त्याचं मुख्य कारण...
''आपल्याला खूप बोलायचंय.''
''तुला ह्यात काही वावगं वाटतयं का?''
''तसं वाटायचं काहीच कारण नाही.''
''हॉटेलमध्ये एक रूम घ्यायची का दोन वेगवेगळ्या घ्यायच्या?''
''एकच घ्यायची. पैसे ऑफिसचे असले तरी आपण ते का उधळायचे?''
''तसं करता येणार नाही. रेकॉर्डवर दोन खोल्यांचं बुकिंग व्हायला हवं. मीटिंगला आपण दोघांनी जायचंय. मी काम ऑर्डिनरी आहे असं जरी म्हणालो तरीही ऑर्गनायझेशनसमोर एक नवं प्रपोजल मांडणार आहे.''
''ते सगळं करालच. त्याचा हॉटेलच्या बुकिंगशी काय संबंध?''
''तुला माझी भीती वाटत नाही?''

"अजिबात नाही. असे बघता का? जो माणूस 'ट्रॅक' सोडून वागणारा आहे तो असे प्रश्न विचारत बसत नाही. कोणतंही टेन्शन ठेवू नका. आय ॲम विथ् यू."

ॲम्बेसॅडर हॉटेलमध्ये गेल्यावर रजिस्टरमध्ये नोंद करताना ते रिमाला म्हणाले,
"तू पुढे हो. मी आलोच."
काऊंटरवरच्या माणसाकडून स्वतःच्या खोलीच्या किल्ल्या घेऊन भगवंतराव लिफ्टकडे वळले. तीनशेआठ खोलीकडे जाताना रिमासाठी घेतलेली तीनशेसात नंबरची खोली, त्या खोलीसमोर ते उभे राहिले. त्यांनी तिच्या खोलीची बेल वाजवली. आतून 'येस् प्लीज' अशी हाक आली. भगवंतराव आत गेले. त्यांचे पाय जमिनीला आणि जीभ टाळ्याला चिकटली. रिमाच्या खोलीत एका ईझीचेअरवर साक्षात् रोहिणीबाई!
'वा वा वा! काय योग आहे. आपली नक्की कुठेतरी गाठ पडणार असं मी रिमाला म्हणतच होतो." — अशा प्रकारचं स्वतःला सावरून घेण्याचं वाक्यही भगवंतरावांना सुचलं नाही.
पण काहीच घडलं नाही असं दर्शवत रोहिणीबाई म्हणाल्या,
"अहो, सगळी गंमतच झाली, आमचा सगळा प्लॅनच उलटासुलटा झाला."
भगवंतराव संयमाने म्हणाले, "बायकांना कधीतरी प्लॅन करता आलाय का?"
"त्याला काय करणार? आमच्यापैकी कुणाजवळही स्टेनो नाही."
भगवंतराव म्हणाले, "डिक्टेटरशिप करणाऱ्याकडे स्टेनो नसावी हे केवढं दुर्दैव!"
"हे भाग्याचं लक्षण आहे. स्टेनो असली म्हणजे एक खोली बुक करायची का दोन करायच्या हा प्रश्न पडतो."
भगवंतराव बघतच राहिले.
रोहिणाबाई म्हणाल्या, "बघताय काय असे? आता सगळं सांगते."
रिमाला शेजारी बसवून घेत रोहिणीबाई म्हणाल्या,
"ही माझी मामेबहीण. उत्तम स्टेनोग्राफर. तुमच्या ऑफिसमध्ये स्टेनो का टिकत नाही हे मला काढून घ्यायचं होतं. जयपूर, उदयपूर, औरंगाबाद ह्या सगळ्या थापा! आता आपण दोघांनी मिळून रिमाला मस्त पार्टी द्यायची. तिला दौलताबाद, अजिंठा, वेरूळ सगळं दाखवायचं. दोन दिवस तुम्ही ऑफिसला येणार नाहीत असं मी इथनंच ऑफिसला कळवलं आहे. मागच्याच आठवड्यात रिमाची एंगेजमेंट झाली आहे. तिचा भावी साथीदार आपल्याबरोबर असेल. दोन दिवस मजेत घालवू."
रिमा रोहिणीबाईंना म्हणाली, "रोहिणी, मनाची कितीही तयारी केली तरीही लग्न आणि संसार म्हटलं की भीतीच वाटते."

रोहिणीबाई म्हणाल्या, ''प्रत्येकालाच स्वत:च्या वृत्तीप्रमाणे ते सगळं खटलं सांभाळावंच लागतं. मी आपली साधी बाई, तरी माझं एक तंत्र मी तुला सांगते, जे मला आज उपयोगी पडलं. आमचा मुलगा अठरा वर्षांचा झाल्यानंतर. प्रत्येक मुलीने आपल्या एकूण एक नातेवाईकांची ओळख आणि त्यातल्या त्यात नात्यातल्या बायकांची, नवऱ्याला करून देऊ नये. एक तरी तुझ्यासारखी बहीण हाताशी ठेवावी म्हणजे स्टेनोग्राफर का टिकत नाही ते कळतं.''

रिमा गंभीर झाली. भगवंतराव कावरेबावरे होऊन रिमाकडे पाहू लागले.

रिमा रोहिणीला म्हणाली,

''तू मला सल्ला दिलास ना, आता मीही तुला काहीतरी सांगणार आहे. दर तीन वर्षांनी किंवा जेव्हा सवड मिळेल तेव्हा सगळ्या गोष्टी बाजूला ठेवून पुरुषांप्रमाणे बायकांनीही काही काळ भूतकाळात जावं. लग्न झाल्याबरोबरचे दिवस आठवावेत. फ्रेश, टवटवीत राहावं, कमीत कमी दोन दिवस दोघांनी फक्त एकमेकांसाठी जगावं यापलीकडे नवऱ्यांना काहीही नको असतं.''

नेहमीप्रमाणे 'स्टेनो पाहिजे' अशी जाहिरात झळकली. पण रोहिणीबाईंनी आज कोणत्याही कॉमेंट्स केल्या नाहीत. भगवंतराव नेहमीप्रमाणे ऑफिसला गेले. इंटरव्ह्यूसाठी आलेल्या उमेदवारांना त्यांनी आत यायला सांगितलं. शिपायाने केबिनचा दरवाजा उघडला आणि चक्क रोहिणीबाई आत आल्या. भगवंतरावांपुढची खुर्ची ओढून परवानगीची वाट न पाहाता खुर्चीवर बसल्या. भगवंतराव स्वत:च्या बायकोकडे पाहातच राहिले. डोळ्यांत एक प्रकारचं तेज, ओठांवर मिस्कील हास्य, खट्याळ भाव आणि नेहमीच्याच पाचवारीऐवजी चक्क फ्रेश हिरव्या रंगाचा पंजाबी ड्रेस. टेबलावर कोपरं टेकवीत, सुरेख हेअरस्टाईल केलेल्या केसांतून हात फिरवीत त्या म्हणाल्या,

''आता इथून पुढे तुम्ही रिटायर होईपर्यंत मीच तुमची स्टेनो.''

भगवंतराव हां हां म्हणता पंधरा-सोळा वर्षांपूर्वीच्या काळात गेले. हिलाच आपण 'तुझ्याशिवाय मी एक क्षण जगू शकणार नाही' — असं म्हटल्याचं त्यांना आठवलं. ते विधान आजही खरं आहे हे त्यांना जाणवलं आणि तेही खुषीत येऊन म्हणाले, ''देखणी आहेसच. आता कॅलिबर...''

रोहिणीबाई म्हणाल्या, ''गेले सहा महिने रिमाचीच ट्यूशन होती. दुपारी एक वाजेपर्यंत ती इथेच मला शिकवायची. तुम्ही उशिरा येण्याचं कन्सेशन दिलं होतंत त्याचा मी तुमच्याच ऑफिससाठी उपयोग करून घेतला. आता हीच स्टेनो शेवटपर्यंत टिकेल.''

■

# सोळा

प्रिय सौ. आई,

आज तुला सरळ सरळ मैत्रिणीच्या नात्याने, फक्त 'प्रिय माधवी' असं लिहावंसं वाटतंय. आनंदकाकांकडून तुला घाणेकर परिवाराची माहिती समजलेली आहे, म्हणून मला हलकं वाटतंय. आई ह्या नात्यापेक्षा मैत्रीण हे नातं मला जास्त जवळचं वाटतंय. मी मुंबईत असते तर तुला चौपाटीवर नेलं असतं. हातात हात घेऊन खूप बोलले असते. किंवा गूढ आकाश, अमर्याद समुद्र आणि बुडणाऱ्या सूर्यबिंबाकडे बघत गप्प राह्यले असते.

सतीश घाणेकर एम. डी. आहेत. त्यांचे दोन भाऊसुद्धा डॉक्टरच आहेत. त्यांची बहीण पॅथॉलॉजिस्ट व्हायचं असं म्हणतेय. मुख्य म्हणजे, अमेरिकेप्रमाणे प्रत्येकाचं स्वतंत्र वाहन आहे. सतीशच्या आईसुद्धा ह्या वयात बेधडक कायनॅटिक चालवतात. तुझं लग्न झालं तेव्हाचे दिवस तुला आठवतात का गं? तुझं प्रपोज्ड मॅरेज. जुना काळ. घरात गर्दी, वर्दळ. मी त्या वातावरणात वाढले. म्हणून मला घाणेकर परिवार आवडला. मुंबईसारख्या शहरात एवढं मोठं घर, ही आता लोकांना फॅण्टसी वाटेल. ते घर तसंच राहू दे. एखाद्या बिल्डरला विकून तिथं प्रचंड इमारत बांधू नका.

मी भरकटत चालले. तू त्यावेळी त्या घराच्या प्रेमात पडलीस का गं?— खरं प्रेम म्हणजे नक्की काय? आपल्याला अचानक परकी किंवा अल्पपरिचित व्यक्ती आवडते म्हणजे नक्की काय होतं? नेमकेपणाने काय आवडतं? का ही त्या वयाची जादू? जादू की पगडा? ॲनॉटॉमीचा पूर्ण अभ्यास करूनही, नेमकी ही भावना कुठे असते, ह्याचा पत्ता लागत नाही.

निसर्गच गारूड करतो. 'आपल्याला नेमकं काय आवडलंय?' हे स्वत:ला विचारून मी थकले. सतीशचं व्यक्तिमत्त्व? म्हणजे नेमकं काय? शरीर? मेडिकल नॉलेजबाबत भुवई उंचावून मी पाहू शकणार नाही. कारण मी तेच शिकत आहे. कौतुक आणि आदर ह्याच्यामागे अचंबा हवा.

मग मला काय आवडलं? ऐपत? प्रत्येकाची स्वतंत्र गाडी?
तू आत्ता ह्या क्षणी माझ्या वयाची होशील का? लग्नापूर्वी तू एक-दोन नाटकांतून कामं केलीस. बाबा अत्यंत फॉरवर्ड विचारांचे आहेत. त्यांचा पाठिंबा असून तू अभिनयाकडे पाठ फिरवलीस. तुला अभिनय येतो की नाही, मला माहीत नाही, म्हणून अभिनय म्हणण्यापेक्षा रंगभूमीकडे वेळोवेळी संधी मिळूनही फिरकली नाहीस. आदर्श गृहिणी, पत्नी, आई, सून, भावजय झालीस. सहा-सात माणसांच्या परिवारात रमलीस. तरीही 'पॅनकेक'चा — लाईमलाईटकडे नेणाऱ्या त्या रंगाचा स्पर्श रेंगाळत असेल, तर थोडा 'परकायाप्रवेश'कर तुझ्याच, अठरा वर्षं वयाच्या शरीरात जा आणि प्रेमाचं रहस्य सांग.
आणि नंतर तुझ्या आत्ताच्या वयात ये. तू पंचेचाळिशीकडे झुकली आहेस, हे सांगून खरं वाटत नाही. संसाराच्या जबाबदाऱ्या ओसरल्या आहेत. बाबा 'सोशल' आहेत. 'ऑर्थोडॉक्स' नाहीत. एखाद्या सीरीयलसाठी मागणी आली तर 'हो' आणि 'होच' म्हण. मध्येच माघार घेऊ नकोस.
मी अठरा वर्षांच्या माधवीच्या पत्राची वाट पाहात आहे.

तुझी
लता.

लते,
मला 'माधवी' म्हणालीस, त्या उल्लेखानेच मी आत्ता अठरा वर्षांची झाले आहे. फक्त मनानेच, चाळीस वर्षांचा आयुष्याचा अनुभव मेंदू कसा नाकारेल? मनात डोकावण्याची त्याची 'पुरानी आदत' तो कशी विसरेल?
मी त्याचंच बोट पकडून मनाच्या राजधानीत जाणार आहे. कारण आठवणींचं प्रचंड मोठं गाठोडं त्या नैसर्गिक कॉम्प्युटरजवळ आहे.
वय वर्षं सोळा धोक्याचं म्हणतात. मला वाटतं माणसाने कायम ह्याच वयाचं राहावं. हे वय म्हणजे काय असतं ते तुला 'मेरा नाम जोकर' मधला डेव्हिडच सांगेल. माझ्या अंत:करणावर तो प्रसंग कायमचा कोरला गेलाय.
'यह प्यार सोला बरसका है।'
'यह तुम कैसे कह सकते हो।'
'यह सोलह साल का जो मोड है ना, यह जिंदगी का सबसे नाजुक मोड है, मेरी. यह दिन है ना, यह भागता है, शामसे मिलने के लिये, और शाम भागती है, रातसे मिलने के लिये. रात फिर दिनसे. रात और दिन जिस मोडपर मिलते है, उसे प्रभात कहते है. थोडी थोडी रात, थोडा थोडा दिन. राजू की ऐसीही हालत है. थोडा थोडा बचपन, थोडी थोडी जवानी. अब वो ना बचपन का, ना जवानी का. वो सिर्फ सोलह

साल का है. और उन्होने कोरे कागजपर तुम्हारा नाम लिखा है—मॅडम, मॅडम!'
'ओह नो, आय मस्ट स्टॉप हिम.'
'तुम उसे नही रोक सकती. बहेती धारा कब रुकी है? और जो रुक जाये, वह धारा नही, जिंदगी नही, सोलह साल बरस नही.'

लता, ह्यानंतर मेरी विचारते, "तुला इतकं कसं समजतं?"
ह्या प्रश्नाच्या उत्तरात सगळ्या आयुष्याचं उत्तर आहे. उत्तर म्हण किंवा शोकांतिका म्हण. डेव्हिड सांगतो,
'एके काळी मीही सोळा वर्षांचा होतो.'
वयाच्या तिसाव्या वर्षी ज्याला सोळाव्या वर्षाच्या, कुणाच्याही भावना समजतात आणि आपल्या भावी पत्नीवर प्रेम करणाऱ्याबद्दल कॅम्पॅशन वाटते त्याला मॅच्युरिटी म्हणतात.
मधूनमधून चाळिशी डोकावणार असं मी म्हणाले. त्याप्रमाणे आज वाटतं, आयुष्यातलं जगण्यासारखं वय सोळाच. पण, माणसाचं मनच विचित्र. ज्या ठिकाणी, ज्या अवस्थेत ते असतं, तिथं त्याला कधीच राहावंसं वाटत नाही. जे कायम अन्यत्र रमतं, त्याला मन म्हणतात.
सोळावं वय धोक्याचं नाही. ते वय असतं चैतन्याचं. सगळ्या जगावर लोभावणारं. जास्तीत जास्त निसर्गाजवळ राहाणारं. झाडं, फुलं, झरे, डोंगर, आकाश सगळीकडे झेपावणारं ते वय, बुद्धी आणि तर्क तात्पुरतं बाजूला ठेवणारं. ते निखळ चैतन्य असतं. म्हणून स्वतःच्या अस्तित्वापासून ते सगळ्या विश्वावर लट्टू असतं. अंतर्बाह्य प्रेमाच्या त्या राज्यात बुद्धीला जागा नाही. म्हणूनच कोण कुणाला का आवडतं ह्यावर उत्तर नाही.
मायलेकीच्या नात्यातून तू मला 'माधवी आणि लता' ह्या मैत्रीच्या प्रांतात आणलंस, ते छान केलंस. आता मोकळेपणाने सांगता येईल. स्वतःच्या आयुष्याकडे तिऱ्हाईताच्या तटस्थ भूमिकेतून पाहण्याचा साक्षीभाव माझ्याजवळ आला आहे. अष्टावक्राच्या चिंतनाचा हा फायदा. दचकलीस? शक्यता आहे. मी फक्त 'तथ्य' काय तेवढंच सांगणार आहे.
एका क्लबचं नाटक. मी काम केलं. देखणेपणाची, अभिनयाची तारीफ झाली. कौतुकाची नशा चढायचं ते वय. ती धुंदी ओसरायच्या आत दोन भाऊ आमच्या घरी आले. त्याच्या तिसऱ्या दिवशी मला एका बड्या घरी नेण्यात आलं. तुझ्या वडिलांची आणि माझी ती प्रथम भेट. दोन मोठे भाऊ, आपल्या छोट्या भावासाठी आले होते, हे समजलं. माझ्या गाजलेल्या एकमेव नाट्यप्रयोगाचं हे फलित. मला येऊन भेटायचं धाडस तुझ्या बाबांजवळ नव्हतं. वय वर्षं सोळा हे लुब्ध होण्याचं

वय असतं. माझ्या बाबतीत ते वय नंतर चार-पाच वर्षं माझ्याच वस्तीला होतं. पंडितच्या घरातल्या एका मामुली गोष्टीला मी भाळले आणि आकलन व्हायच्या आत गळ्यात काळे मणी पडले. कन्यादान करताना बाबांच्या डोळ्यांतली न थांबणारी अश्रूंची माळ पाह्यली आणि त्यात माहेरचं आडनाव वाहून गेलं.
मी काय गमावलं ते तेव्हा कळलं.
म्हणायचं मंगळसूत्र! मग त्या मण्यांचा रंग काळा का? ते धवलसूत्र का नाही? मृत्यूचा रंग काळा. जीवन बहुरंगी असतं. मरण सगळे रंग पुसून टाकतं. बालपण बहुरंगी, संसार एकरंगी आणि वार्धक्य बेरंगी. बहुरंगी, निर्व्याज, अवखळ, निगर्वी बालपणाचा अंत झाला हे सातत्याने बाईच्या लक्षात राहावं म्हणून ते मणी काळे.
तुझ्या बाबांना मी ह्या पत्रापुरतं आता एक पुरुष मानते, म्हणजे मी जास्त objectively लिहू शकेन.
पंडितचे दोन भाऊ, त्यांच्या बायका, मुलं, वडील आणि काका हे कायमचे रेशनकार्डावरचे सदस्य. स्वयंपाकाला सुभद्राबाई. लग्नासाठी जमलेले पाहुणे. पंडित मला खऱ्या अर्थाने पंधरा दिवसांनी भेटला. तोपर्यंत संध्याकाळचं फिरायला जाणं म्हणजे कुणाच्या ना कुणाच्या घरी दाखवायला नेणं. 'देखणी बायको मिळवलीस' असा पंडितच्या प्रगतिपुस्तकात शेरा पडला की पंडित खूष.
त्या पंधरा दिवसांच्या पदयात्रेने मला कळलं, मी म्हणजे दाखवण्याची वस्तू.
एकांतातलं पहिलं वाक्य, 'तू मला फार आवडलीस.'
'का?'
'विलक्षण देखणी आहेस.'
'मागणी घालायला स्वत: का आला नाहीत?'
'भीती वाटली.'
'माझी?'
'तुझ्या सौंदर्याची.'
'ज्याला आपण भितो, त्याला आपण टाळतो आणि तुम्ही तर आता जन्मभर...'
'आता तू माझी आहेस.'
'आता भीती गेली? मग छान! मांडवात किती भेदरलेले होतात. आठवतं?'
'हो, कसं विसरेन?'
'पण कारण काय?'
'दमयंतीच्या स्वयंवरात नलाचं रूप घेऊन स्वर्गातले चौघेजण आले होते ना, त्याप्रमाणे तुला पाहून मला वाटलं...'
'मला समोर पाच पंडित दिसतील, असंच ना?'
'तसंच! तसं झालं असतं तर काय केलं असतंस?'

'दमयंतीप्रमाणे त्यांना शरण जाऊन मी त्यांना खऱ्या रूपात प्रकट होण्याची विनंती केली असती.'

आणि लते, मैत्रीण आहेस म्हणून सांगते. रात्रभर ह्या पठ्ठ्याने नुसत्या गप्पा मारल्या. ओळीने आठ दिवस. म्हणजे रात्री तशाच गेल्या. बोलायला विषय कमी. जो विषय असेल, त्यात गुंगवून ठेवायचं सामर्थ्य नाही. मग मी सरळ झोपायला लागले.

त्यानंतर पंधरा दिवसांनी घरात एक पार्टी झाली. पार्टीत एका मित्राने विचारलं,

'पंडितराव, आमच्या वहिनींना नाटकात काम करायची परवानगी देणार का?'

'शंभर टक्के.'

त्यानंतर बराच वेळचं बोलणं मला ऐकूच आलं नाही. पुन्हा समजलेले मैफलीतले शब्द,

'बात पक्की?'

'बिल्कुल.' एवढेच.

त्या रात्री मी पंडितला विचारलं,

'मी नाटकांतून कामं करावीत, असं वाटतं तुला?'

'अर्थातच.'

'आपला परिवार एवढा मोठा...!'

'त्यांचा संबंध काय? तू माझी बायको आहेस. तुझ्या अभिनयावरच खूष होऊन मी तुझ्याशी लग्न करायचं आणि प्रथम काय करायचं? — त्या कलेला बंधन घालायचं का?'

'तुमचेही हाल होणार नाहीत का?'

'तुला प्रसिद्धी मिळाल्यावर ही माधवी कुणाची सौ. हे छापून यायला लागलं की मला सगळं मिळालं.'

पंडितला कीर्ती हवी होती ती अशी. मी विचारलं,

'नव्या सुनेने गृहिणी होऊन सगळ्या परिवाराची स्वामिनी व्हावं, अशी इतरांची अपेक्षा असेल तर?'

'स्वामिनी म्हणजे दोन वेळचं जेवण, हवा तेव्हा चहा, लाँड्रीला टाकलेल्या कपड्यांची यादी ठेवणं, कॅलेंडरवरच्या चौकोनांतून दुधाचा हिशोब मांडणं, हेच ना? स्वयंपाकासाठी सुभद्राबाई आहेत आणि बाकीची स्वतंत्र आहेत. तुझं सौंदर्य जखडून ठेवून, सुभद्राबाईंना नाटकात काम देऊ काय?'

प्रारंभीचे दिवस ह्या अशा विषयात. बाकी पंडित लांबलांबच असायचा.

पहिल्यावहिल्या भेटीची इच्छा कशी प्रकट करावी? काही अश्लील चित्रं असलेलं इंग्रजी मासिक माझ्या कपाटात पंडितने गुपचूप ठेवलं. चाळल्यावर माझं शरीर शहारलं. किळस आली. मी त्या दिवशी जेवले नाही. एका अति नाजूक, हळुवार

नात्याची होळी झाली. तोपर्यंत वाचलेल्या कादंबऱ्या, त्या काळातला हळुवार, सूचक शृंगार असलेले चित्रपट... सगळं धूसर झालं. तारुण्याचं आगमन चित्रपट पाहून होत नाही. मनातले धुमारे फुटतात. मनाच्या अथांग आकाशात इंद्रधनुष्य पडतं. हा अंतर्मनातला स्फोट असतो. तिथं निसर्ग उतरतो. सगळ्या निसर्गावर जीव ओवाळून टाकावा, असं वाटायला लावणाऱ्या पेशी लॅबोरेटरीच्या रसायनात बद्ध करता येणार नाहीत. पण त्यांना जिवंत गाडण्याचं सामर्थ्य ह्या अशा घटनांत असतं.

त्या मासिकाची विलक्षण तिडीक आल्याने मी जेवले नाही. सर्वांगावर कपडे असूनही घरातल्या सगळ्या माणसांना मी नग्न दिसेन असं वाटत राह्यलं. दिवसभर स्वत:ला मी खोलीत कोंडून घेतलं.

रतिसुखाच्या वेळेला बाईला अंधार सोबती वाटतो. पुरुषांना उजेड हवा असतो. बाईने डोळे मिटून घेतले की ती 'चिन्मया'पर्यंत पोहोचते. पुरुष 'मृण्मयात'— मातीच्या शरीरापाशी थांबतो. तो चैतन्यागर्यंत पोहोचत नाही. असं असूनही मलाच माझा प्रचंड तिरस्कार कधी वाटला सांगू? मला ती चित्रं पुन्हा पुन्हा पाहावीशी वाटली तेव्हा.

मीही तरुण होते. मलाही भावना होत्या. एकत्र येण्यासाठी मीही आसुसले होते. पण आता कविता हरवली होती. त्या मासिकात पंडितचे आणि माझेच फोटो छापले गेलेत, असं वाटू लागलं.

पती-पत्नीचं मिलन असं असतं? ह्या माणसाला समजून घेऊ शकेन का?

किती वेडा प्रश्न!

हेच करतो आपण आयुष्यभर. आपली नजर स्वत:कडे कधीच वळत नाही. सतत दुसऱ्यावर लक्ष. त्या चित्रांची शिसारी येऊनही मला ती पुन्हा का पाहावीशी वाटत होती? — एखादं मूल मांजराला घाबरतं. वडील माणसाकडे धाव घेतं. रडतं. पण पुन्हा मांजराकडेच बघतं. तिकडे पाहू नकोस म्हटलं तर पटत नाही. माझं पण तेच का व्हावं? ती बीभत्स चित्रं म्हणजे मातृपितृत्वाकडे नेणाऱ्या वास्तवाची क्रूर थट्टा होती. आपल्या अर्धनारीनटेश्वराची धिंड होती. पावित्र्याची प्रेतयात्रा होती. आणि तरीही मी ती दोन-तीनदा पाह्यली.

विशी-बावीशीत, चाळिशी डोकावणार ती अशी. हे विचार आजचे, वीस वर्षांपूर्वीच्या आंदोलनावर लादलेले.

पंडितजवळ कल्पकता नव्हती का? सूचकता नव्हती? कुणीतरी म्हटल्याप्रमाणे 'हा अहिंसेचा हिंसात्मक प्रचार' होता. आता डोळे मिटूनही मी 'चिन्मया'पर्यंत कशी पोहोचणार? चिन्मय विसराच, आता पंडितपर्यंतही पोहोचता येणार नाही.

वैद्यकीय व्यवसायातल्या माणसाला नग्नतेचं काही वाटत नाही. स्पर्शही मेलेला

असावा. पण ती माणसंही प्रेमात पडतात. लॅबोरेटरी आणि शास्त्र ह्यांच्या कचाट्यातून जे जे निसटतं, तेच काव्य, भावना, सुगंध, हवं तर चैतन्य म्हण.
पुरुष आक्रमक असतो असं म्हणतात. वास्तविक स्त्रीच्या शरीरात छपून राह्यलेल्या मिलनोत्सुक भावनेचे मोती शोधून त्याचा हार गुंफला की स्त्रीही भरतीच्या लाटेसारखी किनारा शोधून काढते, हे पंडितसारख्या अनेक पुरुषांना कळत नाही.
भित्र्या माणसांना स्वार्थ अचूक समजतो. दुःख त्याचं नाही. स्वार्थावर रसिकतेचं तोरण लावायचं कौशल्य हवं.
आम्ही एकत्र कसे आलो ते सांगत बसत नाही. महत्त्वाचं सांगायचं ते वेगळं.

नव्या नाटकाच्या तालमीची वेळ तीन ते पाच समजल्यावर पंडित म्हणाला,
'पंचाईत झाली!'
'का?'
'त्यावेळी काकांसाठी फिजीओथेरपिस्ट येतो. त्याला एकट्याला काकांना आवरता येत नाही.'
'इतके दिवस काय केलं?'
'त्याचा असिस्टंट असायचा. दोनच दिवसांपूर्वी त्याने स्वतंत्र प्रॅक्टिस सुरू केली.'
'मी नाटक कॅन्सल करते.'
'भलतंच? मी संत बहिणाबाईंना निरोप पाठवतो. ती दोन तास दुपारची येत राहील.'
मी त्याच्या भरवशावर तयारी केली आणि बहिणाबाई आल्याच नाहीत. पहिल्याच दिवशी मग माझी दांडी.
रात्री दोस्तमंडळ जमलं. बहीण आठ दिवसांसाठी सातारला गेल्यामुळं असं घडलं, असं पंडितने सांगितलं.
'त्यात काय मोठंसं? आधी बोलला असतास तर? मी दोन तास कुलकर्णीला पाठवीन. त्याचा रोल छोटा आहे.'
मग पुन्हा मुहूर्त ठरला. मधेच पंडित शेजारच्या हॉलमध्ये जाऊन आला.
'मित्रांनो, सॉरी! परका माणूस मला चालणार नाही असं काका म्हणतात.'
'एखादी नर्स चालणार असेल, तर मी व्यवस्था करू शकतो. मीराला कायम मॉर्निंग शिफ्ट असते. ती ड्यूटीवरून परस्पर इकडे येईल.'
पंडित म्हणाला, 'मी उद्या काकांची समजूत घालीन.'

'एवढं अडलंय का माझ्यावाचून?' मी रात्री विचारलं.
'प्रश्न अडण्याचा नसतो. आपल्यातले टॅलण्ट्स वाया का घालवायचे?'
मी गप्प राह्यले.

आणि दुसऱ्या दिवशी पाह्यलं तर सुभद्राबाई घरात नाहीत. मकरंदभाऊजींच्या बायकोने, सिंधूताईंनी सकाळच्या ब्रेकफास्टचा बंदोबस्त करून त्या ऑफिसला गेल्या.

'सुभद्राबाई कुठे आहेत?'

'त्यांनी चार वर्षांत रजा घेतली नव्हती. त्या एका महिन्यासाठी अलिबागला गेल्या आहेत.'

ह्याचा अर्थ, आता दोन्ही वेळचा स्वयंपाक मी करायचा.

माझ्या आईचा दूरदृष्टीपणा मला तेव्हा जाणवला. आठवड्यातून दोन वेळा ती मला स्वयंपाकघरात जुंपायची. 'मी काहीही शिकणार नाही आणि जे वाढशील त्याच्याबद्दल नाक मुरडणार नाही' ही तिची शिकवण. पण मोजक्या माणसांचं जेवण वेगळं. मी सकाळीच आईला भेटून आले. परतीच्या वाटेवर पंडितच्या संत बहिणाबाई भेटल्या. आपुलकीने बोलल्या. हॉटेलात नेऊन डोसा खायला लावला. इतकंच नव्हे, तर घरी येऊन मला स्वैपाकात मदतही केली. लते, गंमत अशी की, त्या आत्ता साताऱ्यात असायला हव्या होत्या, ह्याचंही मला विस्मरण झालेलं. जेवताना डोळा मिचकावीत त्यांनी विचारलं, 'पंडितला खूष केलं की नाहीस?'

टाळक्यात प्रकाश पडून तेव्हा मी म्हणाले, 'परवा तुमच्याकडे बोलले असतीलच की!'

'भेटतोय कुठे तो?'

माझा हातातला घास हातातच राह्यला. 'सातारा' वगैरे सगळ्या थापा होत्या. सहज भेटायचं निमित्त करून आई आली. तिने सात-आठ माणसांना किती प्रमाणात स्वैपाक करायचा ह्याचा अंदाज दिला, मदत केली आणि ती घरी गेली.

संध्याकाळी पंडित घरी आला तेव्हा दोन डझन पोळ्या संपवून मी नुकतीच शांत बसले होते.

'तालमीला गेली नाहीस?'

'सुभद्राबाईंची भूमिका कोण करणार?'

पंडित चिडला. 'तार करून सुभद्राबाईंना लगेच बोलावून घेतो' असं म्हणत मी थांबवायच्या आत तो बाहेर पडला.

सुभद्राबाई आल्या नाहीत. इतकंच नव्हे, तर महिन्याने त्या परतल्या तेव्हा त्या म्हणाल्या,

'पंडितरावांनीच मला विश्रांतीसाठी पाठवलं होतं.'

त्यानंतर एका चित्रपटासाठी ऑफर आली होती. त्यावेळी जाऊबाईंचं बाळंतपण मधे आलं. त्या चांगलं चार महिने त्यांच्या माहेरी राहाणार होत्या. त्यांना घरातल्या पैकी नेमकं माहेरी कुणी जाऊ दिलं नाही ते मी आजपर्यंत विचारलं नाही.

माझा भविष्यकाळ उज्ज्वल आहे, असं कोणी होराभूषण सांगायचा. म्हणून किमान पाच वर्षं घरात पाळणा हलू द्यायचा नाही, असं पंडितने ठरवलं होतं आणि तिथंही मीच पुढाकार घेतला तरच...

तू अडीच वर्षांची झालीस. पुन्हा नाटक.'आपण आता हा विषय कायमचा विसरू या का?'

'नॉट ॲट ऑल! तुझं नाव सर्वत्र झळकलेलं दिसावं, ही माझी महत्त्वाकांक्षा आहे.'

लते, मोठी गंमत आहे ना? कष्ट करायचे मी, त्यात पंडितने अडथळे आणायचे, ते पार करून माझं नाव व्हावं ही पंडितची अँबिशन. स्वत:च्या नोकरीत एका साध्या परीक्षेला, थोडा अभ्यास करून बसले असते, तर कंपनी त्यांना सिडनेला पाठवणार होती. स्वत:चं नाव कमवावं, ही महत्त्वाकांक्षा नाही.

मी शांतपणे विचारलं,

'लताला कोण सांभाळणार?'

'वहिनींच्या मुलांना तू सांभाळलंस आणि अजूनही संयोगितेकडे तू पाहातेस, म्हणून दोघीजणी नोकरी करू शकताहेत.'

'आपण परस्पर कुणी काय करावं, हे सांगणारे कोण?'

'तालमी रात्री दहानंतर असतील. अर्धापाऊणतास खेळवलं की लता झोपते.'

'हे त्यांनी सांगायला हवं. तुम्ही नव्हे.'

'विचारीन उद्या.'

'आपली लता ही आपली जबाबदारी आहे.'

मधे बराच वेळ गप्प राहून मग पंडित म्हणाला,

'मी सांभाळीन.'

पहिल्या दिवशी तालमीला जाण्यापूर्वी मी तुझे आजोबा, पंडितच्या वडिलांना आणि त्यांच्या बंधुराजांना — दामोदरमामंजींना नमस्कार करायला गेले तेव्हा मामंजींचा एक पैलू समजला.

'तुला ह्या घरात ह्या घरातली सून आणि गृहिणी म्हणून आणलेलं आहे.'

त्या क्षणी पंडित जे प्रथम तावातावाने बोलला ते आठवलं, दुधाचे, रतिबाचे आकडे आणि कॅलेंडरवरचे चौकोन, एकदम डोळ्यांसमोर आले.

मी चमकून दोघांकडे पाह्यलं. पण नम्रपणे म्हणाले, 'घरातल्या सगळ्या जबाबदाऱ्या संपल्यावर जो रिकामा वेळ मिळतो...''

दामोदरमामंजी फटकन् म्हणाले,

'त्यात तालमी होतील. उद्या दौरे होतील तेव्हा?'

ह्या प्रश्नावर लते, मी माझ्या दोन्ही जावांचा उल्लेख केला. तुलना म्हणून नव्हे तर तीनही सुनांच्या बाबतीत एकच धोरण का नसावं म्हणून. नाटक हा आपल्या घरात

आवडीचा विषय. दामोदरमामंजी पण त्यांच्या लहानपणी घरातून पळाले होते. रंगभूमीवरचा शेवटचा धैर्यधर म्हणजे गंगधरपंत लोंढे ह्यांच्या कंपनीत होते.

ते मामंजी म्हणाले, 'त्या सुना ऑफिसच्याच नाटकांतून कामं करतात, त्यांचं आम्ही उदंड कौतुक करतो, कारण दोघींकडे 'स्पार्क' नाही. तुझे टॅलण्ट्स आम्हाला कळतात.'

पंडित प्रथमच म्हणाला,

'आजच्या दिवस जाऊन येतो.'

तुला सांभाळण्याची जबाबदारी पंडितने स्वीकारली, पण जितक्यास तितकीच. एक दिवसाआड पंडित तुला हॉलवर आणायला लागला. तुला पंडितपेक्षा जास्त मीच हवी असायची. त्याचा लळा लागणार नाही ह्याबद्दल तो जागरूक होता. तू हॉलवर आलीस की मला चिकटत होतीस. एरवी, लवकर झोपणारी तू, पण तालमी सुरू झाल्या आणि तुझी झोप उडाली.

रंगीत तालमीला पंडित आला नाही. पण एक अंक संपायच्या वेळेला त्याने थिएटरवर फोन केला, 'लता माझ्याजवळ अजिबात राहात नाहीए, मी सांभाळून थकलो. लवकर ये.'

'मला नाटकात मुळीच रस नाही. तुमची महत्त्वाकांक्षा पूर्ण व्हावी म्हणून सगळं चाललंय.' असं सांगून मी फोन बंद केला.

लते, योग असे की ते नाटक झालंच नाही. रंगीत तालीम संपवून घरी जाताना, नाटकातला हिरो कुमार फडणीस, त्याची स्कूटर 'स्कीड' झाली. प्लॅस्टरमध्ये पाय घालून चार महिने आडवा होता.

तू कदाचित असं विचारशील, पंडितचा ढोंगी, दुटप्पीपणा प्रथम जेव्हा ध्यानात आला, तेव्हा मी त्याला फैलावर का नाही घेतलं?

माझ्या आईची शिकवण वेगळी होती. सुज्ञ होती. तिच्या शिकवणीचा आत्तापर्यंत फायदा झाला. ती सांगते, 'माणूस ओळखायचा असेल तर गप्प, शांत राहावं. तुम्ही वादविवाद करीत राह्यलात तर वास्तू तामसी होते. खरं-खोटं करायला, रुजवात करायला गेलात की माणसं बेमालूम खोटं बोलतात. पोटच्या पोरांच्या गळ्यावर बिनदिक्कत हात ठेवून, नफ्फडपणे थापा मारतात. पुन्हा तसंच वागतात. स्वत:चं बोलणं दुसऱ्याच्या तोंडी घालतात. ह्या सगळ्या खेळात आपण जितकं खोल जाऊ, तितका घोळ वाढतो. आपल्याही काही विधानांची त्यात भर पडते. शेवटी सगळी धडपड कशासाठी? माणूस समजावा ह्यासाठी का? तर आपलं आयुष्य सोपं व्हावं म्हणून. माणसं आपोआप एक्सपोज होतात. एखादी जखम उघडी ठेवली की त्याच्यावर आपोआप नवी कातडी येते.

आईचं वाक्य न् वाक्य मी जगले. मनस्ताप खूप झाला. पण तो वादावादी करूनसुद्धा होतो. त्यापेक्षा आपले डावपेच कुणाला कळत नाहीत, अशा भ्रमात समोरच्याला ठेवावं. डावपेच फसवतात असं लक्षात आलं की माणूस खऱ्या रूपात प्रगट होतो.

आणि पंडितचं तेच झालं.

एकीकडे मला कायम उत्तेजन द्यायचं. परमेश्वराने सौंदर्य दिलं, चांगली फिगर दिली. मी सोशल आहे, पण तुलाच अँबिशन नाही असे आरोप करून झाले. नंतर मी गृहिणी, स्वयंपाकीण, सून, काकी अशा प्रकारचं वर्तुळ स्वीकारलं.

मेडिकलसाठी तू कोल्हापूरला निघालीस तेव्हा मला म्हणालीस,

'आई, संसारासाठी तू खूप राबलीस. सहन करण्याची आपली वृत्ती सगळ्यांना समजली की नोकरसुद्धा त्याचा फायदा घेतात. आता स्वत:साठी जग. सगळ्या परिवारासाठी तू तुझ्या आयुष्याचे तुकडे केलेस. बाबा नक्की कसे आणि किती मतलबी आहेत ते मलाही समजलंय. आता एखादं प्रपोजल आलं तर बेधडक 'हो' म्हण. बाबांना नंतर सांगायचं. घरांतली मोठी माणसं गेली. काका विभक्त झाले. त्यांची ह्या घराची गरज संपली तेव्हा त्यांनी स्वतंत्र फ्लॅट्स घेतले. 'हो' म्हण त्याशिवाय हात सोडणार नाही. अजून छान दिसतेस.'

फाटकात उभं राहून तू हे सगळं बोललीस. अगदी महत्त्वाचं, जिव्हाळ्याचं असं बोलणं फाटकापाशीच होतं नाही का? केशराच्या काड्या, क्वचित वेलदोड्याची पावडर सरबताच्या पेल्याच्या तळाशी राहातात तसं.

त्याशिवाय घराला भिंती असतात. भिंतींना कान असतात. फाटकाजवळ काहीच नसतं. ते घरांना बंदिस्त करतं, पण फाटक ओलांडलं की विश्व तुमचंच.

मला नाटक मिळालं. मी ते स्वीकारलं. मग चिडाचिडी, आदळआपट. मी शांत राह्यले. लक्ष दिलं नाही. घरातच राह्यचं अशा ठाम भूमिकेवर त्याने मला आणून ठेवलं आणि मग तो शांत, निर्धास्त झाला आणि माझं बदललेलं रूप पाहून खरा पंडित मला दिसला.

एकदा मी कॅलेंडरवरच्या चौकानांकडे पाहात असताना त्याने विचारलं,

'महिन्यात किती लिटर झालं?'

त्याच्याकडे न बघता मी सांगितलं,

'ते चौकोन आता मागे पडलेत. आता मी प्रयोगाच्या तारखा मार्क करतेय.'

पहिला प्रयोग होता पुण्यात. पंडित स्टेशनवर पोहोचवायला आला. गाडी सुटता सुटता तो मला म्हणला,

'आता तू बाहेर पडली आहेस. बाईला एका वेळेला एकच गोष्ट संपूर्ण मिळते. बाहेरचं जग किंवा स्वत:चं हक्काचं घर. दोन्हीपैकी काय मिळवायचं आणि काय

गमवायचं हे प्रवासात ठरव.'

दोन प्रयोग झाले. हे नाटक व्यावसायिकदृष्ट्या यशस्वी होईल की नाही, अभिनेत्री म्हणून मला नाव मिळेल की नाही, सगळं अंधारात आहे. नंतर नवी नाटकं मिळतील का? नाटककारच उरलेले नाहीत.

पंडितशी लग्न करताना मी पंडितमध्ये आणि त्याच्या परिवारात काय पाह्यलं? मला दाखवायला आणलं तेव्हा पाह्यलं, की प्रत्येकाजवळ स्वतंत्र 'लॅच-की' होती. दरवाजा उघडण्यासाठी कुणालाही धावपळ करावी लागत नाही, ह्याच्यावर मी भाळले. आज वाटतं, जी मुलगी भाळली ती माधवी होती का? नाही!

ते होतं वय वर्षं सोळा. जे माझ्या विशीपर्यंत रेंगाळलं. त्या वयाला वाटलं, घरात खूप माणसं आहेत. सांभाळायला बरीच आहेत. तशी ती संख्येने होतीच. पण एका छताखाली तीन विभक्त कुटुंब होती. प्रत्येकजण स्वत:च्या खोल्यांची दारं लावून बसायचा. आपण सगळे वर्तुळाकार बसून, गप्पागोष्टी केल्याचं तुला आठवतं का? मला स्वतंत्र किल्ल्या दिसल्या.

तटबंदीचं कुलूप दिसलं नाही. कारण अशा दारांना कडी-कोयंडे नसतात. आतल्या गाठीची माणसं जशी असतात तशी हल्लीच्या दारांजवळ पोटात जाणारी कुलुपं असतात.

'वय वर्षं सोळा'ला ती दिसत नाहीत.

आणि आता लते, तू लिहितेस, 'प्रत्येकापाशी स्वत:ची गाडी आहे. सतीशच्या आईसुद्धा ह्या वयात कायनॅटिक...'

किल्ल्यांची जागा 'मारुती' आणि 'होंडा' ह्यांनी तर घेतलेली नाही ना?

विचार कर!

तुझी,

माधवी

■

# मुझे जिने दो

नेहमीप्रमाणे परवानगी न घेता विश्राम केदारकाकांच्या केबिनमध्ये घुसला.

"परवानगी न घेता आलो."

"त्यात नवीन ते काय? कामाचं बोला."

"काम नेहमीचंच. आमच्या बंगल्यातला तो लाकडी जिना केव्हा उडवताय?"

"विश्राम, तो जिना हे तुमच्या वास्तूचं भूषण आहे. आमच्या मित्राची क्रिएशन आहे. ती बघायला तो जिवंत राह्यला नाही, हे दुर्दैव. साईटवर, सेंटरिंग कोसळून गेला. पण मरण्यापूर्वी माधुरीला म्हणाला होता, 'शेवटची इच्छा सांगतो. जिना लाकडी हवा. त्याला जी ग्रेस आहे ती कोणत्याच जिन्याला नसते.' कितीतरी माणसं त्या जिन्याचे फोटो काढायला येतात. त्यातल्या त्यात मिडलँडिंगचे. तुझ्या माधुरीची ती आवडती जागा. तेवढ्यासाठी, सगळा जिना चार फूट रुंद असला, तरी मिडलँडिंगची रुंदी साडेसहा फूट आहे. तिथं सोफा, सुरेख टेबल लँप, सगळा हॉल तिथून दिसावा. ह्या सगळ्या योजना आमच्या वाशाच्या. सगळ्या बंगल्यापेक्षा माधुरीला तिथं बसलं म्हणजे शांत वाटतं. जास्तीत जास्त कल्पना तिला तिथं बसल्यावर सुचतात. त्या जिन्याबद्दल आज मी इतकं सविस्तर बोलतोय. तुमचं त्या जिन्याशी एवढं वैर का?"

विश्राम टेबलावर मूठ आपटीत म्हणाला,

"ते मिडलँडिंगच खतरनाक आहे. ते एक फिचर असं तुम्ही मागच्या वेळेला म्हणालात. मला तर चक्क तिथं भुताटकी वाटते. काका, यू वुईल नॉट बिलिव्ह, पण ते मिडलँडिंग एखाद्या घसरगुंडीप्रमाणे तिरकं होतं. मला पडायला होतं."

"विश्राम, थोडं वडिलकीच्या अधिकाराने काही सांगू का?"

विश्राम गप्प राह्यला.

"तुमचं ड्रिंक्सचं प्रमाण वाढल्याचं माधुरी सांगत होती."

"ड्रिंक्सचा आणि माझ्या पडण्याचा काही संबंध असता तर माझा झोक कुठंही गेला

असता. मिडलँडिंगवरच हे का होतं? आणि माधुरीची पण कमाल आहे. वरच्या मजल्यावर दोन बेडरूम्स बांधल्या आहेत. मास्टर बेडरूममध्ये बसावं. ते नाही. कायम मिडलँडिंगवर. तिला तिथं हाकाही ऐकू येत नाहीत. ती समाधीत जाते म्हणे. स्टुपिड!''

''प्रत्येकाचे आनंद वेगळे असतात. माधुरीचा हा आनंद अत्यंत निरुपद्रवी आहे.''

''तिच्या दृष्टिकोनातून. माझं काय?''

'थोड्या करड्या आवाजात काका म्हणाले,

''माधुरीच्या दृष्टिकोनातून पाह्यलं तर तुम्ही हल्ली पिण्यावर जोर दिला आहेत, हेच तिला छळतंय, त्याचं काय?''

''त्याच्याशी मला कर्तव्य नाही.''

''संसारात असं म्हणून कसं चालेल?''

''संसारात सगळ्यांचा विचार करीत राह्यलो तर मग मला जगायलाच नको.''

''प्रेमाने सगळं मिळतं.''

''ज्यांना मिळतं त्यांना मिळतं. आमच्या मातोश्री मी आठ वर्षांचा असताना, संसार सोडून त्यांच्या प्रियकराबरोबर पळून गेल्या. आम्हाला कुणाचं प्रेम मिळालं नाही, त्यामुळे मला प्रेम म्हणजे बकवास वाटतो. त्रास देणाऱ्या गोष्टी मी उखडून टाकतो. तेव्हा, त्या जिन्याचं बोला. माझ्या पिण्याचा सवाल नाही. आज सकाळीही मी एक पेग घेऊन ड्रायव्हिंग करीत आलोय. कुठेही, काहीही मला होत नाही. ते मिडलँडिंगच हॉरिबल आहे. तो लाकडी जिना उडवा, काँक्रीटचा करून घ्या. महिन्याच्या आत. तोपर्यंत माधुरीची समजूत घाला, नाहीतर त्याच प्रिमायसेसमध्ये वेगळं स्ट्रक्चर फक्त त्या जिन्यासाठी बांधा. मी पार अपसेट् आहे, म्हणून असं बोलतोय. आय ॲडमायर यू.''

विश्राम गेला.

हा प्राणी इथून पुढे नेमका कसा वागणार आहे? माधुरीचं कसं होईल? जिन्याचं काय करायचं? त्या मिडलँडिगमागचं रहस्य फक्त आपल्याला माहीत आहे. आपण ते माधुरीला सांगितलेलं नाही. विश्रामसारखा माणूस आत्मकेंद्री आहे. तो जित्याजागत्या माणसांच्या भावनांना किंमत देत नाही, तिथं निर्जीव जिन्याचा काय प्रश्न? जाऊ दे. तेवढीच वेळ आली तर बघू.

मधे पंधरा दिवस गेले आणि रात्री दोन वाजता फोन वाजला.

विश्रामला अपघात झाल्याचं कळताक्षणी काकांची झोप खाडकन् उडाली. टेलिफोनच्या बेलनेच त्यांना जाग आली होती. बेडरूमचा दरवाजा उघडायच्या आतच फोन कुणीतरी घेतला होता. मग ते उठले नाहीत. तितकाच महत्त्वाचा निरोप असेल तर राजा सांगत येईलच. तेवढ्यात राजा कॉर्डलेस घेऊन आलाच. त्याच्याही डोळ्यांवर

झोप होतीच. घोगऱ्या आवाजात तो म्हणाला,
“माधुरीचा फोन आहे.”
“किती वाजले रे?”
“अडीच.”
“इतक्या अपरात्री फोन?” असं म्हणत काकांनी फोन घेतला. विश्रामने काहीतरी केलं असेल, असा विचार करीत ते म्हणाले,
“बोल बेटा.”
“तुम्हाला अवेळी उठवलं केदारकाका.”
“तो तुझा अधिकार आहे.”
“हे जिन्यावरून पडलेत.”
“प्यायला असेल?”
“मला मारायला धावले आणि मिडलँडिंगवरून पडले.”
“म्हणजे मागच्यासारखंच.”
“त्यानंतर दोन वेळा तसंच झालं होतं.”
“बोलली नाहीस तेव्हा?”
“नुसतं खरचटण्यावर भागलं होतं, मुका मार होता आणि कुठं तुम्हाला त्रास द्यायचा म्हणून गप्प राह्यले. पण आता...”
“बोल.”
“फ्रॅक्चर असावं.”
“मी येतो. तू थांब.”

वीस-पंचवीस मिनिटांत केदारकाका माधुरीकडे पोहोचले. विश्रामचे मित्र होते, पण ते सगळे प्यायलेले. विश्रामला आधार द्यायला ते उठायचे आणि स्वतःच पडायचे. केदारकाका ओरडले.
“सगळे बाजूला व्हा. स्वतःला सांभाळता येत नाही आणि दुसऱ्याला आधार देताहेत. ह्या बेशरम मित्रांना, माधुरी, ह्यापुढे दार उघडू नकोस.”
केदारकाकांनी विश्रामला सोफ्यावर आडवं झोपवलं. ‘बेशरम’ शब्दाचा अर्थ समजेल इतपत शुद्धीवर कुणीतरी एक होता. तो बरळल्यासारखं अडखळत म्हणाला,
“कुणीतरी कुणालातरी बेशरम म्हणालं. कुणी म्हटलं?”
“मी म्हणालो.”
“कुणाला म्हणालात?”
“तुमच्यासारख्या शरम सोडलेल्यांना म्हणालो.”
मग ते फोनकडे धावले. त्यांनी एका ओळखीच्या ऑर्थोपेडिक सर्जनला फोन

केला. तो तातडीने निघाला. तोपर्यंत विश्रामच्या एका मित्राचं बरळणं चालूच होतं.
"बेशरम? कोण बेशरम? आम्ही?-आम्ही? ते कसं काय बुवा? केवळ ड्रिंक्स घेतो म्हणून? काऽऽय कर्णार? मंत्री लुबाडतात...आय डिस्कार्ड मिनिस्ट्री. साले, वाट्टेल तेव्हा पेट्रोलचे भाव वाढवतात. समबडी शुड किल् देम. ते सगळे बेशरम."
"तुम्ही आता गप्प बसा." काका ओरडले.
"गप्प बसल्यामुळे ऽऽऽऽऽ तर पन्नास... फिफ्टी इयर्स हेच चाललंय."
काकांनी त्या बडबडणाऱ्याला शेपटी एका खोलीकडे ढकलत नेलं आणि तिथं कोंबून टाकलं.
तोपर्यंत डॉ. कटादरे आले.
"या अस्थिविसर्जनविशारद!"
"लेका, तुझा जावई इथं ह्या अवस्थेत पडलाय. आत्ता तरी सरळ बोल."

त्यानंतर काटदरेंचं क्लिनिक, एक्स-रे, तातडीने उजव्या पायाला प्लॅस्टरिंग, मग झोपेचं औषध आणि वॉर्डमध्ये रवानगी. हे सगळं आपलेपणाने, जातीनिशी पाहून काका माधुरीला म्हणाले,
"तू आता इथं झोप. मी थांबतो."
"मला आता कुठे झोप येणार आहे? आत्ता तासाभरात उजाडेल. ह्यांची झोप झाली म्हणजे तुमच्या टाळक्याशी नेहमीची पिरपिर सुरू करतील. डोकं उठवतील."
"कशासाठी?"
"त्यांना तो लाकडी जिना उडवायचा आहे. माझं त्या जिन्यावर जितकं जिवापाड प्रेम आहे, तितकी त्यांच्या डोक्यात त्या जिन्याबद्दल तिडीक आहे."
"मूर्खपणा आहे."
"गेल्या तीन वर्षांत त्यांनी गौरव करावा अशी कोणती गोष्ट केली?"
"माणसं इतकी कशी बदलतात हेच कळत नाही. पूर्वी कसा होता आणि आता..."
माधुरी पटकन म्हणाली, "हा लक्ष्मीचा शाप."
"लक्ष्मीला शाप देऊ नकोस बेटा."
"फुकटात लक्ष्मी मिळाली म्हणजे दुसरं काय होणार? अनेक उदाहरणं आहेत अशी. हे विश्रामचे टोळभैरव रोज फुकट दारू ढोसायला इथं येतात त्यांचं काय? सगळे बडे बापके बेटे."
"माधुरी, तरी सांगतो, लक्ष्मी वाईट नाही. अगं माझा वाशा, तुझा बाप, त्यालाही वडिलोपार्जित इस्टेट अल्लद मिळाली होती. बसून खायचं ठरवलं असतं तर ददात नव्हती. पण वाशाने तसं केलं नाही. भाऊकाकांना ह्याचं श्रेय आहे."
"मला माझे आजोबा आठवत नाहीत."

"पोलादी माणूस होता. तुझ्या आईवर आतोनात जीव होता त्यांचा. पोटच्या पोरीसारखी भाऊकाका सुनेशी म्हणजे तुझ्या आईशी वागत होते. आणि त्याहीपेक्षा सासऱ्याची माया जाणून घेण्यासाठी एक बौद्धिक कुवत लागते. ती तुझ्या आईजवळ होती. कोणताही सासरा तेव्हाच भाग्यवान ठरतो, जेव्हा सुनेला सासऱ्याच्या मनातला ओलावा जाणवतो. आमच्या भाऊकाकांनी सुनेला अनेकवार क्षमा केली, वाशाला नाही. मुलाशी ते करडेपणाने वागले. अर्थात सुरुवातीला."

माधुरीला हे सगळं नवीनच होतं. तिच्या वयाच्या चौथ्या वर्षी तिची आई गेली. दुसऱ्या बाळंतपणाच्यावेळी. 'स्टिलबॉर्न' बेबी होती. डॉक्टरांची चूक झाली, आई वाचली असती पण तीही गेली, इतकंच तिला माहीत होतं. तेही संपूर्णपणे नाही. वडील आर्किटेक्ट झाले. नावारूपाला आले. केदारकाकांसारखा स्ट्रक्चरल इंजिनियर पार्टनर म्हणून लाभला. सख्ख्या भावासारखे ते पाठीशी राह्यले. वडिलांच्या मागे, त्याची उणीव भासली नाही इतकं केदारकाकांनी प्रेम केलं. आता ह्याक्षणी माधुरीला वाटलं, 'आज आई हवी होती.' तिने ते व्यक्त केलं. तिला खूप वर्षांनी तसं वाटलेलं पाहून, केदारनाथ म्हणाले,

"तुझी आईच का? मला तर वाटतं, भाऊकाका सुद्धा हवे होते. फार वेगळ्या विचारांचा माणूस. दुर्मिळ माणूस. त्याने विश्रामला आयुष्यात माफ केलं नसतं."

"वेगळ्या विचारांचा म्हणजे कसे?"

"आमचा वाशा, तुझाच बाप तो. मी वेगळं काय सांगणार? आईच्या मागे, दुसरं लग्न न करता त्याने तुला आईची उणीव भासू दिली का?"

माधुरी अंतर्मुख होत म्हणाली, "ते जन्माने आई जास्त होते की बाप हा प्रश्न मला कधीच सुटला नाही."

"ते मी सांगतो. अगदी शरीरशास्त्र, अर्थात, तिथंही 'जिन्स' नावाचं अज्ञात कोडं आहेच."

इतकं बोलून केदारकाका जरा थांबले. 'ट्रान्स'मध्ये गेले. बोलताबोलताच ते असे अधूनमधून गप्प होतात, 'समाधीत' जातात, हे माधुरीला परिचयाचं होतं. विसुकाका आपले वडील. केदारकाका जिगरजान दोस्त. केदारकाकांची पत्नी, सुजाता तेवढीच अलौकिक. ह्या तिघांच्या सहवासात, लालनपालनात आईची उणीव कधीच भासली नव्हती. ह्यात प्रश्नच नव्हता. होती ती फक्त अँक्झायटी, क्युरिऑसिटी. तिची व्याप्ती माहीत नव्हती.

कशावरून काय आठवेल ह्याचा भरवसा नाही. केदारकाकाच्या घरी एक दीड फूट डायमीटरचा पृथ्वीगोल होता. माधुरी केव्हातरी तो खूप निरखून पाहात असे. अमेरिका, युरोप, अफ्रिका, ऑस्ट्रेलिया इतकंच काय, अक्षांश-रेखांश, सगळ्यांनी

ती भारावली होती. केदारकाका कायम घाईत असत. ते असेच धावतपळत त्या खोलीत आले. त्यांनी सेल्फवरून एक आर.सी.सी. वरचं पुस्तक काढलं. माधुरी तेव्हा मॅट्रिकही झाली नव्हती. पण तो प्रसंग कायमचा शिलालेखाप्रमाणे कोरला गेला होता. काकाही तिथं येऊन उभे राहिले. तो पृथ्वीगोल त्यांनी हाताने गोल गोल फिरवला आणि आपल्याला विचारलं,

''ह्या पृथ्वीवर सर्वात मोठा देश कोणता, ते पाहून ठेव. मी पाच मिनिटांत येतो. इथं ॲटलास पण आहे. त्यात प्रत्येक देश, प्रत्येक सिटी ह्याची माहिती आहे. Which is the biggest city in the world?''

असं म्हणत ते धावलेसुद्धा. आपण वेड्यासारख्या तो पृथ्वीगोल फिरवत राह्यलो. पुस्तकात डोकावत राह्यलो. प्रत्येक सिटीचं क्षेत्रफळ किती एवढंच वाचत गेलो आणि तो शोध संपायच्या आत काका आलेही. त्यांनी आल्या आल्या विचारलं, 'मग बिगेस्ट सिटी सापडली की नाही?' इतकं विचारून ते स्वत:च मोठमोठ्यांदा हसायला लागले आणि आपल्या गोंधळलेल्या चेहऱ्यावरून हात फिरवून ते म्हणाले,

''बेटा, सर्वात मोठी सिटी, प्रत्येकाच्या मनात असते. प्रत्येकाच्या म्हणजे जो विचार करतो त्याच्या. त्या सिटीचं नाव आहे. 'क्युरिॲसिटी.' बुद्धी जेवढी प्रगल्भ तेवढी ही सिटी मोठी.''

आणि नंतर ते एकदम गंभीर झाले. पृथ्वीगोल हाताने फिरवत राह्यले. ते त्या पृथ्वीगोलाकडे पाहात होते पण आत्ता त्यांच्या नजरेसमोर जणू तो नव्हताच.

''काका...'' आपण हाक मारली. ते भानावर आले. सावध झाले.

''काका, काय झालं?''

''आपण कायम जगाचा विचार करतो. दुसऱ्याचा. तेवढा स्वत:चा कधी करणार? सर्वात मोठी सिटी मनात असते. मन म्हणजे काय? त्याचं क्षेत्रफळ कसं काढायचं? मन तर फार दूर राह्यलं. 'म' म्हणजे मरेपर्यंत आणि 'न' म्हणजे नष्ट. मरेपर्यंत नष्ट होत नाही ते मन. तेव्हा त्याचं क्षेत्रफळ, उंची, खोली, व्याप्ती कधीच कळणार नाही. शरीर तरी समजलं आहे का? माधुरी, माणसाच्या शरीरात 'सेल्स' किती असतात, माहीत आहे? सिक्स्टी ट्रिलियन. म्हणजे एकावर अठरा शून्य द्यायची. अशी साठ ट्रिलियन्स. 'पूर' म्हणजे नगर. नागपूर, सोलापूर ह्याप्रमाणे. म्हणूनच साठ ट्रिलियन्सचं एक गाव म्हणजे पूर. मानवी देहाला 'पुरुष' म्हणतात. 'पुर'वरून तयार झालेला शब्द. ह्याचा निर्माता किती महान असेल? तसा ह्या पृथ्वीचा निर्माता, पृथ्वीत राहून पृथ्वी निर्माण करू शकणार नाही. कुंभार घड्याच्या बाहेर राहतो म्हणूनच घट घडवू शकतो.''

केदारकाकांची ही 'ट्रान्स'मध्ये जाण्याची सवय माधुरीच्या परिचयाची होती.

आत्ताही ते हरवले. माधुरीने हाक मारली. केदारकाका भानावर आले.

''समाधी झाली?''

''समाधी फार वरची जागा आहे बाई. आपण फक्त ध्यान करू शकतो.''

''ते आता राहू दे. तुम्ही माझ्या बाबांबद्दल सांगता सांगता 'जिन्स'पर्यंत गेलात.''

''मी अजून तिथंच आहे. आमच्या वाशात 'पुरुषतत्त्व' जितक्या प्रमाणात आहे तितक्याच प्रमाणात 'स्त्रीतत्त्व' आहेत. तो बापही होऊ शकतो आणि आई पण.''

''तुम्ही तिघांनी इतका माझ्यावर वर्षाव केला आहे म्हणूनच त्याच्याही पलीकडे 'आई' आणखी वेगळी म्हणजे कशी असेल? ह्याचीच क्युरिऑसिटी आहे. काही कमी पडलं म्हणून आईची आठवण येत नाही.''

''माधुरी, तू खूप भाग्यवान मुलगी आहेस. वाशासारखा बाप तुला लाभला होता. त्याचं नाव वासुदेव. मी त्याला वाशा म्हणतो ते मात्र वेगळ्या कारणाने, हे तुला माहीत आहे ना?''

''कधीपासून. 'वास्तुशास्त्रज्ञ'चं तुम्ही 'वाशा' केलंत.''

''व्यवसायाच्या नावाने व्यक्तीला हाक मारण्यात मी त्याच्यातल्या आर्किटेक्टचा सन्मान करीत होतो. त्याचं श्रेय मात्र भाऊंना. त्यांनी वाशाला घडवला. बाप असावा तर असा.''

माधुरीच्या प्रश्नांकित चेहऱ्याकडे पाहात केदारकाका म्हणाले, ''भाऊ जेमतेम मॅट्रिक झाले होते. शेअरबाजारात नुसते चकरा मारायचे. वाणी मिठ्ठास. कुणाच्या ओळखी कशा वाढवल्या पत्ता लागला नाही. अडत्याचा व्यापार सुरू केला. तोही घाऊक प्रमाणावर. धंद्यात डावपेच केले, लबाड्या केल्या नाहीत. वाशा मॅट्रिक झाला. आर्किटेक्ट व्हायचं म्हणाला. भाऊंनी विचारलं, 'किती खर्च येणार ते सांग.' तेव्हा वाशाने काय ते सांगितलं. भाऊ म्हणाले, 'तुझ्याजवळ तेवढे पैसे असतील तर जरूर शीक.'''

''माय गॉड! आजोबा असं म्हणाले?''

''हो. त्यांनी वाशाला पुढे सांगितलं, 'बाजारात कोणतीही वस्तू फुकट मिळत नाही. बेअब्रू ही एकच गोष्ट न मागता मिळते आणि ज्यांच्याजवळ प्रचंड पैसा आहे, त्याच्या चारित्र्याची कुणी चर्चा करीत नाही. त्यातून तुला शिकायचंच असेल तर तुला कर्ज मिळावं म्हणून मी शब्द टाकीन.''

''काका, तुम्ही सांगताय म्हणून...''

''विश्वास बसतोय ना? जे घडत गेलं ते सांगतोय. वाशाने वडिलांकडेच कर्ज मागितलं. कोर्स पुरा केला. ऑफिससाठी पुन्हा कर्ज काढलं. आणि पाच वर्षांत ते सगळं व्याजासकट फेडलं. त्याला कामंही खूप मिळत गेली. मला त्याने पार्टनर केलं आणि गंमत म्हणजे ज्या दिवशी कर्जाचा शेवटचा हप्ता घेऊन आम्ही रुबाबात

भाऊंसमोर उभे राह्यलो तेव्हा, म्हणजे तो प्रसंग आत्ताही डोळ्यांसमोर येतोय, तर हल्लीच्या कॉलेजच्या मुलांच्या भाषेत सांगायचं तर, भाऊसाहेबांनीच आमचा 'पोपट' केला. त्यांनी वाशासमोर, माझ्यासमोर पासबुक ठेवलं. वाशाने परत केलेले पैसे, त्याच्याच नावावर भाऊंनी जमा केले होते. पासबुक हातात ठेवत ते म्हणाले, 'तुला आपकमाई आणि बापकमाई ह्यातला फरक समाजवा, लक्ष्मीची ताकद समजावी म्हणून हे करावं लागलं. आता तुला प्रत्येक रुपयाची किंमत कळेल.' माधुरी, चार बुकं शिकलेल्या माणसाला हे जे व्यवहारज्ञान येतं ना, ते आजच्या कॉम्प्युटरयुगात कितीजणांना येतं आणि कोणत्या शिक्षणक्रमात हे सामर्थ्य देण्याची ताकद आहे सांग—भाऊ हवे होते, असं आजही वाटतं."

"एकाएकी गेले ना?"

"तुझी आई गेली त्या धक्क्याने गेले."

"काय सांगता?"

"त्या धक्क्यामागे विचार वाशाचाच होता. पत्नी गेली की विश्व हरवलं. सूर नुसता सूरच राहतो. उरलेल्या आयुष्याचं संगीत होत नाही. सूर म्हणजे संगीताची जननी. बासरी ही नुसती भोकं असलेली बांबूची नळी असते. ओठांतून फुंकर, प्राणाचं चैतन्य देणारा गेला की बासरीचा पुन्हा बांबू झाला. एका टोकाला कापडाचा तुकडा लावलेली ती झटकणी होते. प्रेम करणारी इतर कितीही माणसं भोवती गोळा झाली तरीही तो निव्वळ ऑर्केस्ट्रा होतो. काही काळ मनोरंजन होतं, इतकंच. पत्नी म्हणजे बासरी. त्याहीपेक्षा मी म्हणेन पुरुष म्हणजे बांबूची नळी. प्राणांची फुंकर घालून ओठाला लावणारी पत्नी गेली की नवऱ्याची झटकणीच होते. वाशा आता कसा जगणार, ह्या चिंतेत भाऊ गेले. वाशा डॉक्टरवर फिर्याद करायला निघाला होता. भाऊंनी त्याला आडवलं. त्यांनी सांगितलं ते महान तत्त्व होतं. ते म्हणाले होते, 'कोणत्याही कृतीमागे कपट नसेल तर तो गुन्हा नाही. तुझी बायको मरावी ही डॉक्टरांची इच्छा होती का?' — वाशा म्हणाला, 'नाही.'

भाऊ म्हणाले, 'मग हा विषय संपला. तुम्हाला छळणं हा एखाद्याचा हेतू आहे पण तुमचं काडीचं नुकसान झालं नाही तरी त्याला बरबाद करा आणि तुमचं भरून न येणारं, आयुष्यातून उठवणारं एखादं कृत्य दुसऱ्या माणसाकडून झालं, पण तसं व्हावं हा त्याचा हेतू नव्हता, उद्दिष्ट नव्हतं, ह्याची खात्री पटली तर त्याला क्षमा करा. भाऊ असे होते, त्यांनी विश्रामसारख्या स्वार्थी माणसाला घराबाहेर काढलं असतं."

केदारकाका आणि माधुरी गप्प झाली. केदारकाका वाशाच्या आठवणीने आणि माधुरी भविष्यात काय होणार?— ह्या विचाराने.

दोघंही शिडीच्या एकाच पायरीवर उभे होते. पण केदारकाकांची नजर खालच्या पायऱ्यांकडे होती आणि माधुरीचे डोळे भविष्याच्या वरच्या पायऱ्यांकडे लागले होते. एक पायरी खाली किंवा वर जाण्याची खोटी, त्याक्षणी ते एकाच पायरीवर उभे नव्हते हे स्पष्ट झालं असतं. माधुरीनेच विचारले.

''जिन्याचं काय करायचं?''

''आहे तसाच ठेवायचा.'' काका निर्धाराने म्हणाले.

माधुरीने काकांचा हात घट्ट पकडीत विचारलं, ''नक्की?''

''अर्थात.''

''खूप बरं होईल हो. काका, मी त्या मिडलँडिंगवर बसले की मन शांत होतं, त्याला उभारी येते. कुणीतरी पाठिराखा आपल्याला आहे सावरायला असं वाटतं. हा भाबडेपणा असेल, इलेक्ट्रॉनिक युगात मूर्खपणाही असेल.''

केदारकाका खूप गंभीर झाले. नेहमीसारखे ट्रान्समध्ये गेले. माधुरीचा हात थोपटत म्हणाले,

''जड वस्तूंना पण भावना असतात. सगळं विश्व त्रिगुणात्मक आहे. रजोगुण, तमोगुण, सत्त्वगुण ह्याबाहेर कुणी जाऊ शकणार नाही. ॲटममध्ये सुद्धा प्रोटॉन, इलेक्ट्रॉन, न्यूट्रॉन हे तीनच घटक सापडले. वर्षानुवर्षं एखादा दगड एकाच जागी पडून असतो का? तिथं तमोगुणाचा अतिरेक आहे. कुणीतरी तो उचलून लांबवर भिरकावतो. म्हणजे काय करतो? तर स्वत:च्या रजोगुणाची शक्ती त्याला अर्पण करतो. रजोगुणाचा शेवटचा अंश ज्या स्थानावर संपेल तिथं तो दगड पुन्हा स्थिर होतो. तमोगुण आहे म्हणून घरातलं फर्निचर आहे तसंच राहातं. ती चैन्याचीच रूपं आहेत. कुणी सांगावं, त्या मिडलँडिंगमध्ये असंच रहस्य असेल. तुझ्या स्पर्शाने तो जिनाही चैतन्यमयी होत असावा.''

''तुम्ही देव मानता?''

''अगं बेटा हे सगळं मानतो, त्याच्यापलीकडे तो गेलाय कुठे?''

हे सांगता सांगता केदारकाकांचे डोळे पाणावले. माधुरीने पुन्हा काकांचे हात पकडीत म्हटलं,

''काका, तुम्हाला खूप काहीतरी वेगळं माहीत आहे, सगळं सांगा ना.''

''असं म्हणतेस? चल.''

दोघंही घरी आली. मिडलँडिंगवर पोहोचली. काकाने तिथली सेटी हलवली. एखाद्या वैभवशाली हिंदी चित्रपटात शोभेल अशा त्या प्रशस्त जिन्यावरचं कार्पेट दूर केलं.

''काका, तुम्ही हे काय करताय?''

काका तिथल्याच सेटीवर बसले. त्यांचे डोळे पुन्हा भरून आले. आवेग आवरून ते सांगू लागले.

"माधुरी, मला वाटतं तू तेव्हा चार की पाच वर्षांची होतीस. मी वाशाकडे एक पत्रक घेऊन आलो होतो. दोन हजार रुपये भरायचे आणि एक सागाचं झाड लावायचं. पंधरावीस वर्षांनंतरच्या कालावधीनंतर ते झाड विकायचं. बेदम किंमत येते. वाशाने तुला विचारलं होतं, 'बेटा, आपण एक झाड घेऊया का?' तू विचारलंस, 'कशासाठी?' तेव्हा वाशा म्हणाला होता, 'मी मेल्यानंतर एखादं झाड झपाटण्यासाठी मला लागणार नाही का?' ह्यावर तू खूप रडलीस. संपूर्ण घर सिमेंट काँक्रीटचं बांधावंच लागतं. पण वाशाला लाकडाचा जिना, जुने वाडे, जयपूर-उदयपूरच्या इमारती, रुंद मिडलँडिंग, तिथंच एक सेटी, पेडेस्टल लॅम्प, सिल्कची मोठी शेड त्याचं हे फार जुनं स्वप्न...म्हणून..." इतकं सांगून काका थांबले. त्यांनी माधुरीला एक स्क्रूड्रायव्हर आणायला सांगितला. कार्पेट मघाशीच दूर केलं होतं. एका विशिष्ट फळीचे चार स्क्रू काकांनी काढले. ती फळी बाहेर काढली आणि त्या फळीची खालची, खडबडीत, रंधा न मारलेली बाजू काकांनी माधुरीसमोर धरली. त्याच्यावर ३३२ हा आकडा कोरलेला होता.

"काका, हा काय प्रकार आहे?"

"तुझ्या बाबांनी, माझ्या वाशाने लावलेल्या सागाच्या झाडाची ही फळी. प्रत्येक झाडांना क्रमांक दिले जातात. मी झाड विकलं. त्याचे जे पैसे आले ते तुझ्या नावाने खातं उघडून ठेवले. वाशाची स्मृती म्हणून त्यातली एकच फळी इथं वापरली. ही फळी तुझी पाठराखीण आहे."

माधुरीने त्या फळीला कवेत घेतलं आणि तिला चक्क बाबा बोलताहेत असं वाटलं, "मी आहे. विश्रामच काय, कोणीही तुझ्या केसाला धक्का लावणार नाही. मुझे जिने दो."

■

# झंझट

दुकानाची पाटी पाहूनच मी थबकलो. गिफ्ट आर्टिकल्स विकणारं एक दुकान. ह्या दुकानाचं नाव 'झंझट'. इथंच थबकलो. कोणतीही वस्तू घ्यायची नसताना केवळ नाव वाचून दुकानात गेलो. दुकान आरसेमहालासारखं होतं. भिंतींना ग्रॅनाईट होता. काऊंटरसुद्धा ग्रॅनाईटचाच. शोकेसमधल्या वस्तूंबद्दल काय सांगावं?

बोन चायना क्रॉकरी, परफ्यूम्स, वेगवेगळ्या कंपन्यांचे इंपोर्टेड वॉकमन्स, घड्याळं, क्रॉसची भारी भारी बॉलपेन्स, लहान मुलांचे इंपोर्टेड फ्रॉक्स. थोडक्यात म्हणजे हजार-पाचशेच्या खाली त्यातली एकही वस्तू नसावी. मला खरेदीमध्ये अजिबात रस नसल्यामुळे मी जास्त वस्तू पाहात बसलो नाही. प्रेझेंटेशन आर्टिकल्स तर शेकडोंनी होती. त्या वस्तूंकडे केवळ मी नजर टाकली. आणि त्याच वेळेला कार्डिओलॉजिस्ट काळे ह्यांचं एक विधान मला आठवलं.

'देअर आर सो मेनी ब्युटिफूल यूसलेस गिफ्ट आर्टिकल्स अॅव्हेलेबल इन द मार्केट.'

काऊंटरसमोरची चार-पाच माणसं निघून गेल्यानंतर मी तिथे जाऊन उभा राहिलो. काऊंटरपलीकडे अत्यंत प्रसन्न चेहऱ्याचा, गोरापान, पन्नाशीच्या घरातला गृहस्थ हसतमुखाने स्वागताला सिद्ध होता. मला स्वतःला एखादं दुकान कायम खरेदी करण्याकरिता पक्कं करण्यापूर्वी काऊंटरमागचा माणूस आवडावा लागतो. मी काही बोलणार त्याच्या आत त्याने माझ्यासमोर थंडगार पाण्याचा ग्लास ठेवला. त्या एका ग्लासची किंमतच पन्नास रुपयांच्या घरात असेल. पाणी पिऊन तो ग्लास हातातून फुटायच्या आत मी त्याला परत करीत म्हणालो,

"दुसऱ्यांदा ह्या दुकानात जर मी आलो तर मला साध्या ग्लासातच पाणी देत जा. तहानेपेक्षाही हा भारी ग्लास हातातून फुटेल की काय ह्या धास्तीपोटी पाणी प्यायल्यावरही तहान भागत नाही."

तो हसून म्हणाला,

"असं किरकोळ नुकसान झालं तर त्याचे मी कधीच पैसे घेत नाही. बोला, तुम्हाला

काय दाखवू?''
''मला तर काहीच नको. दुकानात येण्याचं कारण मी तुम्हाला सांगितलं तर तुम्ही माझी कीव कराल.''
''नॉट ॲट ऑल.''
'' 'झंझट' ही पाटी वाचून मी आलो. आजवर अनेक वेगवेगळ्या पाट्या बघितल्या पण 'झंझट' हे नाव पहिल्यांदा वाचलं. काही काही माणसं आपलं आडनावच दुकानाला देतात. मी तर 'झंझट' हे आडनावच ऐकलं नाही.''
तो नुसता हसला आणि म्हणाला,
''ह्या नावाच्या मागचा इतिहास सांगणं हेच एक 'झंझट' आहे.''
''तुम्ही फार कोड्यात बोलायला लागलात. एरवी कोणताही माणूस एकदा व्याप आवरेनासा झाला म्हणजे 'काय मागे झंझट लागलंय!' — असं म्हणतो. तुमचं हे दुकान म्हणजे तुम्हाला झंझट वाटतं का?''
प्रचंड हरात तो म्हणाला,
''हो आणि नाहीही.''
''नेमकं काय?''
''जरा थांबा, मला पहिल्यांदा तुमचं नाव सांगाल का?''
मी माझं नाव सांगितलं. तो उडालाच. शेकहॅण्ड करण्याकरता हात पुढे करत तो म्हणाला, ''ओळखीचा योग आज आला, मी तुमचं खूप देणं लागतो.''
आता मी उडालोच. आणि विचारलं,
''ते कसं काय?''
एका शोकेसकडे बोट करत तो म्हणाला,
''ह्या वेगवेगळ्या कंपन्यांनी काढलेल्या तुमच्या कॅसेट्स. अनेकांनी तुम्हाला बुडवलंय हे मला माहीत आहे, पण ते लोक तरी काय करणार? तुमच्या कॅसेट्सच्या डुप्लिकेट कॉपीज करून मी स्वतः विकत आलो आहे. आजसुद्धा तुमच्या रोज किमान चार-पाच कॅसेट्स खपतात. एका अर्थाने मी तुमचा अपराधी आहे. तुम्ही द्याल ती शिक्षा.''
त्याच्या खांद्यावर हात ठेवत मी म्हणालो,
''नशिबात असेल ते मिळाल्याशिवाय राहात नाही. मी बुडणारा नव्हे आणि तुम्ही बुडवणारे नव्हेत.''
''तरीही शिक्षा सांगा.''
''झंझट ह्या नावामागचा तुमचा विचार मला हवाय.''
''कोणत्याही क्षणी दुकानामध्ये कस्टमर येईल आणि माझ्या सांगण्यामध्ये वारंवार खंड पडत जाईल. मी दुकान बंद करतो त्या वेळेला या. रोलिंग शटर अर्ध्यावर

ठेवून शांतपणे बसू.''

पण त्याचं हेही बोलणं अर्धवट राहिलं. दुकानात एका मुलीने झंझावतासारखा प्रवेश केला. बघत राहावं अशी ती होती. नाकीडोळी नीटस, डोळे अत्यंत बोलके, चेहऱ्यावर एखाद्या बाहुलीसारखा भाव आणि चटपटीत हालचाली. काऊंटरवरच्या माणसाकडे न बघता तिने शोकेसेसच्या काचा सरकवल्या. आवडलेल्या गोष्टी पटापट काढल्या. त्या सात-आठ वस्तू काऊंटरवर ठेवत ती म्हणाली, ''गिफ्ट पॅक करा.''

दुकानामध्ये नोकर नसल्यामुळे त्या गृहस्थाने ते काम स्वतःच केलं. तोपर्यंत ती मुलगी दुकानातील अवांतर गोष्टी पाहात होती. दुकानदाराने हातात दिलेली कॅरीबॅग घेऊन ती थँक्सदेखील न म्हणता निघून गेली. फक्त दुकानाबाहेर पडण्यापूर्वी ती अत्यंत लडिवाळपणे हसली.

''तुमची नेहमीची कस्टमर दिसतेय. म्हणजे तुमच्याकडे तिचा अकाऊंट असणार.''

''इथल्या वस्तू उचलायच्या बाबतीत ती लाईफ मेंबर आहे.''

''माझ्या लक्षात नाही आलं.

''केवळ दुकानचीच लाईफ मेंबर आहे असं नाही, ते फॅमिली मेंबर असल्यामुळेच वारसाहक्काने लाईफ मेंबर आहे.''

माझा चेहरा पाहून तो पुढे म्हणाला,

''ही माझी सख्खी मुलगी.''

त्याला शेकहॅण्ड करीत मी म्हणालो,

''अभिनंदन! दिसायला चांगली आहे. कदाचित तुम्हाला तिचं स्वयंवर मांडावं लागेल.''

एकाएकी त्याचा चेहरा उतरला. त्याचा हात हातात घेत मी म्हणालो,

''चुकलो असेन तर सॉरी!''

''तुम्ही वपु आहात म्हणूनच ह्या पहिल्याच भेटीत तुमच्याशी खूप बोलावसं वाटत आहे आणि तरीही विचारात पडलो आहे.''

''का?''

''नवीन माणसाशी परिचय होणं आणि त्यातल्या त्यात आवडत्या माणसाशी परिचय होणं हा एक शुभयोग. ही ओळख इथेच थांबावी. दोघांच्या मध्ये काऊंटरइतकं अंतर हवं. तुम्ही एकदा काऊंटरच्या आत आलात म्हणजे आमच्या परिवारातले झाला आणि परिवार म्हणजे 'झंझट'.''

''असं का म्हणता?''

''साबणाचा तुकडा पाण्यात हळूहळू विरघळत जातो त्याप्रमाणे माणसांचा सहवास वाढत जातो. एकमेकांची सुख-दुःखं एकमेकांना सांगाविशी वाटतात. एकमेकांच्या

दुःखांवर दोघांकडेही औषध नसतं. आपण फक्त बँडेडच्या पट्ट्या लावत बसतो. वरचं रॅपर घरी नेतो आणि त्या रॅपरकडे बघत-बघत परिचित माणसांच्या सुख-दुःखाची उजळणी करीत राहातो. असं झालं की झंझट सुरू."

बोलता-बोलता तो थांबला. समोरच्या फूटपाथवरच्या एका दुकानाकडे पाहात राहिला. तिथून त्याने मान वळवली. मध्ये साताठ दुकानं सोडून अशाच एका दुकानाकडे तो पुन्हा बघत राहिला. थोडा हरवला.

त्याच्या हातावर हात थोपटीत मी विचारलं,

"काय झालं?"

भानावर येत तो म्हणाला,

"घरात पाळणा हलणं हा मंगलयोग, पुढे संगोपन म्हणजे झंझट."

"असं का म्हणता?"

"आत्ता आमची पोरगी येऊन गेली. तिचं नाव विभा. ह्या मुलीमध्ये प्रचंड टॅलेन्ट्स आहेत. मिट्ठास बोलून समोरच्या माणसाला जिंकण्याची हातोटी आहे. प्रचंड मनस्वी आहे. पण तिला सांभाळणं हे एक झंझट आहे. आत्ता तिने किमान तीन हजार रुपयांच्या वस्तू नेल्यात. कुणासाठी नेल्या हे सांगायची पद्धत नाही. विचारलं तर बोलत नाही."

"मग हा सगळा लॉस..."

"व्यापाऱ्याचं कधीही नुकसान होत नाही. माझ्याकडे इंपोर्टेड वस्तू असतात. त्यामुळे मी सांगेन ती किंमत, तेव्हा तो प्रश्न नाही. आयुष्य म्हणजे परमेश्वराने दिलेली देणगी आहे. बुद्धी हे वैभव आहे. ह्या वैभवाचा तुम्ही योग्य विनियोग करणार का ते उनाडपणे उधळून टाकणार?" इतकं बोलून ते पुन्हा समोरच्या दोन्ही दुकानांकडे पाहात राहिले. मी विचारलं,

"तुम्ही कुणाला शोधत आहात का?"

ते काऊंटरच्या बाहेर आले. माझा हात हातात घेऊन म्हणाले,

"माझ्या ह्या दुकानाचं नाव आहे झंझट. आजतागायत एकाही व्यक्तीने ह्या विक्षिप्त नावामागचं कारण विचारलं नाही. तुम्ही पहिले. लेखकांना विचार पुरवण्याचा मूर्खपणा मी करणार नाही. मी छोटा माणूस आहे. पण माझं आयुष्य वेगळं आहे. कदाचित चार सामान्य माणसांप्रमाणे माझं आयुष्य असेल, पण आयुष्याबद्दलचा माझा विचार निश्चित वेगळा आहे. मी आतापर्यंतच्या आयुष्यात कुणालाही पत्रिका दाखवली नाही, कोणत्याही महाराजांच्या मठात गेलो नाही. इतकंच कशाला गुरूही शोधला नाही. तुम्ही कितीही लोकांचे सल्ले विचारले, जाणकार, प्रज्ञावंतांकडून मार्गदर्शन मागितलंत तरीसुद्धा कुणाचं ऐकायचं हे ठरवणारे तुम्ही स्वतः असता. आणि स्वतःचे निर्णय स्वतःच घेण्याचं सामर्थ्य परमेश्वराने प्रत्येकाला दिलेलं आहे.

त्या मूलभूत शक्तीकडे दुर्लक्ष करणं म्हणजे बेहोषी आणि सल्ले मागत फिरणं हे झालं झंझट.''

मी विचारलं, ''झंझट हा तुमचा फार लाडका शब्द दिसतोय. प्रत्येक तरुण पिढीचा असाच एकेक लाडका शब्द असतो. मागच्या पिढीतल्या माणसांना त्या शब्दाबद्दल नफरत वाटते, तुमचा हा झंझट शब्द मला वाटतं, तुम्ही कॉलेजच्या वेळेपासून उचलला आहे.''

''कॉलेज? मॅट्रिकलाच आम्हाला जेमतेम नामदेवाची पायरी दिसली. आम्ही तिथेच थांबलो. बी. कॉम्., इंजिनिअरिंग, वकिली, थोडक्यात म्हणजे विठ्ठलापर्यंत गेलोच नाही. आमच्या पिताश्रींना मी मेरिट लिस्टमध्ये यायला हवं होतो. आता गंमत बघा, लाख दीड लाख मुलं परीक्षेला बसतात. त्यातली साठ हजार पास होतात. त्यात जो कुणी पहिला येतो त्या मुलाला घडवण्यासाठी आई-बाप जिवाचं किती रान करतात हे त्या मुलाने मुलाखत दिली की समजतं. आमच्या वडिलांना फक्त प्रगतिपुस्तक बघायचं आणि बेदम बडवायचं एवढाच वेळ मुलांचं व्यक्तिमत्त्व घडवायला मिळत होता. तेव्हा आमच्या लक्षात आलं की, वर्ष बदलल्यानंतर कोरी करकरीत पुस्तकं घेणं ही पर्वणी आणि अभ्यास करणं म्हणजे झंझट!''

''तुम्ही अतिशय छान बोलता. कोणत्या तरी गुरूचा आशीर्वाद लाभल्याशिवाय...''

''वपु, तुम्हाला आयुष्यात जे भेटतात ते पंडित आणि पुरोहित असतात. तुम्ही पापी आहात हे तुमच्या मनाला ठसवल्याशिवाय त्यांची दुकानं चालत नाही. मग एका सत्यनारायणाच्या पूजेत ते तुमचा अकाऊंट क्लिअर करतात. साधुवाण्याची बुडलेली नाव जर आपोआप वर आली तर गौतम बुद्धाचा बुडलेला पुतळा का नाही वर आला? तुमचा स्वत:चा आयुष्याचा अनुभव हाच तुमचा गुरू. कारण प्रचितीचं झगझगीत तेजोवलय त्याच्या पाठीशी असतं. आत्ताचंच उदाहरण घ्या. ही आमची गोड मुलगी विभा. मिठ्ठास बोलते, भुलवण्याची ताकद अफाट. भुलवण्याची आणि झुलवण्याचीसुद्धा. ह्या समोरच्या दुकानाकडे पाहा.''

''म्हणजे मघाशी तुम्ही जिकडे बघत होता तिकडे?''

''येस! तो निळ्या बुशशर्टमधला मुलगा पाहा. त्याचं नाव आयझॅक. आता साताठ दुकानं सोडून एका दुकानासमोर मोटारसायकलवर बसलेला तो मुलगा त्याचं नाव मुकुंद. ह्या दोन मुलांना आमच्या विभाने आठ वर्षं झुलत ठेवलंय. ह्या दोघांपैकी तिला नवरा म्हणून एकही पसंत नाही, पण ती त्यांच्याबरोबर हिंडतेय, फिरतेय. त्यांचे वेळी-अवेळी फोन येतात. ती बहुधा घरात नसतेच. त्यामुळे आम्हाला अटेण्ड करावे लागतात.''

''ती कुठे जाते हे सांगत नाही का?''

''कधीकधी सांगते.''

''किती शिकली आहे?''

''बी.कॉम.पर्यंत. माझ्या एका कस्टमरकडे त्याच्या प्रायव्हेट ऑफिसमध्ये तिला उत्तम नोकरी आहे, पण कामावर जात नाही. मित्र सांभाळून घेतो इतकंच.''

''तिला नक्की काय करायचं आहे?''

''सध्या उद्योग असा एकच आहे. स्वप्नरंजन. कधी मॉडेलिंग करायचं म्हणते, कधी टीव्ही सिरियल आल्याचं सांगते तर कधी कमर्शिअल आर्टिस्ट म्हणून मिरवते. दैवदत्त देणगी म्हणजे हसरी खिलाडू वृत्ती आणि शब्दगाधुर्यावर दुसऱ्याला जिंकायची ताकद. आज वयाच्या पंचविशीत समोरचा मार्ग स्पष्ट नाही अशा वेळेला काय कराल? काही बोलायला गेलो तर थेट गच्चीवर आठव्यामजल्यावर जाते. गच्चीच्या कठड्यावर बसते. आत्महत्येची दहशत घालते किंवा घर सोडायची धमकी देते.''

मी थोडासा सुन्न झालो. अस्वस्थही झालो आणि तो मोकळेपणी बोलतोय असं म्हटल्यावर मला राहवलं नाही. विभामध्ये जी काही गुणवत्ता आहे तिचं सार्थक व्हायला पाहिजे. चंचल मनाचा शाप मिळाल्यामुळे हे धन अनाठायी उधळलं जाऊ नये. ही मुलगी बदलली पाहिजे. आपण हिच्याशी बोलावं का हा विचार मनात येऊन मी त्यांच्या खांद्यावर हात ठेवत म्हटलं,

''मी अजून तुमचं नाव विचारलं नाही.''

''माझं आडनाव बाकरे.''

''बाकरेसाहेब, मी तुमच्या मुलीसाठी काही करू का? तिच्याशी बोलू का?''

''वपु, कोणताही माणूस कधीही बदलत नाही. परमेश्वर, परमात्मा ह्याबद्दल मी अधिकारवाणीने काहीच बोलू शकणार नाही. जे कानांवरून गेलं त्याची पोपटपंची करतोय. ते लक्षात राहिलं ह्याचं कारण प्रचिती न घेताही ते गाभ्यापर्यंत पोचलं. एक शास्त्रवचन आहे, 'पूर्णातून पूर्ण वजा केलं तरी मागे पूर्णच राहातं. ह्याचा मी व्यावहारिक पातळीवरती एवढाच अर्थ घेतलेला आहे की, प्रत्येक माणूस हा पूर्णत्वाने प्रकट होतो. कारण ते जे पूर्णत्व आहे ते अपूर्णाला जन्मालाच घालत नाही. त्यामुळे प्रत्येक व्यक्तीने आपण पूर्ण आहोत हे प्रथम मान्य करावं आणि एखादी व्यक्ती जर अपूर्णच असेल तर ती स्वत:च्या हिंमतीवर पूर्ण होऊच शकणार नाही.''

मी गंमतीने विचारलं,

''आपल्या समोरून आता कुबड्या घेऊन एक अपंग माणूस गेला. त्याचं काय?''

बाकरे पटकन् म्हणाले,

''तो पूर्णत्वाने पंगूच आहे. आपलं अपंगत्व त्याने मनाने मान्य केलं असेल तर तो शांत समजायला हवा. एखादा माणूस अत्यंत क्रोधी असतो. आपल्याला क्रोध येतोच कसा? असा स्वत:शी संघर्ष करून त्यातून अशांतताच वाढते. आपण

क्रोधी आहोतच हे मान्य केलं की अशांतीचं झंझट संपतं. तेव्हा विभाशी संवाद करून तिच्यात बदल होणार नाही. तिचं आताचं जे रूप आहे ते पूर्णच आहे. तिला स्वत:ला ठेच बसल्याशिवाय ती आपला आकार बदलणार नाही. म्हणूनच माणसं नुसती सल्ले घेतात तरीही बदलत नाहीत. ती जशी आहे तश्शी मी तिला पत्करली आहे म्हणून मी शांत आहे.''

''बाकरे, आपल्या घरी आणखी कोण कोण आहे?''

माझे हात हातात घेऊन बाकरे कळवळून म्हणाले, ''वपु, मध्ये काऊंटर राहू दे.''

त्यानंतर मी बाकऱ्यांकडे जात राहिलो. प्रत्येक भेटीत वेगळे विचार ऐकत राहिलो. अशाच एका भेटीत बाकरे म्हणाले,

''आपल्या सबंध देशाने जैन धर्माचा स्वीकार करावा.''

मी हसत विचारलं,

''श्वेतांबर की दिगंबर?''

बाकरे पटकन् म्हणाले,

''अर्थातच दिगंबर! वस्त्रप्रावरणं आणि अलंकार ह्या दोन्हींचा समाजाने त्याग केला तर प्रचंड प्रमाणावर समस्या सुटते.''

मी एक प्राथमिक प्रश्न विचारला,

''तसं झालं तर शिपाई, पाटील, मामलेदार, सार्वजनिक कार्यकर्ता, नगरसेवक, पुढारी, मंत्री, आमदार, खासदार ओळखायचे कसे?''

''त्यांच्या चेहऱ्यावरचा अहंकारच त्यांचं पद सांगेल.''

''तरी पण...''

मला थांबवत बाकरे म्हणाले,

''तुमच्याकडे समजा अत्यंत टीपटॉप पोषाखातली एखादी व्यक्ती आली आणि पंधरा मिनिटांत तुम्हाला समजलं की, ही व्यक्ती अंतर्बाह्य मत्सराने व्यापलेली आहे तर तुम्ही संबंध ठेवाल का?''

''अर्थातच नाही.''

''ह्याचा खरा अर्थ त्याचा कपडा म्हणजे मत्सर. तो झाकण्यासाठी त्याच्यावर समाजमान्य पेहराव करायचा ह्या अर्थाने परमेश्वराने माणसाला सहाच कपडे दिलेत. आपण त्यांना षड्रिपू म्हणतो. पण ती षड्वसनंच आहेत. त्यातल्या त्यात अहंकाराच्या कापडाला जास्तीत जास्त मागणी आहे. म्हणूनच ह्या संपूर्ण शहरात कापडांची दुकानंच जास्त आहेत आणि त्याखालोखाल सराफांची.''

त्यानंतर मला बाकऱ्यांच्या कुटुंबाची कहाणी समजली ती इतरांकडूनच. अंतर्बाह्य दु:खाने होरपळलेला हा एक दुर्दैवी जीव आहे हे समजून वाईट वाटलं. काऊंटरच्या

आत येऊ नका असं त्यांनी सांगूनसुद्धा, विभासकट सगळ्या परिवाराची ओळख झाली. आपल्या अंगातील उपजत कलागुणांचा विकास करण्याऐवजी समाजात मान्यता मिळालेल्या बापाची निंदानालस्ती करणारी मुलगी बाकऱ्यांच्या ललाटी होती.

"तुम्ही गिफ्ट शॉपच का काढलंत?" हा प्रश्न मी एकदा त्यांना विचारला. ते म्हणाले,

"दुकान उघडल्यापासून बंद करेपर्यंत इथला प्रत्येक क्षण चैतन्याचा असतो. मॅट्रिकनंतर मी शिक्षणाला रामराम ठोकला. बापाकडे पैसे मागितले. त्यांनी एका रकमेने दहा लाख रुपये दिले."

"दहा लाख? ते काय करतात?"

बाकरे म्हणाले, "ते समाजसेवक आहेत. म्हणजे समाज त्यांची सेवा करतो. ते नक्की काय करतात मला अजून समजलं नाही."

मी काय समजायचं ते समजलो. आता फक्त चैतन्याचा क्षण म्हणजे काय हे हवं होतं. बाकरे म्हणाले,

"माझ्या दुकानात एकदा दिसलेली वस्तू दुसऱ्यांदा क्वचित दिसते. मी कस्टम्समधून परदेशी वस्तू आणतो आणि सौंदर्यदृष्टीच्या बाबतीत आणि कल्पकतेच्या राज्यात, परदेशी माणसांनी केवढी दूरदृष्टी ठेवली आहे हे पाहूनच सुखावतो. प्रत्येक रॅपर फोडताना, त्या वस्तूचं प्रथम दर्शन घेताना एक आनंदोत्सव साजरा होतो. तोच महोत्सव मला जेव्हा कस्टमरच्या नजरेत दिसतो, तेव्हा ती चैतन्याची भेट असते. म्हणून मी अजून उभा आहे."

ह्यानंतर बाकरे ह्यांच्याकडून मला त्यांच्या इतर व्यथा कधीही समजल्या नाहीत. नऊदशांश बर्फ पाण्याखालीच राहिला. असह्य झालं तेव्हा मी त्यांना विचारलं,

"बाकरे, अजून तुम्ही उभे कसे आहात ह्याचं मला आश्चर्य वाटतं."

ठावठिकाणा न सांगता जेव्हा विभा घरातून नाहीशी झाली ही बातमी समजली तेव्हा हा प्रश्न मी त्यांना विचारला. ते शांतपणे म्हणाले,

"अष्टावक्र गीता, गौतम बुद्ध, महावीर, कृष्ण, जे.कृष्णमूर्ती एवढी थोर थोर मंडळी पाठीशी उभी आहेत. त्या सगळ्यांचा संगम माझ्यापर्यंत ओशोंनी पोचवला. मी उभा आहे, त्याचं रहस्य सांगतो.

असाच एक सम्राट, आपल्या नगराची पाहाणी पूर्ण करून तो राजवाड्याकडे येत होता. वाटेत त्याने एक अपंग भिकारी पाहिला. त्याच्या खांद्यावरचं गाठोडं त्याला उचलवत नव्हतं. सम्राटाने रथ थांबवला. भिकाऱ्याला रथामध्ये बोलावलं. भिकारी संकोचून गेला. पण सम्राटाने त्याला जबरदस्तीने रथात घेतलं. रथामध्ये बसल्यावरसुद्धा

भिकाऱ्याने गाठोडं पायाशी न ठेवता ते आपल्या डोक्यावरच ठेवलं. सम्राटाने चौकशी केल्यावर भिकारी नम्रतेने म्हणाला, ''महाराज, आयुष्यामध्ये घोड्यावरदेखील बसायची संधी मिळेल असं वाटलं नव्हतं आणि आज मी रथामध्ये—तेही सम्राटाच्या रथामध्ये—तुमच्या कृपेमुळे बसलो आहे. माझं ओझं तुम्ही स्वीकारलंच आहे. कमीत कमी माझ्या गाठोड्याचा भार तरी मला स्वत:ला वाहू दे.''

इतकी कथा सांगून बाकरे म्हणाले,

''वपु, तुम्ही आम्ही सगळेजण त्या भिकाऱ्यासारखे आहोत. संसार हे आपल्याला ओझं वाटतं. आपण ते कायम डोक्यावर घेतो. म्हणून स्वत:ची पत्नी, मुलं, नातेवाईक हे सगळं आपल्याला झंझट वाटतं. जीवन ही न मागता लाभलेली पर्वणी आहे. संसाराचा भार घ्यावा, तो पालखीसारखा. पालखीमधल्या आराध्यदैवताचं नाव असावं 'समर्पण'. त्या पालखीत तुम्ही अहंकाराला जागा दिलीत की संसाराचं झंझट आलंच. नियतीने तुम्हाला जीवनरथ जन्मापासून बहाल केलाय. आनंदाच्या दिशेने तुम्हाला तो वळवता आला पाहिजे. मैलाचा दगड म्हणजे मुक्कामाचं ठिकाण नव्हे. बाणाने दाखवलेली दिशा म्हणजे प्रवासाची समाप्ती नव्हे. ह्या दोन्ही गोष्टी तुम्हाला योग्य मार्ग दाखवतात आणि किती अंतर कापायचं आहे ह्याचा इशारा देतात. म्हणूनच संसाराचं गाठोडं पायाशी ठेवून, त्या गाठोड्यावर उभे राहा. त्यामुळे तुमची उंची वाढेल आणि उंची वाढल्याशिवाय अमर्याद आकाशाचं दर्शन होत नाही. वपु, एकदाच डोक्यावरचं गाठोडं खाली ठेवा. त्याच्यावर उभे राहा. मोकळा श्वास घ्या, म्हणजे स्वत:चं अस्तित्व वगळल्यास सगळ्या दुनियेकडे झंझट म्हणून पाहाण्याची कला अवगत होते. कोणत्याही माणसात बदल होईल ही अपेक्षा नको, उपदेश नको, म्हणजे प्रवास 'झंझट' न वाटता ती आनंदयात्रा ठरेल.''

■

# तिसरा उंबरा

फोन वाजला. मी जागचा हललो नाही. तो तीन-चार वेळा वाजेपर्यंत मी थांबून राहिलो. हल्ली पुष्कळदा एकदाच बेल वाजते. उरलेल्या कुठे वाजतात माहिती नाही. फोन घेईपर्यंत किती विचार यावेत? आवडत्या माणसाचा की नावडत्या माणसाचा? मलाच आलेला फोन की रॉंग नंबर? फोन उचलल्यावर क्रॉस कनेक्शनमुळे चार-चार माणसं बोलणार की आम्ही दोघंच? फोन उचलल्यावर घरघर लागल्याप्रमाणे घर्रर्र असा आवाज येणार की खऱ्या कानगोष्टी होणार? फोन मित्राचा असेल की मैत्रिणीचा? फोनवरचं बोलणं म्हणजे खऱ्या 'कानगोष्टी', पण मैत्रीण पंचवीस किलोमीटरवर. उचलल्याबरोबर डिस्कनेक्ट होईल का? संभाषण अर्ध्यावर तुटेल का? हातातलं काम टाकून धावावं तर ब्लँक कॉल असेल का?
ह्या इतक्या सोई, एवढ्याशा यंत्रात फक्त 'भारत मेरा देश महान'च करू शकतो. अमेरिकेच्या लोकांना एवढ्या 'साध्या' गोष्टी करता येत नाहीत. हे झालं लोकल फोनच्या बाबतीत. ट्रंककॉलबद्दल बोलायलाच नको. मी तर हल्ली पुण्याला फोन करायचा असेल तर तो व्हाया सॅनफ्रॅन्सिस्को करतो. लवकर लागतो आणि स्पष्ट ऐकू येतो. फोन हातात येईपर्यंत एवढे विचार येऊन गेले. घरोघरी फोन आले आहेत. फोन एटिकेट्स किती लोकांकडे आहेत? पूर्वीच्या डिरेक्टरीवर तर पानापानांवर एकच सूचना छापलेली असे, 'डोण्ट से, हॅलो', 'रिव्हील युवर आयडेन्टिटी.' अर्थात त्या काळातल्या डिरेक्टरीत वरील ही सूचना वाचता येत असे. आजच्या डिरेक्टरीवरील नावं आणि नंबर्स दोन्ही वाचता येत नाहीत.

सध्याचा जमाना कोलॅबरेशनचा आहे. त्यानुसार मला असं वाटतं डिरेक्टरी छापायचं काम चष्म्याच्या फॅक्टरीजकडे देत असावेत. त्याचप्रमाणे आणखीन कुणाकुणाचं कोलॅबरेशन असेल याची यादीच डोळ्यांसमोर येते. रस्त्यातले खड्डे बुजवायचं कंत्राट आणि मोटारींचे शॉक ऑब्झॉर्बर्स यांचं नातं असावं. बस ड्रायव्हर्स आणि टॅक्सीवाले

यांची युती असावी. टॅक्सी पकडल्यानंतरच हव्या त्या नंबरची बस कशी येते? कडक बुंदी बनवणारे लाडू सम्राट आणि आसपासचे डेन्टिस्ट ह्यांची हातमिळवणी असावी. माझ्या सगळ्या मित्रपरिवारात फोन केल्याबरोबर स्वत:चं नाव अगोदर सांगणारा एकच सदगृहस्थ आहे. तो त्याच्या दबक्या आवाजात म्हणतो,
''हुदलीकर हियर !''
मी फोन उचलला, ते माझं नाव सांगत. पलीकडून एक आश्चर्यकारक प्रश्न.
''तुम्ही स्वत: बोलताय?''
मी 'हो' म्हणालो.
''काका, तुमची माझी ओळख नाही.''
मराठीतल्या एकूण एक संशोधनांपैकी 'काका' अशी कुणी हाक मारली म्हणजे 'मला वाचवा' हेच शब्द आठवतात.
त्याच क्षणी मला माझ्या डोक्यावर कुणीतरी पगडी ठेवल्यासारखं वाटतं आणि ओठांवर मजबूत मिशा.
''तुम्हाला कोणत्या नावाने हाक मारू?''
सगळ्यांनाच मी ज्याप्रमाणे सांगतो त्याप्रमाणे याही अनामिकेला सांगितलं,
''सरळ वपु म्हणा.''
'एक विनंती करू?''
''याअगोदर मी एक विनंती करू का?''
पलीकडून हुंकार आला.
''तुमचं नाव अगोदर मला कळेल का?''
'मला अहो काय म्हणताय? मी केवढीशी आहे. तुम्ही माझं काम कराल? मी पण नाव सांगते.''
'अनेक नमुन्यांपैकी हा एक नमुना' असं म्हणत मी तिला विचारलं,
'बोला!''
'काका...''
''नो!''
''बरं, वपु. माझं काम अगदी छोटंसं आहे. आमच्या शाळेचं गॅदरिंग आहे. मला एक खूप चांगली कविता म्हणायची आहे. मला एक मस्त कविता सुचवा.''
''मी आता रॉंग नंबर म्हणू का?''
''का? तुम्ही वपुच आहात ना?''
''म्हणूनच रॉंग नंबर म्हणतो. अग बेटा, विंदा, पाडगावकर, शंकर वैद्य ह्या कवींना सोडून तू एका लेखकाला फोन केलास.''
''मला त्यांच्या काही कविता कळतात, काही कळत नाहीत. कुण्णालाही माहीत

नाही अशी एकदम नवीन मस्त कविता सांगा. नाहीतर एकदम जुनी.''
''जुनी म्हणजे?''
''तुमच्या लहानपणीची. तुम्हाला एखादी आवडलेली. पण अशी हवी की, ती ऐकल्यावर सगळे, सगळे आऊट व्हायला पाहिजेत.''
''तुम्हा तरुण मुलांची नवीन भाषा मला समजत नाही. आऊट म्हणजे काय?''
''म्हणजे... कऽसं सगळे बेचैन झाले पाहिजेत.''
''असं म्हणतेस? ऐक, जवळ कागद आहे का?''
''वही हातात घेऊनच फोन केला.''
''घे लिहून. कवितेचं नाव आहे. 'कृतज्ञता'. आणि कवी आहेत गिरीश.

*पोर खाटेवर मृत्युच्याच दारा*
*कुणा गरिबाचा तळमळे बिचारा*
*दूर आई राहिली कोकणात,*
*सेविकेचा आधार एक हात!*

*ताप त्याने भरताच तडफडावे*
*पाखराने एकले फडफडावे*
*हळू गोंजारी सेविका दयाळू*
*डाक्तराचे वच शांतवी कृपाळू*

*कधी त्याने...''*

''वपु, जस्ट अ मिनिट !''
''नीट ऐकू येतंय ना?''
''आता सांगा.''

*''कधी त्याने घ्यावे न मुळी अन्न*
*कुठे डोळे लावून बसे खिन्न*
*आणि डाक्तर येताच गोंजाराया*
*हाय ! लागे तो घळघळा रडाया !*

*एक दिन तो व्याकूळ फार झाला*
*आणि त्याने पुशिलेच डाक्तराला–*
*'अता दादा, .मरणार काय मी हो?'*
*तोच लागे अश्रुची धार वाहो.*
*हृदय हलुनी डोळ्यांत उभे पाणी.*

लिहितेयस ना?''
''वपु, तुम्ही सांगत राहा. मी खूप फास्ट लिहू शकते.''
इथपर्यंत कशी वाटली?''
''एकदम टॉप ! पण वपु, पुढे काय होतं?''
''ऐक ना, म्हणजे लिहून घे.

*हृदय हलुनी डोळ्यांत उभे पाणी*
*तरी डाक्तरची वदे करुण वाणी*
*दोन गोष्टी सांगून धीर देई*
*पुन्हा गोंजारून शांतवून जाई*

*रात्र अंधारी माजली भयाण*
*सोसवेना जीवास अतां ताण*
*हळुच बोलावी बाळ डाक्तराला*
*तोहि धर्मात्मा धावुनिच आला.*

*अतां बाळाला टोचणार, तोंच*
*वदे वासून पाखरू दीन चोच*
*'नको आता! उपकार फार झाले!*
*तुम्ही मजला किती... गोड... वागविले !*

*भीत... दादा... मरणास मुळी... नाही !*
*तु... म्ही... आई...!!' बोलला पुढे नाही !*
*झणी डोळे फिरविले बालकाने*
*आणि पुशिलीं लोचने डाक्तराने.''*

काय गं, काय झालं ? तू चक्क रडतेयस? वेडाबाई...

कविता हेलावणारी आहे ह्याबद्दल वादच नाही. माझ्या शालेय जीवनातल्या क्रमिक पुस्तकात ही कविता होती. तो काळ वेगळाच होता. कोरी करकरीत पुस्तकं घेण्याची ऐपत नव्हती. पण अभ्यासक्रमच जर बदलला तर नवी पुस्तकं घरी येणं म्हणजे आवडते नातेवाईक आल्यासारखं वाटायचं. नव्या पुस्तकांना एक विशिष्ट कोरा बाईंडिंगचा वास येतो. नव्या पुस्तकाचा वास घेण्याची माझी सवय आजही तशीच आहे. स्वतःचं बालपण अन् शाळेतले दिवस सगळ्यांनाच आठवत राहातात.

बालपणी बालपण किती सुखाचं वाटतं हा प्रश्न अलाहिदा. कारण तेव्हा आपण मोठे कधी होणार याची ओढ लागलेली असते. त्या वयात जाणवतं ते एकच, की प्रत्येक गोष्ट करताना वडिलधाऱ्यांची परवानगी घ्यावी लागते. मोठं होण्याची ओढ त्यामुळेच लागत होती. 'आम्ही येईपर्यंत छान वागायचं, भांडायचं नाही' असं सांगून 'येताना तुमच्यासाठी काहीतरी आणतो' हे आश्वासन देऊन वडिलधारी नाटक-सिनेमाला जात असत. त्या जुन्या जमान्यातले चित्रपट आज चुकून टीव्हीवर पाहायला मिळाले तर वाटतं, आमच्या त्या वयात ह्या चित्रपटात न दाखवण्यासारखं काय होतं? नायक-नायिकांनी कधीही एकमेकांना मिठ्या मारल्या नाहीत. रोमान्सची पराकाष्ठा म्हणजे हिरॉइनने प्रेमगीताचं एक कडवं आपल्या घरात बसून म्हणायचं, मधलं म्युझिक संपेपर्यंत कॅमेरा ढग दाखवत-दाखवत हिरोच्या खिडकीत जायचा. तो दुसरं कडवं म्हणायचा. पण त्या गीतरचनेत आणि संगीतात एवढी जबरदस्त ताकद होती की, ह्यांचं प्रेम गेलं ढगात असं म्हणायची पाळी न येता, ते ढग आपल्याही मनात दाटून येत असत. ढगातूनच गाण्याच्या ओळी बरसत आहेत असं वाटायचं. सोसाट्याचं वादळ दाखवलं तर अख्खा निसर्ग त्या प्रेमाला कुर्निसात करतोय असं वाटायचं. आजच्या चित्रपटांबद्दल काय बोलावं? पडद्यावरचं प्रेम फक्त हिरो-हिरॉईनच्या अंगचटीला येणारं. आणि बघणाऱ्यांच्या अंगावर येणार. हिरो-हिरॉईनचा डान्स म्हणजे नृत्य शब्दाची विटंबना आणि फ्रीस्टाईल कुस्तीचं प्रात्यक्षिक. हे चित्रपट विज्ञानाच्या शोधामुळे आजोबांपासून नातवंडांपर्यंत सगळेजण सध्या बघतात.

काव्यापासून फारकत घेतलेली गीतं आणि श्रुती धन्य होण्याऐवजी बधिर होणारं संगीत. 'पोर खाटेवर' ह्यासारख्या कविता म्हणूनच खाटेवरून ओठांवर येऊन चिरंतन झाल्या. त्या कुण्या अनामिकेला कविता लिहून घेता-घेता हुंदके द्यावेसे वाटले तेव्हा जुन्या ठरलेल्या जमान्यातल्या आपल्या आठवणी आजही जतन कराव्याशा वाटतात ह्याचा मला अभिमान वाटला. योगायोगातून ही अनामिका जर पुन्हा भेटली तर आपल्यापाशी हे असं धन खूप आहे ह्या विचाराने मला बरं वाटलं. योगायोगाने असं म्हणायचं कारण एकच गॅदरिंगचा फड जिंकला म्हणजे झालं, इतक्या माफक दृष्टिकोनातून आजची पिढी साहित्याकडे बघते. अनेक शाळा-महाविद्यालयांमधून घेतल्या जाणाऱ्या वक्तृत्व स्पर्धा मला केविलवाण्या वाटतात. कारण स्पर्धा जिंकणं एवढाच आदर्श. विचारांचं बीज पेरलं जाईल हा हेतूच नाही. आताच्या समाजात उठून दिसण्याचं साधन म्हणजे अंगावरचे कपडे. अंगावर जेवढा कपडा कमी तेवढा उठाव जास्त. विचार करून मेंदूला शिणवणार कोण? या सगळ्या विचारांच्या पाठोपाठ आणखी एक विचार मनात आला. कविता ऐकून रडणारी ही पोरगी आयुष्यभर अशीच भावुक आणि संवेदनाशील राहील का? राहिली तर मला आवडेल. असं राहणं परवडेल का हाच फक्त प्रश्न आहे.

सगळ्याच घटनांकडे नाक उडवून बघणाऱ्यांची संख्या इतकी वाढली आहे की अशा भावनाप्रधान माणसांचीच आयुष्यभर फरफट होते.

त्यानंतर आठ दिवसांनी फोन आला.
''वपु, मी जिंकले. यू आर ग्रेट!''
''कवी गिरीश ग्रेट आहेत. कविता ग्रेट आहे. म्हणून तर पन्नास वर्षं झाली तरीही मी विसरलो नाही.''
''इथून पुढे मीही पन्नास वर्षं विसरणार नाही.''
''आता तू जर मला कवी गिरीश कोणत्या साली गेले असा प्रश्न विचारलास तर काय सांगू?''
''त्यांची कविता आजही जिवंत आहे, तुमच्यासारख्यांना पाठ आहे म्हणजे कवी गिरीश पण आहेतच.''
''कितीजणींनी कविता म्हटल्या?''
उत्साहाने ओसंडून जात ती पलीकडून म्हणाली,
''आम्ही दहाजणीच होतो. मी सहावी होते. खूऽऽप खूऽऽप टाळ्या पडल्या. मी विंगमध्ये गेल्यावर पडद्याच्या फटीतून पाहिलं, कित्ती माणसं रडत होती. नंतर जिने कविता म्हटली तिचा पोपट झाला. वपु, मी तुम्हाला काय देऊ? तुमच्यामुळे मला फर्स्ट प्राईज मिळालं.''
''मला फक्त तुझं नाव...''
''संयोगिता.''
''इंग्लिश मिडियम?''
''छे, मग मी मराठी कविता मागितली असती का? आणि वपु...''
फोन मध्येच कट् झाला. मी मात्र ह्यावेळेला फोनवर संतापलो नाही. गिरीशांची संपूर्ण कविता मध्ये बंद न पडता ह्याच टेलिफोनने संयोगितापर्यंत पोचवली होती. तेव्हा त्याच कवितेच्या शीर्षकाप्रमाणे मी एम्. टी. एन्. एल्.शी कृतज्ञच राहायला हवं. एरवी कवितेतल्या पोराप्रमाणे माझा फोन खाटेवर असतो आणि मला विचारत राहातो,
'अता दादा, मरणार काय मी हो?'

मध्ये दोन वर्षं गेली. कोणतीही अपॉईंटमेंट नव्हती. घर रिकामं होतं. मी रिकामा होतो. नेहमी फोन वाजतो तशी बेल वाजली. मी फोन उचलला.
''मी बोलतेय.''
'मी बोलतेय' असा प्रारंभ जी माणसं करतात त्यांच्यासमोर मी तर हात टेकलेत.

अख्ख्या भारतामध्ये फक्त दोनच फोन आहेत, त्यांपैकी एक माझ्याकडे आणि दुसरा 'मी बोलतेय' म्हणणाऱ्याकडे असं ही माणसं समजतात का? फोन करणाऱ्या माणसाला आपण अमुक अमुक माणसाला फोन करीत आहोत हे माहीत असतं. फोन घेणाऱ्या माणसाच्या घरातली परिस्थिती आणि मन:स्थिती कशी असेल हे फोन करणाऱ्याला समजणं अशक्य. इथपर्यंत मान्य आहे. आपल्या घरी तेव्हा कदाचित पाहुणे असतात, कधी कुणी आजारी असतं, कधी एखाद्या कौटुंबिक समस्येवर गंभीर चर्चा चालू असते किंवा आपण कुठलाही फोन घेण्याच्या मन:स्थितीत नसतो. म्हणूनच नुसतंच कुणी 'मी बोलतेय' असं म्हटलं की फोन बंद करावासा वाटतो.
अनेक माणसं 'ओळखा, कोण बोलतंय?' — अशी मिनिटभर कोडी घालत बसतात. एक तर सहा-सहा महिन्यांत ह्या लोकांचे फोन येत नाहीत. त्यामुळे ह्यांचे आवाज स्मरणशक्तीत रजिस्टर झालेले नसतात. अधूनमधूनच फोन करणारी ही मंडळी स्वत:ला महंमद रफी समजतात की लता?

असं काहीही न करता ती म्हणाली,
"मी संयोगिता बोलतेय."
"बऱ्याच दिवसांनी आठवण झाली. पुन्हा कविता हवी आहे का?"
"वपु, तुम्ही करेक्ट ओळखलंत."
"पुन्हा स्पर्धा?"
"स्पर्धाच, पण कॉलेजची नाही. माझीच माझ्याशी स्पर्धा."
"म्हणजे काय?"
"कुण्णाकुण्णाला सांगायचं नाही."
"ओ. के!"
"प्रॉमिस?"
"हे बघ, तुझ्या घरातल्या एकाही व्यक्तीला मी ओळखत नाही. तुलासुद्धा मी पाहिलेलं नाही. अनोळख्या मुलीची हकिकत मी कुणाला सांगत बसणार? तेव्हा बोल."
"मला कसं सांगायचं हेच कळत नाही. कुणाला सांगायचं ह्याचाही उलगडा होत नाहीये. तुम्हालाच का निवडलं हेही सांगता येत नाहीये. सगळ्या मुलींना हे असंच होतं का हो?"
मी एकदम म्हटलं,
"त्याचं नाव तर सांग."
"वपु, तुम्ही अगदी वाईट्ट आहात. सगळी मज्जाच घालवलीत. तुमच्याशी बोलतानासुद्धा माझा फोनचा हात कापतोय. घसा कोरडा पडतोय. खूप रडावंसं वाटतं किंवा बेदम पळावंसं वाटतं."

''मग टॅक्सीचे पैसे वाचव आणि पळत ये.''
''असं काय म्हणता?''
''जाऊ दे, नाव तर सांग.''
''श्याम.''
''किती गोपी मागे आहेत?''
''कितीतरी! म्हणून तर माझा मला राग येतो.''
''का?''
''एवढ्या पोरी मरत असताना मी का त्याचाच विचार करायचा?''
''प्रत्येक मुलीने जर असंच म्हटलं तर तो बिचारा ब्रह्मचारी राहील ना? अशा वेळेला रांग सोडून धावती बस आपणच पकडायची असते.''
''भीती वाटते हो. आयडिया, पत्र लिहू?''
''वाट्टेल ते कर, पण कुणाच्याही हातात लेखी सापडू नकोस.''
''मग त्याला कसं कळणार? तो काय करतो माहिती आहे? म्हणजे नेहमीच बरं का? क्लास संपला म्हणजे इकडे तिकडे न बघता एकदम वर्गाबाहेर जातो आणि इतका फास्ट चालतो...''
''की मागे पन्नास मुली लागल्या आहेत किंवा एखादा वाघ — अर्थात दोन्ही सारखंच.''
तिने फुरंगटून विचारलं,
''तुम्ही मलाही वाघ म्हणताय?''
''तसं नाही गं !''
''मग लवकर सांगा ना, आत्ता वर्ग सुरू होईल. माझ्या समोरच्याच बाकावर बसतो. माझं कुठेच लक्ष लागत नाही. लेक्चरकडेसुद्धा.''
तिने लेक्चर शब्द वापरल्याबरोबर तिला न पाहाताच माझ्यासमोर संयोगिता उभी राहिली. ती संयोगिता नव्हतीच. तो एक भाव होता. पाडगावकरांनी तो कधीच टिपला होता. ह्यालाच कवीचं सामर्थ्य म्हणतात. कवितेमध्ये ही मंडळी कोऱ्या जागा सोडतात. रसिकाने तिथं आपलं स्वतःचं नाव घालावं. आता त्या जागा संयोगितासाठी होत्या.
''वपु, बोला ना काय करू?''
''त्याला कविता पाठव. तुझा भाव त्याच्यापर्यंत पोचेल. तुझं त्याच्यावर नाव नसल्यामुळे त्यालाही तो कागद निर्धास्तपणे जवळ बाळगता येईल. जर तो कागद कुणाला सापडलाच तर 'ठिक आहे, आहे एक कविता' असं तो म्हणेल. घेतेस लिहून?''

"आत्ता वर्गात जायला पाहिजे. मी नंतर संध्याकाळी फोन करेन."

संध्याकाळी तिचा फोन आला.
"वपु, कागदासहित उभी आहे. कविता..."
"ऐक.

*तंद्रीत आपुल्या असायचा तो जेव्हा*
*मज सुचतच नव्हते दुसरे काही तेव्हा*
*प्राध्यापक होते करीत प्रवचन काही*
*मज शब्दही त्यातिल परन्तु कळला नाही*
*मी वेडी होऊन टकमक पाहात होते*
*मज त्याच्यावाचुन काही दिसतच नव्हते*

*मी इतुकी भित्री... असे कसे मग घडले?*
*मज नव्हते ठाऊक, अजून नाही कळले*

*सहलीच्या वेळी आणिक आम्ही दोघे*
*चालता चालता नकळत उरलो मागे*
*वाटेत चुकुनया स्पर्श तयाचा झाला*
*अन् मनात माझ्या गुलमोहर मोहरला*
*मी नकळे कैसी वदले होऊनि धीट*
*वाटते मज कधी सरू नये ही वाट*

*मी इतुकी भित्री... असे कसे मग घडले*
*मज नव्हते ठाऊक, अजून नाही कळले*"

"वपु, जरा थांबा. बेल वाजली."
मी थांबलो. एरवी फोनचा भरवसा नसतो. पण अनेकदा दारावरची बेल आणि फोनची बेल एकाच वेळी वाजते. दोन्ही बेल्सना एकच केबल टाकल्याप्रमाणे. हा खरा केबल फॉल्ट.
"हा सांगा."
"कोण आलंय?"
"कोणत्या वस्तू वापरता, हा सर्व्हे करणारी—म्हणजे बोअर करणारी जमात. वाट्टेल तेव्हा छळतात. जाऊ दे, सांगा."

"त्या दिवशी होते संमेलन... आठवते
नव कृष्णवसन मी नेसुन आले होते
मज पाहताच तो स्तिमित उभा राहियला
अन् ओळ इंग्रजी कवितेतील पुटपुटला.

'सौंदर्ययुता ती चाले रजनीऐसी
या नक्षत्रांकित कृष्ण तलम परिवेषी'
क्षण पिसापरी हे शरीर हलके झाले
अन् लहरत, तरळत वाऱ्यावर भुरभुरले.
मी हसले आणिक गडबडले... गोंधळले
अन् शब्दावाचुन सारे बोलून गेले.

मी इतुकी भित्री असे कसे मग घडले
मज नव्हते ठाऊक, अजून नाही कळले.

हॅलोऽऽ!"

"लिहितेय, सांगा."

"त्या संध्याकाळी सागरतीरावरती
रंगाची होती मैफल क्षितिजावरती
पाण्यात तरंगत होते केशर भिजले
वर फेनफुलांचे शुभ्र गुच्छ झुललेले.
मी करात माझ्या कर त्याचा घेऊनिया
हिंडले स्वैर रंगांची पाहत दुनिया.
त्या रंगाहुनही अद्भुत सुंदर किमया
रंगवीत होती क्षणाक्षणाने हृदया.
हळूहळू पसरला तम कंपित... हळुवार
अन् ओढ लागली पाण्याला अनिवार.
मज नकळे अवचित जादू कसली घडली
अन् माझ्याभवती मिठी तयाची पडली.
अस्तित्वच माझे गमले एक सतार
पालवी स्वरांची फुटुनी हसे जड तार.

अधरावर जुळता अधर भासले मजला
प्रत्येक क्षणाचा थरथरता स्वर झाला.

*का स्वप्नच होते जग भवतीचे सारे?*
*का स्वप्नच होत्या लाटा... तारे... वारे?*

*मी इतुकी भित्री... असे कसे मग घडले?*
*मज नव्हते ठाऊक, अजून नाही कळले.''*

''वपु, हे असं गॅदरिंग, ट्रिप असं काही झालं नाही हो अजून?''
''ते घडायचं तेव्हा घडेल. त्याच्या अगोदरच तुझी कवितेसारखी अवस्था झाली आहे ना? तुमची भेट ठरली की मला कळव.''
फोनवरचं संभाषण संपल्यानंतरसुद्धा मी काही क्षण पाडगावकरांच्या कवितेतच गुंतलो होतो. काही काही लहान मुलांना ओळखीची गरज वाटत नाही. अनोळखी पाहुण्याने जरी कडेवर घेण्यासाठी हात पुढे केले तरी अशी मुलं त्यांच्याकडे झेपावतात. कविता पण तशाच असतात. हात पुढे करणारा माणूस आपल्याला खांद्यावर खेळवणारा आहे, ह्याची खात्री पटली की त्या माणसाकडे त्या कायम मुक्कामाला येतात.

मध्ये किती दिवस गेलेत आठवत नाहीत. पुन्हा संयोगिताचा फोन.
''वपु, त्याने मला भेटायला बोलावलंय, पार्क वे हॉटेलात. जाऊ का हो?''
''कधी बोलावलंय?''
संयोगिताने दिवस आणि वेळ सांगून मला विचारलं,
''वपु, त्या दिवशी तुम्ही याल? तुम्ही अगोदरच कोणतं तरी टेबल अडवून बसा.''
''मी तिथे कशाला?''
''माझा चॉइस तुम्हाला समजावा म्हणून.''
त्यानंतर तिची गंमत करायची म्हणून मी एका चित्रपटातल्या गीताच्या पहिल्या दोन ओळी चालीवर म्हणून दाखवल्या,
*''जा एकटीच तू गे, दोघे खुशाल भेटा*
*मी पाहिजे कशाला, फुलत्या फुलात काटा.''*
दोनच दिवसांनी फोन आला,
''वपु, तो अजून आला नाही. मी काय करू? त्याने मला गंडवलं नसेल ना?''
''हे ओळखण्यात मुलांपेक्षा मुली जास्त तरबेज असतात. तू कविता दिलीस का?''
''दिली. वर्गातच दिली. त्याच्या बाकाजवळून जाताना हळूच त्याच्या बाकावर ठेवली. त्याने ती वाचली. लगेच मागे वळून पाहिलं. आणि वपु त्याचे डोळे इतके बोलके आहेत की न बोलता सगळं कळतं. पिरीयड संपला. आम्ही कॉरिडॉरमध्ये

आलो. आणि पुढे जाताना त्याने एक कागदाचा बोळा खाली टाकला. त्यात लिहिल्याप्रमाणे मी आले. पण मला आता कंटाळा आला. मी जातेच.''

उत्तरादाखल मी म्हणालो,

*''मनी येते रे नाथा*
*येशील तू, मी जाता*
*सोसशील दुःख कसे, मज न सोसले*
*बघून बघून वाट तुझी नयन थांबले.*

अशी त्याची अवस्था झाली तर?''

''वपु, खरंच असं होईल? माझी अवस्था सांगू कशी झालीय?''

''मीच सांगतो—

*भास तरी किती वेळा*
*सोडी ना मन चाळा*
*पदरव जरी वाटे मज पान वाजले.*
*बघून बघून वाट तुझी नयन थांबले.''*

''वपु, एक्झॅक्टली तसंच झालंय. अहो, काय होतंय माहिती आहे का? हॉटेलचं दार उघडून कुणीही आलं ना, की वाटतं तोच आला.''

''मी सांगतो तसं कर. आत्ता हा फोन खाली ठेवताक्षणी तो येतो की नाही बघ.''

तिने फोन खाली ठेवला. संभाषण आवरतं घेण्याचा हा एकमेव मार्ग होता. माणूस सातत्याने दुःखापासून पळण्याचा प्रयत्न करत असतो असं म्हणतात. पण त्यातून सुटका होत नाही म्हटल्यानंतर त्याची उजळणी करण्यात त्याला आनंद वाटतो. अंतर्मुख होण्याचे क्षण हेच असतात. ऐकणाऱ्या माणसाला पुष्कळदा ती पुनरुक्ती वाटते, पण सांगणारा माणूस त्या दुःखातली नवी दिशा शोधत असतो. कधीकधी नवी दिशा सापडल्यामुळे ही त्याला पुनःपुन्हा तेच बोलावंसं वाटतं. ती व्यक्ती सुरुवातच अशी करते,

'मी प्रथम समजत होते की तो भ्याड आहे. तो मला घाबरून आहे असं तो नाटक करतो. पण आता समजलं, तो डँबीसच आहे.'

असं म्हणणारी व्यक्ती कधी तो असते, तर कधी ती असते. संयोगिताचं काय होणार हे बघू. त्याच दिवशी रात्री तिचा फोन आला तो हुंदके देतच. तिचं हुंदके देण्याचं कारण मला माहिती असल्यामुळे मी विचारलं,

''तो नाही का आला शेवटी?''

हुंदके आवरत ती म्हणाली,

''तसं झालं असतं तर एक वेळ मी सहन केलं असतं.''

त्यानंतर तिच्या दुःखाची जागा क्रोधाने घेतली. क्रोध सगळ्याच भावनांवर आणि

विकारांवर मात करतो. क्रोधाच्या त्या धगीने तिच्या अश्रूंची वाफ झाली. ती आता त्वेषाने सांगू लागली,

"वपु, माणूस एकाच वेळेला दोन माणसांशी हे असं वागू शकतो? एकटीला हॉटेलमध्ये बसणं मला काहीतरी वाटायला लागलं म्हणून मी नको असतानाही कॉफी प्यायले. हॉटेलच्या बाहेर आले. खरं म्हणजे मी लगेच घरी जायला हवं होतं. पायरीवर पाच मिनिटं रेंगाळण्याची मला काय दुर्बुद्धी झाली कुणास ठाऊक! पण बरं झालं. दुर्बुद्धी झाली म्हणूनच तो कसा आहे हे मला कळलं."

"बरं, नेमकं काय झालं सांगशील?"

"वपु, माझ्याच एका मैत्रिणीबरोबर तो समोरच्या हॉटेलमधून बाहेर पडला. एकदा वाटलं, त्या दोघांसमोर जाऊन उभं राहावं, पण पुन्हा विचार केला, त्यांची जिरवायला गेले आणि उलट माझीच जिरली तर? समोरच टॅक्सी होती, त्या दोघांचं लक्ष जायच्या आत मी टॅक्सी पकडली. आता तुम्ही काहीही म्हणा, मी त्याला खरमरीत पत्र लिहिणार आहे."

"मागे तुला जे बजावलं होतं तेच पुन्हा सांगतोय. कुणाच्याही तावडीत सापडायचं नाही. आपलं भवितव्य धोक्यात आणायला अनेकदा आपणच जबाबदार असतो."

"तरीसुद्धा मी त्याला ओळखलंय हे मला त्याच्यापर्यंत पोचवायचंय."

मी शांतपणे म्हणालो,

"त्यासाठी 'गदिमा' आहेत. आयुष्यातलं एकही दालन ह्या महाकवीने त्याच्या काव्याशिवाय रिकामं सोडलेलं नाही. एकही वास्तू पोरकी नाही. मी तुला फक्त ओळी ऐकवतो. शांत झाल्यावर विचार कर, आवडल्या तर फोन कर.

*हरि, तुझी कळली चतुराई*
*हरी रे, भुलायची मी नाही*
*गायीमागे गोप दवडुनी*
*लाखामधली एक निवडुनी*
*आडरानी मला अडवुनी, दाविसी धिटाई*
*गरीब भोळ्या जरी गवळणी*
*खोडी काढिता होऊ नागिणी*
*बळेच घेसी निंदा ओढुनि, काय रे तऱ्हा ही."*

"छान आहे."

"बस! एवढी कविता पाठव. पत्र पाठवू नकोस. तो जर मुली खेळवणारा असेल तर तुला ब्लॅकमेल करायलाही मागेपुढे पाहाणार नाही. सेन्सेटिव्ह असेल तर तुझी माफी मागेल. ज्या निर्णयामुळे सगळ्या आयुष्याला वेगळं वळण मिळण्याची शक्यता असते, तिथं स्पीड कमी करावा, इतकंच नाही तर क्षणभर थांबावंसुद्धा."

"कशासाठी पण?"
"तू श्यामला ज्या मुलीबरोबर पाहिलंस, ती मुलगी तिचा एखादा प्रॉब्लेम घेऊनसुद्धा त्याच्याकडे गेली असेल. ती तुलाही कदाचित विश्वासात घेऊन सांगेल. त्या क्षणीच तुझं मत बदलेल. तुला पार्क वेमध्ये भेट हे सागण्यामागे श्यामचा तोही उद्देश असू शकतो. तुला कल्पनाही नसेल, तू निघून गेल्यावर कदाचित तुझ्यासाठी ते दोघं पार्क वेमध्येसुद्धा गेले असतील."
संयोगिताचा चेहरा जरी मला दिसत नव्हता तरी ती गप्प राहिली याचा अर्थ नक्की संभ्रमात पडली.
"वपु, इतक्या पॉसिबिलिटीज असू शकतात?"
"आयुष्याला कलाटणी देणाऱ्या चौकातून चारच नव्हे अनेक रस्ते फुटतात. पण एक बाई आणि एक पुरुष असं दिसलं रे दिसलं की आपल्या हातात एकच रबरी शिक्का बाळगलेला असतो, तो म्हणजे लफडं !"
तिने आश्चर्याने विचारलं,
" हे बाकीचं सगळं माझ्या का नाही ध्यानात आलं?"
"अहंकाराचं धुकं त्याला जबाबदार आहे."
"तुम्ही लेखक आहात म्हणून तुम्हाला सगळी परमिटेशन्स, कॉम्बिनेशन्स दिसतात."
"मी पहिल्यांदा माणूस आहे आणि माझ्या सर्वांगावरचे हे असलेच शिक्के मी अजून धुतोय."

त्यानंतर पुष्कळ दिवसांत तिचा फोन आला नाही. कोणत्या तरी अशाच एका फोनवरच्या संवादात, मी हेका धरला म्हणून तिने मला श्यामची सगळी माहिती सांगितली होती. नेहमीप्रमाणे 'प्लेझर बॉक्स' उघडली. बाहेरगावची नगण्य साप्ताहिकं, एक इलेक्ट्रिकचं बिल, एक अनोळखी वाचकाचं पत्र आणि तीन लग्नाच्या आमंत्रणपत्रिका. तों गठ्ठा घेऊन मी घरात आलो. त्यातली एक आमंत्रणपत्रिका पाहून मी उडालोच. आमंत्रण वधूपक्षाकडनं आलं होतं आणि अमुक अमुक ह्यांचा 'कुलदीपक' ह्याखाली श्यामचं नाव होतं. संयोगिताचा फोन आज नक्की येणार. मी फोनच्या आसपासच घुटमळत राहिलो. भुकेची वेळ झाली म्हणजे घरात पाळलेलं मांजर त्याच्या रिकाम्या ताटलीभोवती फिरत राहातं त्याप्रमाणे. आता संयोगिताचा आवाज परिचयाचा झाला होता. म्हणूनच तिने नुसतं 'मी बोलतेय' असं म्हटलं तर तेवढ्यावरून मी तिला ओळखणार होतो. अपेक्षेप्रमाणे तिचा फोन आला.
"वपु, आज मला माझाच अतिशय संताप आलाय."
"आय कॅन अंडरस्टँड."
"तुम्हाला नाही कळणार."

"श्यामचं लग्न ठरलंय हे मला माहिती आहे."

"ते कसं शक्य आहे?"

"मला वधूपक्षाकडनं आमंत्रण आलंय."

"जाणार आहात?"

"नाही. तुला स्वत:चाच राग का येतोय ते सांग."

"माझ्या मनातून तो अजून जात नाहीये. तरीसुद्धा मी त्याला अभिनंदनाचं कार्ड पाठविणार आहे. मला कार्डाच्या आत लिहिण्यासाठी एक गाणं द्या."

"घे लिहून. उपयोग होणार नाही, पण कानांवरून जाऊ दे. एक चांगलं गाणं म्हणून.

*ऐकशील का रे माझे अर्थहीन गीत?*
*दूर दूर जाते धरुनी उरी तुझी प्रीत !*
*भाग्य हेच अजुनि येतो गंध पाकळीस*
*स्पर्श तुझा झाला होता चुकून या कळीस*
*उमलताच सुकले तरिही आयु हे पुनीत !*

*सूर आर्त गीताचा या तुझ्या घरी यावा*
*अश्रुबिंदु एकच नयनी तुझ्या ओघळावा*
*हेतु एक शेवटचा या थरथरे मनात !"*

त्यानंतर संयोगिताचा फोन आला नाही. पण कुणावर तरी प्रेम बसणं, त्यानंतर मनात निर्माण होणारी हुरहुर, त्यापाठोपाठ काहूर ह्या सगळ्या अवस्था डोळ्यांसमोर उभ्या राहिल्या. लग्नाला एकच दिशा असते, प्रेमाला अनेक. लग्न केलं म्हणजे एकमेकांत प्रेम निर्माण होईल ह्या चुकीच्या धारणेवरच समाज उभा आहे. प्रेम हे आकाशाइतकं उत्तुंग आणि विशाल आहे, तर लग्नसंस्था जमिनीला घट्ट धरून उभी आहे. म्हणूनच लग्नानंतर प्रेमाचं नातं निर्माण झालं नाही तर पायांखालची जमीन सरकायला लागते. नैसर्गिक धरणीकंप अधूनमधूनच होतात, अनेक घराघरांतून होणाऱ्या धरणीकंपांची नोंद कुठल्याही वेधशाळेत घेतली जात नाही. त्या जमिनी तिथल्या तिथेच थरथरत राहातात. प्रेम निसर्गाने निर्माण केलंय आणि लग्नसंस्था समाजाने. म्हणूनच अनेक भगिनींच्या पायांत समाजाने घातलेल्या बेड्या त्यांना गळ्यात मंगळसूत्र म्हणून बाळगाव्या लागतात. पायांतल्या बेड्या थेट गळ्यापर्यंत आल्यावर, न आवडणाऱ्या साक्षीदाराबरोबर संसार करताना प्राण कंठाशी का येणार नाहीत? काही काही घरांतून ह्याच मंगळसूत्रांचे गळफास होतात. पण 'मरेपर्यंत फाशी' अशी मुक्ती मिळत नाही. प्रेमातून संसार फुलला पाहिजे, त्याऐवजी संसारातून मुलांची पैदास होते आणि

त्यालाच आम्ही प्रेम समजून कवटाळत राहातो.
प्रेम ही चैतन्याची खूण आहे. ते फुलतं आणि वरमाला बनवावी लागते. म्हणूनच केवळ अंतरपाट दूर केल्याने अंतर्मनाचं मिलन होईल ह्याची शाश्वती नाही.

संयोगिता लग्नाशिवाय राहाणार नाही. पण मनात श्याम आणि कुंकवाच्या टिकलीने टिकेल तो राम. आधुनिक शोधापैकी 'कुकंवाच्या टिकल्यांचा शोध' ज्याने लावला त्याचा खरं तर सत्कार करायला हवा. 'कुंकू' चित्रपटातलं कुंकू म्हणजे त्या समाजातली सौभाग्याची खूण, प्रथम बोटावर घेऊन कपाळावर लावली जात असे. कुंकवाची टिकली कंपासने आखल्याप्रमाणे बोटाने बरोब्बर गोल करण्यात काही वेळ तरी आरशासमोर जात होता. त्या काही क्षणात कदाचित आत्मावलोकन करण्यासाठी उसंत मिळत होती. आज ही असली भानगड नाही. पर्समधून सेकंदात टिकली काढली, चिकटवली की झालं! स्वत:कडच्या टिकल्या संपल्या की मैत्रिणीकडून घ्यायच्या. न टिकणाऱ्या वस्तूलाच टिकली म्हणायचं हे 'नांदा सौख्यभरे' ह्या आशीर्वादाचं विडंबन आहे.
जुळवलेल्या म्हणजे सांगून आलेल्या मुलाशी किंवा मुलीशी लग्न जमवताना वेगवेगळ्या परिवारांत जी चर्चा होते त्याचं फक्त स्मरण करावं.
'दिसायला बरी आहे. बांधा चांगला आहे. बोलण्यात शालीनता आहे. मुख्य म्हणजे केस लांबसडक आहेत. स्वयंपाक हळूहळू जमेल. डिग्री आहे म्हणजे गरज पडली तर नोकरी करू शकेल. आणखी काय हवं?'
ह्या उलट मुलीच्या परिवारात,
'दणदणीत पगार आहे. राहती जागा आहे. केस जरी थोडे विरळ असले तरी रुबाबदार आहे. सिगारेट काय हल्ली सगळेच ओढतात. आणि अगं, सहवासाने प्रेम निर्माण होतं.'
—असं सांगणाऱ्या परिवाराला लहानपणापासून सहवास लाभलेल्या बहीणभावंडांत प्रेम का नाही, ह्याचं उत्तर शोधायची गरज वाटत नाही. टेबल आणि खुर्ची कायम एकमेकांच्या जवळ असते म्हणून त्यांच्यात प्रेम आहे असं समजायचं का? टेबलाची उंची कायमच खुर्चीपेक्षा जास्त असते आणि हवी. म्हणून ते पहिल्यापासूनच 'चढून' बसलेलं, स्वत:ला वरच्या लेव्हलचं मानणारं. त्याला खुर्चीच्या यातना समजतील का? खुर्चीची वेगळीच तऱ्हा. खुर्ची हे अहंकाराचं प्रतीक आहे. सामान्यातला सामान्य माणसालाही ती कोणता दर्जा देईल ह्याचा भरवसा नाही. ती समाजकंटकाचाही समाजसेवक बनवते. ह्यातला सेवक शब्दही चुकीचा आहे. मूळच्याच हिंसक वृत्तीला खुर्ची राजाश्रय देते आणि विचारवंतांना तिचा सेवक व्हावं लागतं. संवेदनाच जाणून घ्यायच्या असतील तर खुर्ची आणि टेबल समान पातळीवर हवीत. पण

खुर्ची आणि टेबल हा आहे व्यवहार. समान पातळी म्हटलं म्हणजे भारतीय बैठक हवी. तीसुद्धा समाजात रूढ झालेली आहे. पण पुन्हा भारतीय बैठक म्हणजे समान विचारांची बैठक नव्हे. म्हणूनच घराघरांतून संसाराचा प्रवास डबल बेडपासून सुरू होतो आणि टेबल-खुर्चीपाशी येऊन थांबतो. डबल बेड आहे म्हणून मनं एकरूप होतील का? हे पाहाण्याची गरजही कुणाला वाटत नाही. मंद प्रकाश देणारा नाईट लॅम्प लावायचा, तो स्वच्छ प्रकाशातला पशू दिसेनासा व्हावा म्हणून. म्हणजेच 'मरेपर्यंत फाशी', पण सकाळी आयता चहाचा ट्रे समोर करायला पत्नी हयात. छे ! संयोगिताने स्वप्नाळू राहाता कामा नये. कवितेचा छंद सोडून तिने व्याकरण शिकावं. संसार म्हणजे व्याकरण. व्याकरणात पदं कशी चालवावीत हे शिकवतात. संसारात वेगवेगळी पदं नाहीतच. पत्नीपद आणि मातृपद.

तब्बल दोन वर्षांनी संयोगिताचा फोन.
''वपु, मी संयोगिता बोलतेय.''
'बऱ्याच वर्षांनी आठवण झालीय. कशी आहेस?''
'तुम्हाला एक बातमी सांगण्याकरता फोन केला. माझं लग्न ठरलं.''
''मग चांगली बातमी असं म्हण ना!''
'लग्नाशिवाय किती वर्षं राहायचं असा प्रश्न विचारायचं एक वय येतं. बी. कॉम्. झाले म्हणून शिक्षणाचं निमित्त सांगता येत नाही. शिक्षण संपलं म्हणून लग्न.''
मी क्षणभर गप्प राहिलो. कविता खरोखरीच आटली की काय? गाडी जिथून सुटते तिथेच दोन तास उभी राहिली तर पुढचा प्रवास संपणार कधी? ह्या धास्तीतच प्रवासाचा आरंभ होतो. संयोगिताच्या ह्या कोरड्या बोलण्याने मी हादरून गेलो.
''वपु, तुम्ही गप्प का?''
''सक्तमजुरीची शिक्षा ठोठावल्याप्रमाणे तू बातमी सांगितलीस.''
'दुसरं काय करू?''
''अजून श्याम डोक्यातून गेला नाही? त्याने फसवूनसुद्धा?''
''तुमच्याशी खरं बोलायला हरकत नाही. त्याने मला फसवलं, मी त्याला फसवलं नव्हतं.''
''हे बघ संयोगिता, एकदा संसार सुरू झाला, घरात पाळणा हलला म्हणजे सगळं विसरशील असलं मी तुला काही सांगणार नाही. पण अशी मनात कुढत राहिलीस तर नवऱ्यावरती अन्याय होईल. तू अस्वस्थ का आहेस ह्याचं कारणही तुला कधी सांगता येणार नाही.''
''मी लग्न ठरल्यानंतरच त्यांना श्यामबद्दल सांगितलं आहे.''
''अधूनमधून संघर्ष होतील तेव्हा श्यामच्याच प्रकरणाचं भांडवलं केलं जाईल.''

''मुळात माझं प्रेम एकतर्फी होतं. आम्ही कधी फिरायलासुद्धा गेलो नाही. म्हणजे माझ्या प्रेमाच्या बाबतीत तर त्याला 'अफेअर' सुद्धा म्हणता येणार नाही. ह्या सगळ्या गोष्टी मी अगोदरच स्पष्ट केल्या आहेत.''

''तुझे भावी यजमान, म्हणजे नवरा, त्याला काय म्हणू नेमकं?''

''आडनावच नवरे आहे तेव्हा सरळ तुझा नवरा म्हणालात तरी चालेल. मी सांगितलेलं त्यांनी सगळं ऐकून घेतलं. बभ्रा होईल एवढी मी वाहवलेच नव्हते. ते म्हणाले, 'मामुली बात है, प्रत्येकाच्या आयुष्यात काही ना काही घडतंच. तुला कदाचित थोडे दिवस त्रास होईल, पण आय थिंक, यू विल बी एबल टू अॅडजस्ट इट.''

''भाग्यवान आहेस.''

''लग्नाला याल?''

''तू बोलावलंस तर नक्की येईन.''

''मी वाट पाहीन.''

त्यानंतर बरोबर एक वर्षाने फोन.

''मी मिसेस् नवरे बोलतेय.''

''आडनावाबरोबर नावसुद्धा बदललं का?''

''नाही.''

''मग संयोगिता सांगता आलं नाही का?''

''तुम्ही ओळखता का पाहायचं होतं. लग्नाला का आला नाहीत?''

''तुझी आमंत्रणपत्रिका लग्नानंतर दोन दिवसांनी मिळाली.''

''फोन का नाही केलात?''

''मी म्हटलं, तू हनिमूनला गेली असशील.''

''तिकडे राहायला गेले नव्हते.''

''तुझा सासरचा पत्ता वाचला आणि धाडस केलं नाही.''

''का?''

''अगं बाई, कारमायकल रोड, पेडर रोड, मलबार हिल, भुलाभाई देसाई रोड हे सगळे नंदनवनाचे पत्ते आहेत. मी तिथं फोननेसुद्धा पोचणार नाही. पुन्हा सासरच्या माणसांना चालतं की नाही हा प्रश्न होताच. अर्थात तुझे मिस्टर सोशल आहेत, तेव्हा...''

''कशावरून म्हणता?''

''जो माणूस प्रत्येकाच्या आयुष्यात असं काही ना काही घडतं, असं भावी पत्नीच्या बाबतीत म्हणू शकतो त्यालाच मी रॅशनल थिंकिंग म्हणतो.''

“फार भाबडे आहात. इतर कवींच्या कविता तुम्ही मला ऐकवल्या. ते स्वत:सुद्धा एवढे भाबडे नसतील. अर्थात तुम्हाला भाबडं म्हणण्यात काय अर्थ आहे? मी त्याच कवितेच्या आधारावर आणि आपण फोनवर ज्या गप्पा मारल्यात त्या आधारावर जगत आहे. दुसऱ्या माणसाला जो सवलती देतो, ते प्रत्येकाच्या बाबतीत मोठ्या मनाचं लक्षण नसतं. आणि तुम्ही जेवढ्या रस्त्यांची नावं सांगितलीत त्या उंच उंच इमारतींमधली माणसं अत्यंत कोत्या वृत्तीची असतात, खुजी असतात.”

“कुणाबद्दल सांगतेयस?”

“माझ्याच नवऱ्याबद्दल.”

“तुला कधी कळलं.”

“अगदी हनिमूनला गेलो त्या दिवसांत. ऐपतीचाच विचार केला तर आम्ही हनिमूनला सिमला, उटी, कुलू मनाली अशा ठिकाणी जायला हवं होतं. पण प्रत्यक्षात गेलो लोणावळ्याला.”

“लोणावळा?”

“त्याच दिवसांत कंपनीचं सेमिनार लोणावळ्याला होतं.”

“तुझे मिस्टर काय करतात?”

“इम्पोर्ट-एक्सपोर्ट एवढंच सांगू शकते. व्यवसायाचं नेमकं स्वरूप बी. कॉम्. असून मला माहीत नाही. घरात माझ्यावर कोणतंही बंधन नाही. सासू-सासरे मला जिवापाड जपतात. त्यांना जिंकण्यात मी भाग्यवान ठरले. माझ्यासारखी सून मिळाली म्हणून तेही स्वत:ला भाग्यवान समजतात. चारचौघांसमोर माझं कौतुकही मनापासून करतात. संजयचा विषय काढला म्हणजे गप्प का बसतात एवढंच कळत नाही. वपु, गेल्या वर्षभरात मी माझ्या सासू-सासऱ्यांशी जितक्या गप्पा मारल्या, त्याच्या निम्म्यानेही संजयशी बोललेली नाही. एकदा तर गंमतच झाली. तुमच्याकडून ऐकलेल्या कविता मी त्यांना म्हणून दाखवल्या, त्याच्या दुसऱ्याच दिवशी माझा सासरा आणि सासू—मी त्यांना आप्पा आणि माई म्हणते—दोघंही बाहेर गेले. तासा-दीड तासाने परत आले आणि त्यांच्यामागे शोफरच्या हातात शंभर-सव्वाशे कवितांची पुस्तकं. आप्पा म्हणाले, ‘आमच्या व्यवसायामुळे आम्हाला कवितेतला आनंद समजला नाही. ह्यातल्या निवडक कविता तू आम्हाला रोज ऐकव.’ पाठोपाठ माई म्हणाल्या, ‘पुन्हा कॉलेजला जा. एम्. ए. हो.’ असं सगळं चाललं आहे.”

“संजयचा काय प्रॉब्लेम आहे?”

“लोणावळ्याला सेमिनार होतं ही चक्क थाप होती. तिथल्याच दुसऱ्या एका हॉटेलमध्ये आमच्यापाठोपाठ त्याची मैत्रीण आली होती. तेव्हापासून मन विटलं. संसाराच्या पहिल्याच वर्षात पुढचा सगळा मार्ग स्पष्ट दिसतोय.”

“तू शांत कशी राहिलीस?”

"मला अजून तो नीट समजलेलाच नाही. तो रात्री उशिरा घरी येतो. बहुतेक वेळेला ड्रिंक्स घेतलेली असतात."

"अगं, बिझनेस म्हटलं म्हणजे हे सगळं आलंच."

"नॉट नेसेसरिली. आप्पा तर एका थेंबाला स्पर्श करीत नाहीत. पण संजय पिऊन येतो. आणि सकाळी उठला म्हणजे अक्षरश: माझ्या पायांवर डोकं टेकून ढसाढसा रडतो. ह्यातला कुठला संजय खरा?"

"दोन्ही रूपं खरीच आहेत. तो मनस्वीपणाच्या आहारी गेला म्हणजे हे सगळं करतो. विचारांच्या राज्यात आला की त्याला पश्चात्ताप होतो. रोज हुकमी रडण्याचं नाटक कुणालाही करता येणार नाही. त्याचं त्या त्या वेळेचं ते ते रूप खरंच आहे. मी तर असं म्हणतो, तिच्याकडे गेल्यावरसुद्धा त्याला मधूनच तुझी आठवण होत असेल."

मी इतकं बोललो आणि ह्या वेळेला संयोगिताने मलाही झटका दिला. तिने विचारलं,

"याचा अर्थ तुम्हाला गदिमांच्या गाण्यासारखं म्हणायचं आहे का?

*धुंद येथ मी स्वैर झोकतो, मद्याचे प्याले*

*याच वेळी तू असशील तेथे बाळा पाजविले.*"

ह्यामागून एक हुंदका आला अन् फोन बंद झाला.

त्यानंतर तीन वर्षांनी संयोगिताचा फोन आला.

"वपु, आज कविता नकोय. एक चांगली वकील द्या. बाईच हवी आहे. बाईलाच बाईच्या वेदना कळतात."

"कशासाठी?"

"मी डिव्होर्स घेतेय."

मी सुन्न झालो. गप्प राहिलो.

"वपु, काय झालं?"

"दुसरा कुठलाही मार्ग नाही?"

"आम्ही सगळ्यांनी हात टेकलेत."

मी चित्रा फडकेचं नाव सुचवलं आणि सांगितलं,

"एकदम कॉम्पिटन्ट आहे. आणि त्याहीपेक्षा महत्त्वाची गोष्ट अत्यंत सिन्सियर आहे. क्लायन्टला खेळवणारी नाही."

"तुम्ही ओळखता?"

"नुसताच ओळखत नाही तर अभिमानाने सांगतो, संगीतकार श्रीधर फडक्यांची सौभाग्यवती. तरीसुद्धा वाटतं पुनर्विचार कर."

"घटस्फोटाच्या उंबऱ्यापाशी अनेक संसार थांबले आहेत. माहेरचा उंबरा ओलांडताना, मन कितीही कावरंबावरं झालेलं असलं तरीही दुसरा उंबरा स्वागत करण्याकरिता

आतुर झालेला असतो. सासरचा तो उंबरा अनेकजणींना ओलांडता येत नाही. कारण त्यानंतर स्वागत करण्याकरिता तिसरा उंबरा नसतो. पुणे-मुंबई शहरात माझ्यासारख्या शिकलेल्या, माझ्याहून देखण्या, योग्य सन्मान मिळाला तर कोणतंही क्षेत्र गाजवणाऱ्या अशा अनेक गृहिणी तिसरा उंबरा न लाभल्याने दुसऱ्या उंबऱ्याच्या आतच झिजून झिजून आयुष्य घालवतात. पहिला उंबरा ओलांडताना स्वतःचं बळ जास्त वापरावं लागत नाही. सगळ्या शरीरात पृथ्वीवरच्या सगळ्या नद्या उतरतात. समुद्राची ओढच जबरदस्त असते. हा पहिला उंबरा ओलांडला की तो त्या क्षणी 'माहेरचा उंबरा' होतो. नद्या कितीही गोड असल्या, तरीही समुद्राचं खारेपण त्यांच्यात उतरतंच. सगळ्या निसर्गाचं माधुर्य चाखत, त्याचा स्वीकार करीत नद्या वाहतात. समुद्र एकाच जागी राहून-राहून खारट होतो. सगळ्या नद्यांचं माधुर्य लाभूनही त्याचा खारटपणा जात नाही. तरीही, अनेकजणींना ते खारट जहर सोसावं लागतं, आयुष्यभर. का? तर तो उंबरा ओलांडल्यावर स्वागत करायला त्यांना मिळत नाही, तो तिसरा उंबरा. मी खूप भाग्यवान आहे. कदाचित एकमेव असेन. माझ्या मनात आणखी एक प्लॅन आहे. माझ्याचसारख्या काही अभागिनींना मी हा तिसरा उंबरा मिळवून देईन."

"कसा?"

"आमच्या दुसऱ्या फ्लॅटमध्ये आठ-दहाजणी आरामात राहू शकतील. मला कंपनी मिळेल, त्यांना आधार मिळेल. सर्वात मोठी Irony सांगू का? ज्या घरामध्ये आमच्याइतकी सुबत्ता आहे, त्याच घरात अशा समस्या जास्त प्रमाणात आहेत."

"आप्पा आणि माई ह्यांना हे मान्य आहे का?"

"ते दोघं तर म्हणाले, तू तुझं एम्. ए. पूर्ण कर."

"अरे वा! तू कॉलेज जॉईन केलंस तर?"

"कधीच! त्यांनी माझ्या या योजनेला संमती दिली. इतकंच नव्हे तर अशा स्त्रियांचं पालकत्वही ते घ्यायला तयार आहेत."

"त्यांची घटस्फोटाला संमती आहे?"

"संजयच्या बाबतीत ते पहिल्यापासूनच नाराज आहेत. आप्पांच्या बिझनेसमध्ये संजय त्यांचा पार्टनर आहे. बारा वर्षांचं ॲग्रीमेंट आहे तोपर्यंत आप्पा काही करू शकत नाहीत. लग्न झाल्यावर तो सुधारेल ही त्यांची अपेक्षा. तसं घडलं नाही. आमचा इथे जवळच आणखी एक फ्लॅट आहे. घटस्फोट घेतल्यावर मी तिथे राहायला जाणार आहे."

"तू तिथे एकटीच राहाणार का?"

"वपु, मी इतकी भाग्यवान आहे की माई आणि आप्पा यांच्याशी काहीही बोलू शकते. संजयलासुद्धा संसाराचं लोढणं नकोय. घटस्फोट तातडीने मिळेल. आप्पा

आणि माईंना मी माझ्याकडेच राहायला घेऊन जाणार आहे. आम्ही सगळेच एकत्र आलो म्हणजे संजयचे डोळे उघडतील.''

''तो परत आला तर तू स्वीकार करशील का?''

''तेव्हा तो दोन्ही घरांना पारखा झालेला असेल.''

''कशावरून?''

''दोन घटका करमणूक म्हणून मैत्रिणीकडे जाणं वेगळं असतं. त्या दोन तासांमध्ये एकमेकांना खूष करण्याची स्पर्धा असते. फक्त कौतुकाचेच शब्द असतात. जे प्रिय वाटेल तेच बोललं जातं आणि केलं जातं. एकदा चोवीस तासांची जबाबदारी पडली म्हणजे संपूर्ण माणूस कसा आहे ते कळेल. तसं झालं तर तेही घर त्याला पारखं होईल.''

''तोपर्यंत सगळ्यालाच उशीर झालेला असेल. अजून त्याला चार गोष्टी सांगून समजावणारं कुणी भेटणार नाही का?''

''चार माणसं हवीच कशाला? त्यांनी फक्त आप्पांचं ऐकायचं ठरवलं तरीही काम होण्यासारखं आहे. पण ह्या अशा माणसांना आपल्याच घरात गंगास्नान घडू शकतं ह्याची माहिती नसते. संजयसारख्या माणसांना योग्य मार्गदर्शन नको असतं. अनुकूल सल्ला हवा असतो. त्याचा त्याने जरी शांत बसून विचार केला तर श्रेयस आणि प्रेयस ह्यातून तो श्रेयसचीच निवड करील.''

''लाखातलं बोललीस ! तसंच घडावं. पण तू म्हणतेस त्याप्रमाणे केस हाताबाहेर गेली असेल तर?''

''मग आयुष्यभर त्याला जगजीतची गझल ऐकत बसावं लागेल.

*बहोत दिनोंकी बात है,*
*फिजा को याद भी नही*
*बहोत दिनोंकी बात है ।*

*फिजा पर बहार थी*
*बहार खूषगबार थी*
*न जाने क्यूँ मचल पडा*
*मैं अपने घरसे चल पडा*

*किसीने मुझको रोककर*
*बडी अदासे टोककर*
*कहा था लौट आईये*
*मेरी कसम न जाईये*

*मगर मुझे खबर न थी*
*माहौल पर नजर न थी*
*नयी तरंग देखकर*
*मुझे बडी खुशी होई*

*और इक हसीन शामको*
*मैं चल पडा सलामको*

*मै कुछ इस खुशीमें था*
*किसीने झाक कर कहा,*
*पराये घर न जाईये*
*मेरी कसम न आईये*

*वही हसीन शाम है*
*बहार जिसका नाम है*
*चला हूँ घर को छोडकर*

*न जाने जाऊँगा किधर*
*कोई नही जो रोककर*
*कोई नही जो टोककर*
*कहे के लौट आईये*
*मेरी कसम न जाईये ।*

■

# गुरू

गुरुनाथने दुसरं लग्न केलं, असं ऐकलं आणि मी उडालोच. गुरुनाथ? दुसरं लग्न? अर्धांगवायूचा झटका आलेला, व्हीलचेअरशिवाय हालचाल करू न शकणारा, वय वर्षं पासष्ट आणि दुसरं लग्न? हा धक्का त्या मानाने सौम्य होता. बायको चोवीस वर्षांची, येस्, फक्त चोवीस – हा धक्का पेलत नव्हता. आता गुरुनाथला कधी भेटेन असं मला झालं होतं. उत्सुकता पराकोटीला ताणली गेली होती आणि तरीही संकोच आडवा येत होता. मी कितीही 'सहज भेटायला आलो' असा बहाणा केला, तरी मनातला सुप्त हेतू मला आतून चावणारच होता. माझ्या भेटीचा हेतू लपवण्याचं चातुर्य दाखवण्याएवढी सहजता माझ्या जवळ आहे. आडवे येत होते ते कोण्या एके काळी मीच दिलेले शब्द.

व्हीलचेअरसहित त्याला हॉस्पिटलमधून जेव्हा घरी आणलं होतं तेव्हा तो अंतर्बाह्य हादरला होता. बायकोच्या तसबिरीकडे पाहून तो ढसाढसा रडला होता. चोवीस तास आपला सांभाळ करणार कोण? ह्या वास्तव भीतीने कमालीचा कोसळला होता. माझ्या समोरच त्याची भाची म्हणाली होती,

"मामा, मी आहे तोपर्यंत काळजी करू नकोस. मी आत्ता घरी जाते आणि कपड्यांची बॅग घेऊन इकडेच राहायला येते."

स्वत:ला आवरीत तो म्हणाला, "किती दिवस राहशील? तुझं लग्न तीन महिन्यांवर आलं."

"तीन महिने तर तीन महिने. तीन महिने म्हणजे नव्वद दिवस होतात."

"त्या नव्वद दिवसांचे तास कर नं, म्हणजे आणखी मोठ्या आकड्याचं समाधान मिळेल."

मी म्हणालो, "चल, माझी रोजची संध्याकाळ मी तुझ्याकडे घालवेन. तुला व्हीलचेअरवरून बाहेर फिरायला नेईन. एवढा मोठा ब्लॉक तुला मिळाला पण तो तळमजल्यावर आहे म्हणून तेव्हा तू नाराज झाला होतास. आज ह्या विपरीत अवस्थेमध्ये तळमजल्याचा आधार वाटतोय ना?"

"तू हार्ट पेशंट. तुला वजन उचलायला बंदी आहे. माझ्या वजनासहित व्हीलचेअर

ढकलणं सोपं नाही.''
''सॉर्बिट्रेटचा खुराक चालू ठेवीन पण येईन. मधूनमधून तूसुद्धा दोन्ही हातांनी चाकं फिरवू शकतोस.''
'कुणी बघितलंय?'– अशा अर्थाने त्याने आकाशाकडे हात केले.
''काय झालं?'' त्याच्या भाचीने विचारलं.
''अर्थात, माझं फार दिवस कुणाला काही करावं लागेल असं मला वाटत नाही.''
''काहीतरी बोलू नकोस.'' असं बोलून भाची घराबाहेर पडलीसुद्धा.
माझे दोन्ही हात आपल्या तळव्यात धरून त्याचं डोकं माझ्या हातावर टेकवता, टेकवता गुरुनाथ म्हणाला होता, ''बायकोशिवाय काही खरं नाही.''
आत्ता मला हे सगळं आठवलं. आठ दिवस ओळीने मी त्याच्याकडे जात राहिलो. पण रोज कुणी ना कुणी भेटायला येत होतं. फिरणं लांब राह्यलं, रोजचा वेळ ॲटॅक कसा आला आणि नंतर काय काय झालं ह्याची कंटाळवाणी उजळणी करण्यातच आठ दिवस गेले. शेवटी भाची म्हणाली,
''काका, आपण आता फोन करूनच ठरवत जाऊ.''
माझीही प्रकृती अडवणूक करत होती. कधी माझी घरी पाहुणे तर कधी मला येणारा कंटाळा.
गुरुनाथच्या भाचीचं लग्न झालं. नंतर त्याची बहीण त्याच्याकडे राहायला आली. बहिणीचं घर चौथ्या मजल्यावर. तिथं एकदा तो जाऊन पडला म्हणजे स्थानबद्ध झाला. ह्या कारणास्तव त्याला स्वतःचं घर सोडायचं नव्हतं. त्यानंतर मी त्याला भेटलो तेव्हा मध्ये सहा महिने गेले. त्याला चोवीस तासांची बाई मिळाली होती. गरजेची कामं होत होती. तेव्हा तो म्हणाला होता, ''ही बाई करते सगळं. पण गड्या, खूप संकोच वाटतो.''
माझ्याकडे उत्तर तयार होतं. तो तसं का म्हणाला ह्याची कल्पना येऊन मी म्हणालो, ''अरे, हॉस्पिटलमध्ये होतास तेव्हा सगळ्या गोष्टी अनोळखी नर्सेसच करत होत्या ना?''
तो गप्प राहिला. सांगायला सगळ्याच गोष्टी सोप्या असतात. कसोटी लागते ती अनुभवाच्या पातळीवर.
त्यानंतर मला फारसं जायला जमलं नाही. प्रारंभी खूप खंत वाटायची. मी कुणाजवळ तरी ती खंत बोलून दाखवायचो.
जसे माझ्याजवळ शब्द होते, तसे ऐकणाऱ्यांजवळसुद्धा असायचे. ते लगेच म्हणायचे, ''तू आता तिशीतला तरुण राहिला नाहीस. तुझ्यामध्ये आणि गुरुनाथमध्ये एक वर्षाचं अंतर आहे. त्यात तुला हार्टट्रबल. वार्धक्यातलं सर्वात मोठं दुःख म्हणजे ते तुमच्या सदिच्छेची आडवणूक करतं. सद्भावनेलासुद्धा ऐपत लागते. शारीरिक आणि आर्थिक.''

"हे कसं काय?" असं मी विचारलं तेव्हा त्याच मित्राने उत्तर दिलं,
"प्रवासाला निघाल्यानंतर एखाद्या म्हाताऱ्या माणसाची जड पिशवी पटकन पुढे होऊन आपण उचलावी असं मनात येतं. अशा वेळी आपलं शरीर पण तेवढं बळकट हवं ना?"
मी विचारलं होतं,
"वजन पेलण्याच्या बाबतीत हे ठीक आहे. सद्भावनेच्या बाबतीत ऐपतीचा सवाल कुठे येतो?"
"तेही सांगतो. असंच कुणीतरी आजारी असतं किंवा कुणाकडे तरी मंगलकार्य असतं, वाढदिवस असतो. आपली इच्छा असून जाता येत नाही. अशा वेळेला एक फोन केला तरीसुद्धा आपल्या भावना पोचवता येतात. गैरसमज टाळता येतात."
असंच काहीसं समाधान करून मित्र निघून गेला आणि मी विलक्षण अस्वस्थ झालो. गुरुनाथची मी फोनवरूनही महिन्याभरात चौकशी केली नव्हती. हे मला डाचत होतं. 'माझे आता किती दिवस राहिलेत?' –अशा अर्थाचे त्याने जेव्हा हातवारे केले तेव्हा ते वाक्य लागलं होतं. त्यानंतर वर दोन वर्षं लोटली होती. मन खायला लागलं की मी फोनवर भागवत राहिलो. कधीकधी खऱ्या अडचणी आणि कधीकधी काल्पनिक अडचणी खऱ्या वाटतील असं काही काही सांगत राहिलो.
आणि आता त्याने दुसरं लग्न केलं. याहीपेक्षा चोवीस वर्षांच्या मुलीशी केलं हे कसं? ह्या जिज्ञासेने पेट घेतला. अगदी खरं खरं सांगायचं झालं तर गुरुनाथसारख्या पेशंटची देखभाल करणारी व्यक्ती तरुणच हवी. किंवा स्वत:च्या प्रकृतीच्या तक्रारी नसलेली हवी. माझं मन किती कद्रू आहे त्याचा मला शोध लागला. एखाद्या आश्रमातली, दिसायला बेतास बात असलेली मुलगी त्याला मिळाली असणार, असा विचार करण्याइतपतच औदार्य माझ्याजवळ होतं आणि तरीही जिज्ञासा होती. एकच जबरदस्त आधार होता तो हा की, गुरुनाथ कशातच काही वाटून घेणाऱ्यातला नव्हता. हा प्राणी असा कसा घडला, हा प्रश्न मला आजही सुटलेली नाही. आणि ह्यापूर्वीही कधी सोडवता आला नाही. त्याने धक्के मात्र खूप दिले. धक्के दिले याचा अर्थ कुठलाही उपद्रव दिला नव्हता. मला आश्चर्य वाटत राहिलं ते त्याच्या स्वभावाचं.
पहिला धक्का होता तो मात्र घटनात्मक. पण तेव्हा त्याची माझी ओळखच नव्हती. 'असेल एखादी बडी असामी' असं म्हणतच मी लिफ्टकडे धावलो होतो. हा गृहस्थ तेव्हा ऑफिसच्या दारात इम्पालामधून उतरला होता. त्याला दारापाशी सोडून गाडी पुढे निघून गेली. ही ओळख पावसाळ्यातली. म्हणून की काय आजही ताजी टवटवीत. मुंबईच्या पावसात, अंगाला गर्दीचा धक्का न लागता अशा गाडीतून हिंडणारी माणसं खरी भाग्यवान. पावसाळ्याचा तो सीझन संपेपर्यंत मी त्याला

अशा पद्धतीने किमान सत्तावीसअठ्ठावीस वेळा पाहिलं. एकमेकांना बघून बघूनच चेहऱ्याचा परिचय झालेला. लिफ्टमध्ये कधी गाठ पडली तर त्याचे माझे मजले वेगळे होते आणि एकदा हाच चेहरा मला लोकलच्या भर गर्दीत दिसला. फर्स्ट क्लासमध्ये तोही उभा होता, मीही उभा होतो. पहिल्या वर्गाचा पास काढायचा तो एवढ्याचसाठी की 'फर्स्ट क्लासपैकी उभं राहून आलो' हे सांगता यावं म्हणून. आम्ही दोघं एकमेकांकडे बघून हसलो.

रस्ता क्रॉस करता करता मी त्याला विचारलं,

"गाडी गॅरेजला का?"

त्याचं उत्तर यायच्या आत, ज्या इम्पालातून तो येत असे तीच गाडी आमच्या समोरून गेली. गाडी चालवणाऱ्या माणसाला त्याने अभिवादन केलं.

"आत्ता जी गाडी गेली ती माझी नाही. माझ्या घरासमोर वर्मा राहातात. ते मला इतके दिवस गाडीमधून सोडत होते त्यांचं ऑफिस इथंच कॅपिटॉलच्या मागे आहे. प्रायव्हेट ऑफिस आहे."

"वर्मा आजही कामावर आलेत. तेही आज ऑफिसला येणार होते मग तुम्ही ट्रेनने कसे?"

काहीही बिनसलं नसल्याप्रमाणे तो मला म्हणाला, "वर्मांनी मला सांगितलं, तुम्ही आजपासून नाही आलात तरी चालेल. मी ठीक आहे म्हटलं."

"असं करायचं कारण?"

"त्याचं काय झालं, वर्मांनी नवी गाडी घेतली. त्यानंतर ते ड्रायव्हिंग शिकले. पर्मनन्ट लायसन्सही मिळालं. पण त्यांना एकट्याने ड्रायव्हिंग करताना कॉन्फिडन्स वाटत नव्हता. पहिल्यांदा जेव्हा एकट्याने निघाले, त्याच वेळेला मीही घरातून बाहेर पडत होतो. त्यांनी मला हात केला. मी रस्ता क्रॉस करून त्यांच्या शेजारी जाऊन उभा राहिलो. त्यांनी त्यांना पडलेला प्रश्न मला सांगितला. ऑफिसचा पत्ता विचारला. सगळंच सोईचं होतं. मला रोज कंपनी द्याल का? असं त्यांनी मला विचारलं. मी मान्य केलं. गेले तीन-चार दिवस ऑफिसला येईपर्यंत वर्मा गप्प गप्प होते. आज त्यांनी मला सांगितलं, 'तुम्ही नाही आलात तरी चालेल. मी आता सोबतीशिवाय ड्रायव्हिंग करू शकतो. दॅट्स ऑल'!"

"तुम्हाला काहीही वाटलं नाही?"

तो सहजतेने म्हणाला, "मुंबईतल्या धूमधबाक्याच्या पावसाळ्यातून एक वर्ष तर सुटलो, खूप झालं. ही गाडी आपली नाही हे पहिल्या दिवशी गाडीत बसतानाच मनात पक्कं समजून होतो."

"वर्मांना हे शोभलं नाही."

"चालायचंच!" हे म्हणत असताना त्याच्या चेहऱ्यावरती विषादाची 'मायक्रोछटा'सुद्धा

नव्हती.

ही आमची पहिली ओळख. आम्ही एकमेकांची खाती विचारून घेतली. नावं तर घेतलीच घेतली. आणि दोन राष्ट्रांनी करार करावा त्याप्रमाणे रोज शार्प चार वाजता चहासाठी कँटिनमध्ये भेटायचं पक्कं केलं.

हा करार आम्ही फक्त दोनच महिने पाळू शकलो. एके दिवशी तो अचानक म्हणाला,

''अरे बाबा, उद्यापासून हा चहा आणि आपली नेहमीची ठरलेली संध्याकाळची गाडी या दोन्ही गोष्टी मला जमणार नाहीत.''

''का रे बाबा?''

''माझ्या असिस्टंटला प्रमोशन मिळालेलं आहे. असिस्टंट अकौटन्टची पोस्ट मिळाली आहे.''

''मिळू देत. त्याचा आपल्या चहाशी आणि गाडीशी संबंध काय?''

थोडं थांबत तो म्हणाला, ''चहा एक वेळ जमेल, पण ऑफिस सुटल्यावर रोज किमान दोन तास जास्तीचं काम करावं लागेल.''

''तुला?''

''हो. कारण अकौंट्समधलं त्याला काहीही कळत नाही.''

''मग पोस्ट कशी मिळाली?''

''फक्त दोन महिन्यांनी तो नोकरीत माझ्यापेक्षा सिनियर आहे.''

''डिग्रीला महत्त्व आहे की सिनियॉरिटीला?''

''ओळखीला! त्याच्या वरपर्यंत ओळखी आहेत.''

''तू हे सहन करणार?''

''इलाज नाही. मी त्याचं सगळं काम दोन तास थांबून करणार.''

''आणि तो काय करणार?''

''तो नेहमीप्रमाणे ऑफिस सोडणार. दुसऱ्या दिवशी ऑफिसला येऊन झोकात सह्या करणार आणि ऐटीत साहेबाकडे पाठवून देणार.''

''तू रजेवर जाशील तेव्हा हा काय करेल?''

''काहीही झालं तरी एक वर्ष मी रजा घेणार नाही, असा मी त्याला शब्द दिलाय.''

''मुश्किल आहे.''

''मजबुरी आहे.'' गुरुनाथ म्हणाला.

''कसली मजबुरी?''

''सांगेन कधीतरी.''

शब्द दिल्याप्रमाणे गुरुनाथ रोज ऑफिसमध्ये थांबत होता. कधी दोन तास, कधी तीन तास. आणि तरीही कामं संपली नाहीत तर दुसऱ्या दिवशी सकाळी दोन-तीन

तास लवकर येऊन काम संपवत असे. आणि एके दिवशी चहा घेता घेता तो अचानक म्हणाला, ''आज आपली नेहमीची गाडी.''

''वर्षाचं कॉन्ट्रॅक्ट दहा महिन्यांतच संपलं? नवल आहे!''

''या माणसाने मला काही पत्ता लागू दिला नाही. कुठल्यातरी प्रायव्हेट क्लासमध्ये जाऊन ह्याने सगळी माहिती करून घेतली. माझ्या घरातल्या काही अडचणींमुळे मी सी.ए. ची परीक्षा देऊ शकलो नाही. त्याला सगळं यायला लागलं, ह्याबद्दल मला काही दु:ख नाही. माझ्यापासून लपवून ठेवण्याची आवश्यकता काय होती? माझ्याबरोबर काही दिवस तो जर ऑफिसमध्ये थांबला असता तर मीही त्याला शिकवलं असतं. पण इथं त्याचं स्टेटस आडवं आलं.''

''मुळात तूच एवढं सहकार्य का दिलंस हे मला कळत नाही. त्याला वरची जागा मिळाली तेव्हाच तू रिप्रेझेन्टेशन करायला हवं होतंस.''

गुरू म्हणाला, ''मला पैशाची खूप गरज होती. एक स्टीलचं कपाट मी हप्त्यावर घेतलं होतं. त्याने मला महिना पंचाहत्तर रुपये देण्याचं मान्य केलं होतं. दोन महिने मला आता कळ सोसावी लागेल इतकंच.''

केव्हातरी गुरूने घरी येण्याचा आग्रह केला म्हणून मी गेलो. चार सामान्य माणसांप्रमाणेच त्याची दोन खोल्यांची जागा होती. स्वैपाकघरात छोटीशी मोरी होती. संडास कॉमन असावा. जवळच्या किल्लीने त्याने दरवाजा उघडला. बाहेरच्या खोलीतलं दृश्य पाहून मी चकमलो. सेंटर टेबलवर दारूची अर्धी बाटली, दोन-तीन ग्लासेस, एक पत्त्याचा कॅट आणि सोड्याच्या बाटल्या होत्या. माझ्या प्रश्नांकित चेहऱ्याकडे पाहात गडबडीने तो म्हणाला,

''बाबा रे, हे माझं राज्य नाही.''

''घरात आणखीन कुणी शौकीन आहे का?''

खरं तर हे चक्क व्यसन. पण तुझ्या घरामध्ये पिणारा कोण आहे? या तऱ्हेचा प्रश्न अपमानस्पद वाटला असता म्हणून 'व्यसन' ह्या शब्दाला जणू काही मी 'पद्मश्री' सारखा सन्मान देतोय हे दर्शविण्यासाठी शौकीन शब्द वापरला. गुरू म्हणाला,

''सध्या माझ्याकडे माझ्या मित्राचा भाचा राहतोय. त्याला हॉटेल लाईनबद्दल आकर्षण आहे. कॅटरिंगचा कोर्स झालेला आहे. लवकरच एखाद्या ग्रेड वन हॉटेलमध्ये किंवा नशिबाने हात दिला तर एखाद्या फाईव्हस्टार हॉटेलमध्ये जॉब मिळून जाईल. चार महिन्यांसाठीच त्याचा राहत्या जागेचा प्रश्न होता. मी माझ्याकडे ये म्हटलं.''

''वहिनींना हे चालतं का?''

गुरू म्हणाला, ''माझी बायको बाळंतपणाकरता माहेरी गेली आहे. तिला मांस, मच्छी, दारू ह्याबद्दल प्रचंड नफरत आहे. हा पठ्ठ्या जेव्हा जाईल त्याच्या अगोदर सगळं घर गोमूत्राने धुऊन घेणार आहे.''

“हा सगळा पसारा आता तू आवरणार?”
“मुळीच नाही. तो सगळं करतो आणि त्याला सांगावंही लागत नाही.”
निरोप घेता घेता मी त्याला विचारलं,
“तुझ्यासारख्यालाच हे सहन करता येईल. तो येणार कधी आणि आवरणार कधी?”
गुरू म्हणाला, “आजदेखील पार्टी आणि पत्ते असतील तर हे आवरण्याची गरजच नाही.”
“किती वाजता झोपतोस? आणि कुठे झोपतोस?”
“त्यांचा धांगडधिंगा संपेपर्यंत स्वैपाकघरात.”
“तुझ्या ह्या मित्राच्या भाच्याला मोठ्या वर्तुळातील नोकरी मिळाल्यावर तो तुझी आठवण तरी ठेवील का?”
गुरू शांतपणे म्हणाला, “आज मला दोन वेळेला सुग्रास जेवण आणि ज्या हॉटेलातल्या वस्तू परवडणार नाहीत त्या सगळ्या घरबसल्या खायला मिळतात.”
त्यानंतर गुरूच्या आणि माझ्या गाठीभेटी बंद झाल्या. ‘इस पार या उस पार’ असा कौल लावून त्याने सहा महिन्यांची रजा घेतली. त्या रजेच्या काळात मी त्याच्या घरी जाऊन अचानक उभा राहिलो. मागच्या वेळचं दृश्य ह्या वेळेला मला दिसलं नाही. गुरूच्या मित्राचा भाचा जेमतेम दोन महिने राहूनच बंगलोरच्या एका आलिशान हॉटेलात नोकरीला गेला. गुरूच्या बायकोला परत यायला अजून दीड महिना अवकाश होता. मी गुरूला विचारलं,
“समज, बंगलोरचं आणि त्या भाच्याचं जर पटलं नाही तर तू परत त्याला ह्या घरात घेशील?”
गुरू म्हणाला, “मीच त्याला सांगितलं, तुझा जीव तिथे रमला नाही तर प्रथम इथे ये. केव्हाही ये.”
“गुरू...”
“ज्यांना ज्यांना आपल्याकडून मदत झाली, त्या सगळ्यांनी कायम आपल्यासमोर नतमस्तक राहावं ही माझी अपेक्षा नाही. आपल्या उपकाराचं ऋण आयुष्यभर लोकांनी लक्षात ठेवावं ह्याची आवश्यकताच नाही. ह्या उलट मी सगळ्यांना सांगतो, पुन्हा जेव्हा कधी गरज पडेल तेव्हा प्रथम माझ्याकडे या. रस्त्यावर दिवे लावलेले असतात. एका दिव्याचा प्रकाश विरतो कुठे आणि पुढच्या प्रकाशाचा उगम कुठे होतो त्या जागेवर रेघ मारून दाखवा असं सांगितलं तर शक्य होईल का? पहिल्या दिव्याने प्रकाश दिला आणि पुढचा मार्ग स्पष्ट झाला ह्याचे उपकार वाटून प्रवासी पहिल्याच दिव्यापाशी त्याची पूजा करत उभा राहिला तर? म्हणूनच ‘पुन्हा गरज पडली की झक मारत माझ्याकडेच येईल’ असं जी माणसं बोलून दाखवतात ती सेवाभावी नव्हेत. ती आपल्या अहंकाराचं दर्शन करतात.”

त्यानंतर त्याच्या माझ्या भेटी कमी झाल्या. त्याने कॉर्पोरेशनमधली नोकरी सोडली हे मुख्य कारण. त्याने स्वत:चं ऑफिस थाटलं आणि साताठ वर्षांच्या कालावधीत तो स्वत: इम्पालामधून फिरू लागला. गाडी घेतली तेव्हा आवर्जून माझ्या घरी आला. त्याने आम्हाला एका अलिशान हॉटेलमध्ये पार्टी दिली. माझ्या मुलाप्रमाणे त्याचाही मुलगा मोठा झाला. बापाचाच व्यवसाय त्याने स्वीकारला. आणि मोठी ऑफर आली म्हणून अमेरिकेला गेला. त्यानंतर एकदम समजलं ते हेच. मी हॉस्पिटलमध्ये भेटायला गेलोच. त्याला डिस्चार्ज मिळाला त्या दिवशीही घरापर्यंत सोबत केली. आणि त्याच वेळेला नंतर जे जे काही करायचं ठरवलं होतं त्यातलं काहीच करू शकलो नाही.

आज मी जायला उतावीळ झालो होतो ते त्याच्या दुसऱ्या लग्नाची बातमी ऐकून. मी त्याला फोन केला. कोणताही माणूस अशा वेळेला जी स्वाभाविक प्रतिक्रिया व्यक्त करतो तीच प्रतिक्रिया – प्रतिक्रिया म्हणण्यापेक्षा जी संभावना करतो – त्या तसल्या गोष्टींपासून गुरू कितीतरी अंतरावर होता. जाता येता मी त्याची ख्यालीखुशाली विचारत आलो आहे अशा थाटात मी माझं नाव सांगताच म्हणाला,

''काय बाबा, कसा आहेस?''

''नेहमीसारखाच.''

''सध्या ट्रीटमेंट कुणाची?''

मी म्हणालो, ''तुला माझा स्वभाव माहीत आहे. दुकानातल्या वस्तूंच्या इतकाच काऊंटरमागचा माणूस मला आवडावा लागतो. तेच तत्त्व ट्रीटमेंटच्या बाबतीत लागू आहे. कार्डिओलॉजिस्टकडे इ.सी.जी काढायला गेल्यावर मला प्रथम डॉक्टर आवडावा लागतो. तो जर कोरडा आणि रूक्ष असेल तर त्याने सुचवलेल्या गोळ्या मला लागू पडतील की नाही ह्याचीच शंका येते. इ.सी.जी काढण्याकरिता छातीला जेव्हा चेस्ट लीड्स लावतात तेव्हा त्या तिथेच राहाव्या म्हणून कुठलं तरी सोल्यूशन लावतात आणि तरीसुद्धा रीडिंग घ्यायच्या आत त्या माना टाकतात. ओलावा निर्माण करायचा प्रयत्न करूनसुद्धा त्या तुम्हाला धरून ठेवत नाहीत. इ.सी.जी ची ती लंगोटी तुमच्या हातात ठेवली की एक अक्षर तुमच्याशी न बोलता कार्डिओलॉजिस्ट गोळ्यांची नावं खरडतात आणि बाहेर दोनशे रुपये द्या, हे सांगण्याकरिताच पुन्हा तोंड उघडतात. अशा एका डॉक्टरशी मी अलीकडेच घटस्फोट घेतला. चार जिव्हाळ्याच्या प्रश्नांनीसुद्धा हायपरटेन्शनच्या पेशंटला बरं वाटतं, हे ज्यांना कळत नाही त्यांच्याकडे का जावं?''

गुरू मनापासून हसून म्हणाला,

''नवी सोयरीक जमली की नाही.''

''डॉ. सांगलीकर नावाचे अत्यंत जिव्हाळ्याचे डॉक्टर भेटले आहेत. प्रत्येक

पेशंटशी अंत:करणापासून बोलता येणं हे अशक्य आहे. पण व्यवसायाचा भाग म्हणून, कुणी वरवर जिव्हाळ्याने बोललं की, आपल्या मनात आपोआप आत्मीयता निर्माण होते. सांगलीकर मात्र गाभ्यातून बोलत होते. शारीरिक व्याधीबरोबच व्याधीच्या मुळाशी हात घालणं किती आवश्यक आहे, हे त्यांनी विचारलेल्या प्रश्नांनी व्यक्त झालं.''

''काय, काय विचारलं?''

''आत्ता भेटल्यावर सांगतो.''

त्याने आनंदाने विचारलं, ''तू येतोयस आत्ता?''

''येस.''

''अरे, मग एक काम कर. मुक्कामाच्या तयारीने ये. उद्या संध्याकाळपर्यंत सोडणार नाही हे लक्षात ठेव. आपल्याला खूप बोलायचं आहे.''

''मलाही बोलायचं आहे.''

मी मुक्कामाच्या तयारीने निघालो. मला बोलायचंय असं मी म्हणालो, पण त्याच्याही पेक्षा मला पुष्कळ विचारायचंच होतं. आणि त्याहीपेक्षा जास्त महत्त्वाचं म्हणजे मला पाह्यचं होतं. गुरूच्या बायकोला. माझ्या कद्रू मनाचं मला पुन्हा एक नवं दर्शन घडलं. कारण त्याच वेळेला मी विचार केला होता की अशीच एखादी आश्रमातली मिडीयॉकर मुलगी मिळाली असेल तर रातोरात परत यायचं. इंटरेस्टिंग पर्सनॅलिटी असेल तर मुक्काम करायचा. अरे, जोपर्यंत डोळे शाबूत आहेत तोपर्यंत त्या वरच्या शक्तीचा नजरेने आस्वाद का घ्यायचा नाही? त्याच्याशिवाय इतकं सुंदर असायचा हक्क कुणाला आहे? रस्त्यावरून चालता चालता पाटणकरांच्या चार ओळी आठवल्या. मनातल्या मनात मी पाटणकरांच्या कल्पनाविलासाला सलाम केला. प्रत्येक व्यक्ती आपापल्या स्वभावानुसार वागत असली तरीसुद्धा त्या वागण्याचा एक अपराधी भाव मनात रेंगाळत असतो. अशा विचारांना एखाद्या प्रतिभावंताचा आविष्कार लाभला तर लग्न झालेल्या मुलीला पहिले तीन-चार दिवस पाठराखीण का हवी असते ते कळतं. पाटणकर म्हणतात,

*काय हे सौंदर्य सारे, विषयास त्या नाही तिथे*
*सौंदर्य जर का रूप तुमचे काय तू नाही तिथे?*
*का म्हणू की नुसतेच आम्ही विषयास या सम्मानिले*
*सम्मानिता विषयास आम्ही आहे तुला सम्मानिले।।*

गुरूच्या पत्नीने दार उघडलं. अंगातून वीज सळसळत गेली. मी जो नमस्कार केला त्यातला तिला किती होता आणि वरच्या शक्तीला किती होता हे मला ठरवता आलं नाही. वाटलं एवढंच, त्या शक्तीला निराकार निर्गुण म्हणणं यासारखा गुन्हा

नाही. आकाश, चंद्र, तारे, पर्वत, नद्या, झरे, पशुपक्षी आणि त्या शक्तीची सर्वश्रेष्ठ कलाकृती म्हणजे चालताबोलता माणूस. इतक्या सगुण साकारातून तो उतरल्यावर मागे जे उरलं ते निराकार निर्गुण. तोपर्यंत स्वत:च्या हातांनी व्हीलचेअर ढकलत गुरू बाहेरच्या खोलीत आला.

"ही नीलम." त्याने ओळख करून दिली.

मला बसायला सांगून ती आत गेली. गुरूने त्याची खुर्ची माझ्या सोफ्याशेजारी आणली. तोपर्यंत नीलमने माझ्यासाठी पाणी आणलं. गुरू नीलमला म्हणाला,

"माझ्या ह्या मित्राला मला कडकडून भेटायचंय."

ती तत्परतेने पुढे सरकली. गुरूच्या दोन्ही काखेखाली तिने आधार दिला. मी मदतीकरता पुढे झालो. लाघवतेने हसत ती मला म्हणाली,

"तुम्हाला हे तंत्र जमणार नाही."

दोन्ही हात खुर्चीच्या हातावर दाबून स्वत:ला जितकं उठता येईल तितका गुरूने प्रयत्न केला. त्यानंतर आपले हात त्याने तिच्या दोन्ही खांद्यांवरून टाकले. ते सगळं वजन सांभाळीत नीलमने गुरूला कोचावर बसतं केलं. मी शेजारी जाऊन बसलो. नीलम खट्याळपणे म्हणाली,

"सांभाळा हं, ह्यांच्या हातात भरपूर ताकद आहे."

आमच्या तिघांच्या एकत्र हसण्याने खोलीतलं वातावरण गॅसच्या फुग्यासारखं हलकं झालं. अख्खी खोलीच्या खोली, हेलिकॉप्टरने जमिनीवरून टेक-ऑफ घ्यावा तशी जणू वर वर जाऊ लागली. मुक्काम करायचा असं मी ठरवलं.

गुरूने मला घट्ट मिठीत घेतलं. त्याचा एकान्त आणि एकाकीपणा दोन्ही संपलं होतं. ह्याच अवस्था आठवून माझ्या डोळ्यांत पाणी आलं. ते आवरायच्या आत नीलम बाहेरच्या खोलीत आली. तिने कारण विचारलं तर काय सांगायचं, ह्या विचारात असतानाच नीलम म्हणाली,

"तुम्हीही इथंच कायम राहायला या."

डोळे पुसता पुसता 'माझी सगळी पार्श्वभूमी गुरूने हिला सांगितली असणार' असा मी अंदाज केला. आम्हाला बोलण्यासाठी अवसर मिळावा म्हणून ती आत गेली. खूप बोलायचंय म्हणता म्हणता दोघांनाही काही सुचत नव्हतं. प्रकृतीबद्दलची गाऱ्हाणी एकमेकांना ऐकवायची नाहीत, असं मागच्या कोणत्या तरी एका भेटीत ठरवलं होतं. प्रकृतीच्या तक्रारी भेटायला येणाऱ्या माणसांना तुम्ही ऐकवायला लागलात म्हणजे परिवाराचं येणं कमी होतं, हा आम्हा दोघांना आलेला कॉमन अनुभव. ऐकणाऱ्यांचाही इलाज नसतो. ते ठरलेले प्रश्न विचारतात.

'औषधं घेतोस ना?' यासारखा प्रश्न हार्ट पेशंटला विचारण्यात काय अर्थ आहे? ही माणसं त्याऐवजी 'श्वास घेतोस ना?' हा प्रश्न का विचारत नाहीत? कुठेतरी

वाचलं ते खरं आहे. प्रकृतीच्या तक्रारी सांगणारा पेशंट, स्वत:च्याच लेखानतले दाखले देणारा लेखक आणि लहान मुलांचे कौतुक करणारी आई, ह्या तिघांना वेळेचं भान राहात नाही. मी माझ्या विचारात असतानाच नीलम हॉस्पिटलमध्ये असतो तसा इनॅमलचा ट्रे घेऊन बाहेर आली. गुरू तिच्याकडे पाहात म्हणाला,

"शिष्टागमने अनध्याय:"

भुवया उंचावत तिने विचारलं, "म्हणजे काय?"

"मोठी माणसं घरी आली म्हणजे अभ्यासाला सुटी, हा याचा अर्थ."

तिच्याकडे उत्तर तयार होतं. ती म्हणाली, "अभ्यास वेगळा, ट्रीटमेंट वेगळी."

ट्रेमधल्या सामग्रीकडे पाहत मी नीलमला विचारलं, "मसाज?"

तिने हुंकार दिला.

प्रकृतीबद्दल बोलायचं नाही असं ठरवूनसुद्धा मी विचारलं,

"काही फरक वाटतो का?"

ती निग्रहाने म्हणाली,

"मी सांगितले जातील तेवढे सगळे प्रयत्न करणार."

"मसाजची ट्रीटमेंट कुणी सांगितली."

तिने चातुर्याने उत्तर दिलं,

"आपल्या समाजात दोनच प्रकारची माणसं आहेत. मेडिकलची पदवी घेतलेले डॉक्टर्स आणि मेडिकल्सची काहीही माहिती नसलेले, म्हणजे डिग्री नसलेले कन्सलटंट्स."

"तुम्ही सगळ्यांचं ऐकता?"

"सांगणाऱ्याच्या पोटी सदिच्छा असते आणि आपल्या मनात आशा असते."

त्याच कोचावर तिने गुरूला झोपायला भाग पाडलं. त्याला आवश्यक ती पोझिशन दिली. तिचे गोरेपान मऊ तळवे गुरूच्या पाठीवर जेव्हा फिरायला लागले तेव्हा 'सावळा वर बरा गौर वधूला' ही ओळ मला आठवून गेली. त्या गोऱ्यापान हातांकडे पाहाताना माझ्या मनात कुठलेही तरंग उमटले नाहीत. तमाशामध्ये नाचत असताना, डोक्यावरचा पदर दोन्ही हातात धरून लावणी म्हणताना, वर-खाली हालणारे हात, तुम्हाला खुर्चीतल्या खुर्चीत हालचाल करायला लावतात. माझ्यासमोर फटाफट दोन स्नॅप्स चमकून गेले. हंसा वाडकर आणि जयश्री गडकर. आता वाटलं, नुसत्या गोऱ्यापान हातांत काहीच सामर्थ्य नसतं. त्या हातांची कृतीच जास्त महत्त्वाची असते. नीलमच्या हातात आत्ता 'प्रेमस्वरूप आई, वात्सल्यसिंधू आई' ही उतरली होती. मला गुरूचा हेवा वाटला नाही.

तिने गुरूला पहिल्यासारखं बसतं केलं. त्याने मला आठवण करून दिली,

"प्रत्यक्ष भेटल्यावर बोलतो म्हणाला होतास."

"हां, आमचे डॉक्टर सांगलीकर. या माणसाने माझ्या व्याधीला हात घातलाच नाही. त्यांनी पहिल्यांदा घरी कोण कोण आहे ते विचारून घेतलं. बायको किती वर्षांपूर्वी गेली, त्याची चौकशी केली. त्या नंतरच्या प्रश्नोत्तरांत त्यांनी माझ्या मानसिक जडणघडणीचा मागोवा घेतला. थोडक्यात माझ्या आजारात सायकोसोमॅटिक भाग किती हे पाह्यलं आणि मग रूटीन चेकअप म्हणजे बी.पी., इ.सी.जी. वगैरे."
सांगलीकर खरं तर माझ्याशी खूप बोलले होते, पण दुखण्याची चर्चा फार वेळ करायची नाही हा दोघांचाही शिरस्ता मला आठवला.
नीलम आत सैपाक करत होती. मी गुरूला म्हणालो,
"नीलमच्या बाबतीत तू भाग्यवान आहेस."
"शंभर टक्के. तीच त्या मानाने दुर्दैवी आहे."
एका सेकंदात अनेक कल्पना मनात चमकून गेल्या. गुरूचा पैसा पाहून नीलमच्या बापाने नीलमला फसवलं असेल? मध्येच 'कुंकू' चित्रपटही डोळ्यांसमोरून सरकला. विसाव्या शतकातल्या मुली आता एवढ्या भोळ्या राहिलेल्या नाहीत. तिने जाणिवेने गुरूला स्वीकारलं असेल का? गुरूला आजवर मी जे ओळखत होतो त्यावरून तोही कुणाचा गळा कापणाऱ्यातला नाही. मग दुर्दैव कोणतं? मी गुरूला तसं विचारलं. गुरू शांतपणे सांगायला लागला. मध्येच नीलम बाहेर येत राह्यली तेव्हा झटकन विषय बदलत राह्यला.
"आजकालच्या मुलींना वेडं म्हणावं की भाबड्या की आंधळ्या की चक्क मूर्ख हेच, हेच कळत नाही. ती माझ्या मित्राची मुलगी होती. तिच्या माझ्या वयात चाळीस वर्षांचं अंतर आहे."
"म्हणजे सगळं सांगून सवरून झालंय?"
"सांगून, सवरून आणि बघूनसुद्धा."
"पण मित्राने हरकत कशी घेतली नाही?"
"ती घरातून पळून आली."
"तू परत पाठवली नाहीस?"
"ती म्हणाली मी जीव देईन."
"असं नेमकं काय झालं होतं?"
"प्रेम आंधळं असतं, असं आपण म्हणत आलो. प्रेम ही फक्त जबरदस्त शक्ती आहे. माणसं आंधळी असतात. आता ही एवढी देखणी पोरगी, तिचा बाप म्हणजे माझा मित्र. अत्यंत सालस. घरचं सगळं छान. हिचं स्वयंवर मांडावं लागेल की काय असं हिचं सौंदर्य. पण हीच एका माणसाच्या प्रेमात पडली."
"नॅचरली."
"नेचरबद्दल कधीच प्रश्न नव्हता. प्रेमही निंद्य नाही. पण ते कुणावर इथून सगळे

प्रश्न सुरू होतात. एका विवाहित पुरुषावर हिचं प्रेम बसलं. उपदेश करून करून सगळे थकले. बाप रागाच्या भरात 'घरातून चालती हो' म्हणाला. ती सरळ माझ्याकडे आली. आल्यानंतर दोन दिवसांत तिने कामावर ठेवलेल्या बाईला निरोप दिला. मी तेव्हा तिला म्हणालो,

"वेडाबाई, हे काय केलंस?"

तिने शांतपणे सांगितलं, "जयंतवरचं माझं प्रेम कदापिही कमी होणार नाही. मला तोपर्यंत घरात घेणार नाहीत. तुम्ही मला आधार दिलात. आता चोवीस तास मी घरात आहे. मग बाईची काय आवश्यकता?"

"महिन्या-दोन महिन्यात हा खेळ संपेल असं मी धरून चाललो. मी तिची समजूत घालीन, तिला परत घरी पाठवीन, मित्राचं आणि माझं बिथरलेलं नातं पूर्वपदावर आणीन असं म्हणत राह्यलो. आणि तीन महिने झाल्यानंतर तिने सरळ सरळ लग्नाचा प्रस्ताव मांडला. त्यादिवशी मला ब्लडप्रेशरचा जबरदस्त ॲटॅक आला. आठ दिवस मी झोपून होतो. चहा पाजण्यापासून जेवण भरवण्यापर्यंत तिने माझं सगळं केलं. खुर्चीतल्या खुर्चीत मी हिंडाफिरायला लागलो. आणि एके दिवशी अचानक ती रजिस्ट्रार ऑफ मॅरेजेसमधून एका ऑफिसरला घेऊन घरी आली. मला फॉर्म भरायला तिने भाग पाडलं. त्यानंतर पंधरा दिवसांनी आमचं लग्न झालं. दुसऱ्या दिवशी लांबलचक मंगळसूत्र मुद्दाम साडीवरून पुढे आणत तिने मला फिरायला नेलं. रस्त्यावरती आल्याबरोबर त्यादिवशी ती मला म्हणाली,

"आता खुश्शाल बघा आमच्याकडे. 'हे तुमचे कोण? आणि ही तुमची कोण?' हे प्रश्न संपले. आता फक्त इतकंच होईल, लोक तुमच्यावर जळतील आणि मला मूर्ख म्हणतील. मी मूर्ख आहेच."

दुसऱ्या दिवशी सकाळपासून नीलमची ड्यूटी सुरू झाली. तिच्या प्रत्येक हालचालीला मी साक्ष होतो. ती गुरूजवळ आली म्हणजे त्याची आई होत असे, नर्स होत असे. त्याच्या यथेच्छ फिरक्या घेताना ती मैत्रीण असे. व्हीलचेअरमधल्या पेशंटसाठी काय काय करावं लागतं हे इतक्या जवळून मी प्रथमच पाहात होतो. नुसती खुर्ची ढकलली की झालं, असं ते नव्हतं. नीलमच्या सेवाशुश्रूषेमध्ये कृत्रिम जिव्हाळा नव्हता, म्हणूनच प्रत्येक हालचालीत सहजता होती. बोलण्यात चतुर होती. तिचा वेडेपणा मान्य करूनसुद्धा मी जेव्हा गुरूचा विचार केला तेव्हा त्याला अशाच सोबतीची गरज होती, हे मला मान्य करावंच लागलं. त्याच्या आयुष्यातले जे काही प्रसंग मला माहीत होते, त्या त्या प्रसंगी त्याची गरज संपल्यावर त्याला दूर लोटणारी माणसंच मी पाहिली होती. देवाण-घेवाणीचा हिशोब त्या वरच्या शक्तीच्या वहीत तयार

असतो. आपल्याला तो कायम चुकीचा वाटतो कारण त्या वहीची पुढची पानं आपल्याला वाचता येत नाहीत. आपण मागू ती गोष्ट आपल्याला स्वतःच्या वेळापत्रकाप्रमाणे हवी असते. हे वेळापत्रक आपण फक्त मनाचे लाड पुरवले जातील अशा पद्धतीनेच आखलेलले असतं. कॅलेंडरवरचे सगळे चौकोन सुटीचेच असतात. भिंतीवरच्या कॅलेंडरकडे रोज बघत असतानासुद्धा सहा दिवस कष्ट केल्यावरच एक सुखाचा रविवार हातात पडतो ह्याचा आपल्याला विसर पडतो. स्वतःच्या नावाचा वार असूनसुद्धा, सूर्याला सुटी नसते याचाही आपल्याला विसर पडतो.

गुरूची सगळी कामं झाल्यावर त्याला आता कशाचीच गरज पडणार नाही याची खात्री करून घेऊन नीलम म्हणाली,

"मी आता लायब्ररीत जाते."

"एवढ्या उन्हाच्या बाहेर जाणार?" मी विचारलं.

"माझी लायब्ररी घरातच आहे. या, दाखवते."

तिचा पुस्तकांचा संग्रह पाहून मी अवाक् झालो. कथा, कविता, प्रवासवर्णनं, आत्मचरित्र, तत्त्वज्ञान, संतवाङ्मय.. काय नव्हतं? त्या ग्रंथालयाला नमस्कार करत मी बाहेर आलो. गुरू झोपला होता. मीही तिथल्याच कोचावर आडवा झालो. बेल वाजली तेव्हा जाग आली. संध्याकाळचे साडेचार वाजले होते. दार मीच उघडलं. दारात एक अत्यंत रुबाबदार, आकर्षक व्यक्तिमत्त्वाचा तीस-बत्तीस वर्षांचा तरुण उभा होता. पडल्या पडल्या गुरूने स्वागत केलं,

"या जयंतराव."

तोपर्यंत नीलम बाहेर आली. तिने पहिल्यांदा गुरूला नीट सावरून बसवलं. जयंतचं हसून स्वागत केलं.

"चहा घ्याल ना?" तिने सगळ्यांनाच हा प्रश्न विचारला आणि होकार गृहीत धरून ती चहा करायला गेली. जयंतच्या पाठीवर थाप मारत गुरू मला म्हणाला,

"नीलमने जसं मला सांभाळलंय तसंच ह्या जयंतनेही मला सांभाळलंय."

जयंत गुरूला म्हणाला,

"पुढल्या वेळेला नवीन व्यक्तीशी तुम्ही माझी ह्या शब्दांत ओळख करून दिलीत तर मी येणार नाही."

"अरे बाबा, जे आहे ते मान्य करताना खळखळ का करायची?"

त्यानंतर जयंतने स्वतःची सगळी माहिती सांगितली. चोवीस तासांपैकी अठरा-अठरा तास जखडून ठेवील असा जयंतचा व्यवसाय होता. ते सगळं ऐकून झाल्यावर जयंतने मला विचारलं,

"आता तुमच्या मित्राला सांभाळायला मला किती तास मिळतात हे सांगा."

मी काही बोलणार तेवढ्यात नीलम बाहेर आली. गुरू म्हणाला,

"पळा, पळा. तुम्ही तुमची कामं करा."

नीलम आणि जयंता आतल्या खोलीत गेले. नीलमने दरवाजा लावून घेतला. मला ते खटकलं. पण मी गप्प राह्यलो. तीन-चार मिनिटांच्या अवधीतच आतून गाण्याचे सूर बाहेरच्या खोलीपर्यंत येऊ लागले. जयंत नीलमला शिकवत असावा. जयंतने मारलेली सरावाची तान आणि पाठोपाठ नीलमची अनुकरण करणारी, अडखळत येणारी तान, असा रियाज सुरू झाला. गुरूने मला विचारलं,

"बुद्धिबळ खेळणार का?"

"जरूर." असं म्हणत मी बुद्धिबळं काढली, डाव मांडला. आता गाणं फक्त कानावर पडत होतं. पण तिकडे खास लक्ष नव्हतं. गुरूने माझ्यावर मात केली. तोपर्यंत शिकवणीही संपली. दोघं बाहेर आली. नीलमच्या अंगावर बदललेली साडी होती. हातात पिशवी, पर्स आणि एक कोरा कागद होता. बहुतेक ती वाण्याची यादी असावी. तिने गुरूला कुठली कुठली औषधं संपली आहेत ते सांगितलं आणि माझ्याकडे बघत ती म्हणाली,

"मी येईपर्यंत तुम्ही जाऊ नका."

गुरू नीलमला म्हणाला,

"जाण्यापूर्वी मला फक्त चेअरवर बसव."

गुरूला चेअरवर बसवणं हा खरोखरच टेक्निकचा भाग होता. ती दोघं गेली. गुरूने माझ्याकडे पाह्यलं. माझा चेहरा बदलला असावा.

"हाच नीलमचा मित्र."

"मी ओळखलं, आवाज छान आहे."

गुरू वेगळ्या अर्थाने हसला.

"काय झालं?"

"मी मुद्दाम व्हीलचेअरवर बसलो. आपण आता आतल्या खोलीत जाऊ."

मी त्याला आतल्या खोलीत घेऊन गेलो. खोलीत जाताक्षणीच गुरू म्हणाला,

"प्लीज, तेवढा टेपरेकॉर्डर लावतोस?"

मी टेपरेकॉर्डर चालू केला. आणि गुरूकडे पाहातच राह्यलो. त्याने खुणेनेच टेप बंद करायला सांगितलं.

"काय प्रकार आहे?"

"गाण्याची शिकवणी हा बहाणा आहे."

"तुझ्यासारख्या माणसाशी?"

"सोसायटीसाठी. मला सगळंच माहिती आहे."

"माझा आग्रह नाही. तुला योग्य वाटलं तर काय ते सांग."

गुरू म्हणाला, "ही आहे तडजोड. नीलम अतिशय करारी आहे. ती जेव्हा इथं

राहायला आली तेव्हा मी तिचा खूप जवळून अभ्यास केला. जयंतला मिळवण्याकरता ती कोणत्याही टोकाला जाईल हे मी जाणलं.''

''अध्यात्मापासून फिलॉसॉफीपर्यंत ज्या मुलीचा व्यासंग...''

''नीलमसारखी माणसं त्यांच्या प्रत्येक विचाराला हालचालीला अभ्यासाच्याच बैठकीचा आधार देतात. दुसऱ्याला निरुत्तर करण्यात ती जास्त चतुर होतात. स्वत: काही शिकतातच असं नाही. आणि कधीकधी याच व्यासंगामुळे, स्वत: तोलही सांभाळतात. इतक्या गुणी मुलीला सांभाळणं तर आवश्यक होतं.''

''तरीसुद्धा विवाहित पुरुषावर प्रेम...''

''प्रेम हा मनाचा हुंकार असतो. बुद्धी, तर्क, दूरदृष्टी ह्या गोष्टींना इथं थारा नाही. तो हिशोब झाला. दुकानातली अनावश्यक पण देखणी, मोहात पाडणारी वस्तू पाहताक्षणी 'पॅक करा' असं आपण म्हणतो तेव्हा ऐपत, त्याहीपेक्षा, 'ह्याची आपल्याला गरज आहे का?' हा विचार आला की संपलं. साध्या वस्तूच्या खरेदीच्या बाबतीत आपण पैसे उधळतो तेव्हा त्यातली साठ टक्के किंमत आपल्या टेम्प्टेशनची असते. समाजव्यवस्था पाहून प्रेम बसत नाही.''

''तरीही असलं प्रेम पागलपणा आहे.''

''प्रेमाकडून शहाणपणाची अपेक्षा करणं, हे पागलपण आहे. ब्रम्हास्त्रापेक्षा प्रेमाजवळ ताकद जास्त असते. ती एक शक्ती आहे. माझ्यासारख्या पेशण्टची सेवा मनोभावे करताना ह्याच प्रेमशक्तीचं रूपांतर, सेवाभाव आणि सहनशक्तीत होतं.''

''तिच्या बापाने का नाही सांभाळलं?''

''अहंकार. माझी मुलगी आणि असं वागते? हा अहंकार. मला अहंकार असायचं काहीच कारण नाही. मी फक्त ममत्वाने पाहातो.''

''तुझी ती पत्नी आहे. सेन्स ऑफ पझेशन, तुझ्याकडे जास्तीत जास्त असायला हवं.''

माझ्या खांद्यावर थोपटत गुरू मला म्हणाला,

''सेन्स ऑफ बिलाँगिंग आहे, पझेशन नाही, हे तू कधीच ओळखलं असशील.''

मला गुरू समजायला हवाच होता, म्हणून मी लगेच म्हणालो, ''तू असा घडलास कसा, याचंच मला नवल वाटतं.''

दोन मिनिटं गुरू गप्प राह्यला. आणि मग शून्यात जाऊन बोलू लागला,

''प्रत्येक माणसाचं आयुष्य वेगवेगळं असतं. पण काही काही कॉमन घटना अनेकांच्या आयुष्यात लिहिलेल्या असतात. लहान वयात आई किंवा वडील जाणं हे अनेकांच्या दुर्भाग्यात असतं. इतकी विशाल घटना घडल्यावर आयुष्यात नंतर कोण कसा वागेल हे सांगणं अशक्य आहे. माझे वडील फार कलंदर होते. संगीताचे शौकीन होते. मैफलीची चाहूल जिथं लागेल तिथे धावत जात असत.

त्यांना असाच एक वेडा पीर मित्र मिळाला होता. माझी मॅट्रिकची परीक्षा पंधरा दिवसांवर आली होती. एके दिवशी संध्याकाळी सातच्या सुमाराला भैय्याकाकाची हाक आली. त्याने खिडकीतूनच पत्ता सांगितला. 'पुढे हो, आलोच' असं म्हणत वडिलांनी कपाट उघडलं. माझे वडील जेव्हा मस्त मूडमध्ये असत तेव्हा बंगाली पद्धतीचं धोतर नेसत असत. वर प्युअर सिल्कचा पिवळ्या छटेचा झब्बा. आणि सोबतीला अत्तराचा फाया. 'बेटा, जरा पाणी आण' मला त्यांनी सांगितलं. मी पाणी घेऊन बाहेरच्या खोलीत गेलो. पाह्यलं तर वडील भिंतीला टेकून पडलेले. दोन-तीन हाका मारल्या. उत्तर येणार कसं? त्यांनी जगाचा निरोप घेतला होता. माझ्यात क्रांतिकारक बदल घडवणारा हाच तो प्रसंग. पुढचा क्षण आपला नाही हे वडिलांच्या मृत्यूने शिकवलं. त्याशिवाय आणखीन एक महत्त्वाचा धडा शिकलो. म्हणूनच त्याच वर्षी परीक्षेत पासही झालो.''

इतकं बोलून तो थांबला. काहीही न विचारता मी गप्प राह्यलो. त्यानेच पुन्हा सुरुवात केली,

''कोणत्याही मागणीचं नातं वेळेशी असतं.''

''म्हणजे?''

''आता हेच बघा ना. वडिलांची मागणी काय होती? एक ग्लास पाणी. पलीकडच्या खोलीतून एक ग्लास पाणी आणायला तीस किंवा चाळीस सेकंद लागले असतील. पण ते पुढचे सेकंद वडिलांच्या आयुष्यात उगवणार नव्हते. जितकी मागणी मोठी, जितकी गरज जास्त, तितका वेळ त्याला द्यावा लागतो. कोणत्याही हालचालीची ह्यातून सुटका नाही. साधं उदाहरण देतो. रोजचंच. दारावरची बेल वाजते. घरातली बाई रिकामी असेल, घर दोनच खोल्यांचं असेल तर दार लगेचच उघडलं जातं. आंघोळ आटपून ती कपडे बदलत असेल तर जास्त वेळ लागतो. दुसऱ्यांदा बेल वाजवण्यापूर्वी आतल्या माणसाला किती अवधी द्यायचा ह्याचं भान ज्याला आहे, त्याच्याकडे संस्कृती आहे असं मी समजतो. इतक्या साध्या गोष्टीपासून डिग्री मिळवणं, लग्न जुळणं, चांगली नोकरी मिळणं, इन्क्रीमेंट, प्रमोशन.. किती यादी देऊ? वडिलांच्या अकस्मात मरणाने मला हे शिकवलं की, पुढचा क्षण तुझा नाही. जे करायचं ते ह्या क्षणी. पुढचा क्षणच नाही म्हटल्यावर कितीतरी मागण्या संपल्या. मागण्या संपताक्षणी 'शांती म्हणजे काय?' ह्याची प्रचिती येऊ लागली. म्हणूनच वर्माने 'उद्यापासून येऊ नका' म्हटल्यावर मला काही वाटलं नाही. भाचा अचानक निघून गेला तेव्हाही मनस्ताप झाला नाही. हे सगळं खूप अवघड आहे याची मला कल्पना आहे. मागण्याच ठेवायच्या नाहीत, ह्या अवस्थेला पोचणं अशक्य आहे. पण मागणीचं नातं वेळेशीच बांधलेलं असतं. तुमच्या इच्छेशी नसतं. ह्याचं सतत स्मरण राह्यलं तर माणसाची भागदौड थांबते. आत्ताही मी पूर्ण शांत आहे. कारण पॅरालिसीसमधून मी पूर्ण बाहेर

येणार नाही हे मला माहीत आहे म्हणून मी पूर्ववत होईन ही मागणीच नाही.''

गुरू मला धक्क्यावर धक्के देत होता. मी त्याच्याकडे पाहात होतो. तो शांत दिसतच होता. जयंत घरात आला तेव्हा देखील तो शांतच होता. नीलम आणि जयंत बरोबर बाहेर पडली तेव्हाही त्याने हसून निरोप दिला होता. ह्या एका परिस्थितीला तरीसुद्धा तो सामोरा कसा गेला हे मला हवं होतं.

''नीलमच्या बाबतीत तुझी हीच भूमिका आहे?'' मी विचारलं.

''समस्या बदलली की उत्तर बदलावं लागतं. आज मला काय हवंय? फक्त शुश्रूषा. माझ्या मागण्या कधीच उरल्या नव्हत्या. ही मागणी नियतीने गळ्यात घातली आणि नियतीनेच मदतीचा हातही दिला. आठवड्यातून दोन-तीन वेळेला जयंतला मनसोक्त भेटता यावं ही नीलमची गरज होती. कदाचित उद्ध्वस्त आयुष्य स्वीकारून त्या गुणवान पण जिद्दी मुलीने जयंतशी संबंध ठेवले असते. माझी शुश्रूषा करत करता तिनेच तो प्रस्ताव मांडला. मी ह्या स्वरूपाची मागणी करणं शक्यच नव्हतं. त्या दोघांना आठवड्यातून केव्हातरी एकदोनदा भेटायला मिळतं, त्यासाठी या पोरीने माझी केवढी जबाबदारी स्वीकारली आहे बघ. लोकापवाद नकोत म्हणून तिने सरळ माझ्याशी लग्न केलं. ज्या सुखाला वयानुसार आणि व्याधीमुळे मी अपात्र झालो त्या सुखापासून मी तिची वंचना का करू? दोघांच्याही इभ्रतीला धक्का न लागता जयंत आणि नीलम जेवढे क्षण वाट्याला येतात तेवढ्यावर तृप्त आहेत. ह्यालाच मी सेन्स ऑफ बिलाँगिंग म्हणतो. ज्या व्यक्तीवर आपलं तुफान प्रेम असतं, त्या व्यक्तीला मुक्त करा. जखडून ठेवू नका. 'प्रेम खिलता है मुक्तीके आँगनमें' असं ऐकलं होतं.''

''तुझा मुलगा पण सी.ए. झालाय. तुझ्या ऑफिसची तयार जागा त्याच्या हातात होती. क्लायंट्स पण होते. महिना तीस-पस्तीस हजाराला मरण नव्हतं. तू धडधाकट असतास तर प्रश्न वेगळा होता. तुझ्या या अवस्थेत त्याने अमेरिकेला स्थायिक होणं म्हणजे...''

गुरू तितक्याच शांतपणे म्हणाला,

''माझी मागणीच नव्हती. त्याच्या मागण्या वेगळ्या होत्या. आईबाप मुलांना नेहमीच माझा मुलगा म्हणत राहातात. मुलांनी बापाला बाप म्हणणं हे वेगळं जीवनमूल्य आहे. पाण्यामध्ये मासे मुक्त विहार करतात. त्यांनी माशांना हृदयाशी धरलेलं असतं. चारही बाजूंनी वेढलेलं असतं. ते माशांना आपल्यापासून दूर करत नाहीत. कोळ्याच्या जाळ्याचं आकर्षण वाटतं असं म्हणता येणार नाही, पण त्यात ती आपोआप अडकतात. म्हणूनच मजबुरीने ज्यांना आईवडिलांपासून लांब राहावं लागतं त्यांच्याबद्दल मी काही म्हणत नाही. पण ज्या माशांना कुणीही गळ टाकला तर त्याचं आकर्षण वाटलं तर आयुष्यभर हृदयाशी धरणारं पाणी काही करू शकत

नाही. मुलगा बापाला टाकून का गेला आणि नीलमने मला का स्वीकारलं ह्याची उत्तरं कशी मिळणार? उत्तर मिळावं हीसुद्धा माझी मागणी नाही.''

नीलम परत येईपर्यंत न थांबता मला परत जावंसं वाटत होतं. पण गुरूला एकटं सोडायचं नव्हतं. माझं डोकं जड झालं. मी गॅलरीत जाऊन उभा राह्यलो. जयंत, नीलम, गुरू ह्यांचे हे नातं किती दिवस टिकणार? उद्या नीलमला गुरूचा कंटाळा आला तर? पहिल्या बायकोपासून घटस्फोट घेण्याचं धाडस जयंतने दाखवलं तर? गुरूचं काय होईल?

आवाज आला म्हणून मी वळून पाह्यलं. व्हीलचेअरवरून येत येत गुरू माझ्याशेजारी आला होता. माझे भरून आलेले डोळे मी लगबगीने रुमालाला पुसले. गुरू तृप्त आवाजात म्हणाला,

''वेडा आहेस. माझी अजून काळजी वाटते?''

आडपडदा न ठेवता मी म्हणालो, ''नीलम तुला सोडून गेली तर?''

''बहुतेक माझाच नंबर प्रथम लागेल. फ्लॅट तिच्याच नावावर केलेला आहे. ती सोडून गेली तरीही फ्लॅट तिचाच राहील. तिचं छत्र हिरावून घेण्याचा मला अधिकार नाही. ती जायला लागली तर मी तिला अडवणार नाही. तिचं कन्यादान करावं तशी पाठवणी करीन.''

गुरूचे हात माझ्या हातात घट्ट धरत मी म्हणालो, ''नाही गुरू नाही, नीलम तशी वाटत नाही.''

गुरू शांतपणे म्हणाला, ''दोस्ता, तुला आयुष्याची सर्वात सोपी व्याख्या सांगतो. दोन गरजांची स्पर्धा म्हणजे आयुष्य. आई, वडील, नवरा, मुलगा, मुलगी, बायको हे सगळे अर्थहीन गोंडस शब्द आहेत. ज्याची गरज अगोदर संपते तो तुम्हाला सोडून जातो.''

गुरू शांत होता.

मी तितकाच अशांत झालो होतो. विचारात पडलो होतो. बापाला ह्या परिस्थितीत सोडून गुरूचा मुलगा अमेरिकेत स्थायिक होतो. ह्यावरूनच नातेवाईकांच्या संदर्भात गुरूने 'अर्थहीन, गोंडस' हे शब्द वापरले, ते का?– ते मला समजलं. आयुष्याच्या व्याख्या अनेकांनी अनेक प्रकारांनी केल्या. पण गुरूने 'आयुष्य म्हणजे दोन गरजांची स्पर्धा' ही केलेली व्याख्या मला आरपार छेद देऊन गेली.

■

# बॉस

भारत पेट्रोलियम कंपनीच्या क्रेडिट खात्यातल्या स्टाफचं आज धाबं दणाणलं होतं. खात्याची सूत्रं दीक्षित नावाच्या नवीन ऑफिसरच्या हातात पडणार होती. सगळ्यांसमोर एकच प्रश्नचिन्ह होतं, की आपलं कसं होणार? स्त्रीवर्ग जास्त कासावीस झाला होता. दीक्षितसाहेबांचा काहीही अनुभव नसताना, त्यांच्या हाताखाली काम करताना कोणती सावधगिरी घ्यायची हे प्रत्येकाने ठरवलं होतं. ऑफिसमध्ये येता येताच अनेकांचं धोरण तयार झालं होतं. ढोबळे लिफ्टमध्ये पाऊल टाकता टाकता स्वत:शीच म्हणाला होता, 'आपलं नाणं खणखणीत आहे, साहेब कोणताही असो.''

जे. कृष्णमूर्ती यांच्या वाङ्मयाचा ज्यांनी थोडाफार अभ्यास केला होता तो वाघमोडे निश्चिंत होता. 'समाज किंवा समोरचा माणूस फक्त प्रतिध्वनी करतो. आपलंच प्रतिबिंब आपल्या समोरच्या माणसात दिसतं.'

असे एक-दोन अपवाद वगळले तर बाकीची पंचवीस-तीस माणसं अस्थिर मनानेच ऑफिसमध्ये आली होती. ती गोंधळलेली होती. कोणत्या पद्धतीने वागलं म्हणजे आपल्याला आपलं संरक्षण करता येईल, हे त्यांना कळत नव्हतं. 'बॉडी लँग्वेज' हा शब्द हटंगडीने फक्त ऐकला होता. अमेरिकेत मोठमोठ्या ऑफिसमधून माणसाच्या हालचालींवरून त्याची परीक्षा घेतली जाते. पॅसेजमधून एखादा नवीन उमेदवार कसा चालत येतो हे पाहूनच तो माणूस सेक्रेटरी म्हणून आपल्या साहेबाला चालेल का, हे जोखलं जात असे. यालाच 'बॉडी लँग्वेज' म्हणतात. हटंगडीला वाटलं आपण ते शास्त्र शिकून घ्यायला हवं होतं. यालाही आता फार उशीर झाला. खरं तर आपल्या लग्नापूर्वीच आपण ते शिकायला हवं होतं. लग्न झाल्यावर बायकोचा स्वभाव समजून काय उपयोग? त्या पाठोपाठ दुसरा विचार त्याच्या मनात आला. हे शास्त्र माहीत नाही तेच बरं, नाहीतर एकाही मुलीशी आपण लग्न केलं नसतं. प्रत्येक जण ह्या ना त्या स्वरूपाचा विचार करीत ऑफिसमध्ये आला. नेहमीच्या वेळेपेक्षा प्रत्येकजण दहा मिनिटं अगोदरच आलेला होता. डोळे हातातल्या फाईलकडे

पण कान मात्र पावलांची चाहूल घेण्याकडे. प्युननेसुद्धा नेहमीपेक्षा जास्त बारकाईने साहेबांचं टेबल स्वच्छ केलं होतं. कामावर येण्याची वेळ सकाळी साडेदहाची. दहा मिनिटं उशीर झालेला चालत असे. त्यामुळे अनेकांनी ऑफिसची वेळ 'दहा चाळीस' हीच ठरवली होती.

सगळे स्थानापन्न झाले आणि दीक्षितसाहेबांच्या केबिनमधला सीलिंग फॅन फिरतोय हे पाहून चकित झाले. ह्याचा अर्थ एकाच वेळी साहेब सगळ्यांना दिसणार नाहीत. ज्याचा क्रमांक प्रथम लागेल तो माणूस केबिनच्या बाहेर आल्यावर त्यालाच फर्स्ट इम्प्रेशन काय झालं ते विचारावं लागेल.

ह्या विचारात सगळेजण असताना बेल वाजली. शिपाई धावला. साहेबांनी बेलसऱ्यांना बोलावलं होतं. बेलसरे लगबगीने धावले. मोकळेपणाने स्वागत करून शेकहँड करण्याकरिता दीक्षितांनी हात पुढे केला.

"बसा बेलसरे बसा. सौभाग्यवतींची प्रकृती आता कशी आहे?"

बेलसरे उडालेच. ह्यांना फक्त आपलं आडनावच माहीत आहे असं नसून कमलची प्रकृती बरी नाही हे कसं माहीत?

तोपर्यंत दीक्षितांनी दुसरा प्रश्न विचारला,

"कमलाबाईंना स्पॉण्डिलायटीसचा त्रास कधीपासून आहे?"

गोंधळलेल्या मन:स्थितीत बेलसऱ्यांनी सांगितलं,

"दोन वर्षं झाली."

"ट्रॅक्शन वगैरे उपाय करून झाले असतीलच."

बेलसऱ्यांनी नुसती मान हलवली.

"पट्टा वापरतात का?"

बेलसरे जरा मोकळे झाले.

"आणून ठेवलाय पण वापरत नाही. फुकटचा खर्च. मी घरी जाण्यापूर्वी दहा मिनिटं अगोदर पट्टा घालून बसते आणि माझ्यासाठी चहा करायचं निमित्त करून काढते. पट्टा दिवसभर गळ्यात असतो असा भाव चेहऱ्यारवर आणायला ती विसरत नाही. पण सर हे सगळं तुम्हाला..."

"दॅट्स अ मायनर पॉईंट.. मला जरा बेलापूरची फाईल पाठवून द्या."

"पाच मिनिटांत आणतो." असं म्हणत बेलसरे बाहेर आले. स्वत:च्या जागेवर बसेपर्यंत चार-पाचजणांनी त्यांना घेराव घातला. ही मंडळी काय विचारणार आहेत याचा अंदाज येऊन बेलसरे म्हणाले,

"मायाजाल फेकायला प्रारंभ झाला आहे."

कोणीतरी विचारलं,

"म्हणजे?"

"ते सगळं नंतर सांगतो. तुमच्यापैकी ज्याच्याकडे बेलापूरची फाईल आहे ती पाच मिनिटांत आणून द्या."

सगळे आपापल्या जागेवर गेले.

बेलसरे विचारात हरवले. ह्या पूर्वीच्या साहेबांनी, हिरेपाठक यांनी, त्यांना सेण्ड ऑफ दिला तेव्हा सांगितलं होतं,

"नवीन ऑफिसर येताहेत. त्यांचं नाव दीक्षित. त्यांच्या वरवरच्या बोलण्यावर जाऊ नका. वाणी मिठ्ठास पण मनात काय असेल ते कळणार नाही. सावध राहा."

एवढं बोलून थोडं थांबून हिरेपाठक म्हणाले,

"विशेषत: लेडीज स्टाफने खबरदारी घ्यावी."

बेलापूरची फाईल हातात घेऊन हटंगडींनी बेलसऱ्यांना विचारलं,

"फाईल घेऊन जाऊ का मी?"

"अवश्य. साहेबांना बघायचंय ना?"

मानेने हो म्हणत हटंगडी केबिनकडे गेले. दरवाजा उघडीत म्हणाले,

"मे आय कम इन सर?"

प्रश्नांचं स्वागत 'वेलकम्' ह्या शब्दाने झालं.

"मी बेलापूरची फाईल आणली आहे. मी हटंगडी."

फाईल हातात घेत दीक्षित म्हणाले, "बसा."

ज्याप्रमाणे त्यांनी बेलसऱ्यांचं स्वागत केलं तशाच पद्धतीने शेकहॅण्डसाठी हात पुढे केला. खुर्चीतून लगबगीने उठत हटंगडींनी आपलाही हात पुढे केला, पण शेकहॅण्ड करताना बेलसऱ्यांचा 'मायाजाल' हा शब्द डोक्यात घंटा वाजवून गेला. दीक्षित पुन्हा म्हणाले,

"बसा, बसा. पहिल्यांदा अभिनंदन करतो."

काहीसं चपापून हटंगडींनी विचारलं,

"सर कशाबद्दल?"

"तुमच्या धाकट्या बहिणीचं, अनुपमेचं लग्न ठरलं म्हणून. वडिलांच्या मागे एका जबाबदारीतून सुटलात."

"सर, तुम्हाला कसं कळलं?"

"दॅट्स अ मायनर पॉईंट."

एवढं बोलून त्यांनी फाईल चाळायला सुरुवात केली.

"ही फाईल आठ दिवस पेंडिग होती?"

"हिरेपाठकसाहेबांनी काही इन्स्ट्रक्शन्स दिल्या नव्हत्या."

"शेवटचा शेरा 'प्लीज स्पीक' असा आहे आणि त्याच्या खाली 'स्पोकन' असं लिहिलं आहे. हे दुसरं अक्षर कोणाचं आहे?"

हटंगडी म्हणाले, ''माझं आहे.''

''मिस्टर हटंगडी, स्पोकन हा रिमार्क नेहमी साहेबांनी लिहायचा असतो. तुम्ही त्यांच्याशी ही मॅटर डिस्कस केली याला पुरावा काय?''

''साहेब, जे खरं आहे ते सांगू का?''

''तेच मला हवं आहे.''

''आमचे साहेब 'प्लीज स्पीक' असं सगळ्या फायलींवर लिहून स्वत:चं टेबल एका तासात स्वच्छ करत असत. महत्त्वाच्या सूचनाही तोंडी देत असत. त्यामुळे नाईलाजाने प्रत्येकाला स्पोकन शब्द स्वत:लाच लिहावा लागत असे.''

''ठीक आहे, ही फाईल इथे राहू दे. आणि स्टेनोग्राफरला पाठवून द्या.''

''दळवी नवीनच आहे, मी सामंतांना पाठवतो.''

केबिनच्या बाहेर पडताना बेलसऱ्यांप्रमाणेच हटंगडीसुद्धा गोंधळात पडले होते. त्यांनी सामंतना हातानेच खूण करीत साहेब बोलावताहेत हे सांगितलं. सामंत उठली आणि ती सरळ दळवीकडे गेली.

''रेखा, तू माझ्याबरोबर आत चल.''

''दोघींनी जायचं?''

''हो.''

''कमाल आहे. साहेबांपासून सावध राहायचं म्हणजे इतकं करायची गरज नाही. ते लगेच तुझ्यावर झडप घालणार आहेत का? दोघींची आवश्यकता नाही, असं साहेब म्हणाले तर?''

''काय उत्तर द्यायचं ते मी ठरवलं आहे.''

''पण तिथं बसून मी काय करू?''

''डिक्टेशन घेतल्याचं नाटक. मधून मधून साहेबांकडे बघ. त्यांची नजर कशी आहे ते मला सांग.''

एकदम दोघीजणी आत आल्यावर दीक्षितांना आश्चर्य वाटलं. वहीची पानं उघडून जी प्रथम डिक्टेशनला बसली ती सामंत हे दीक्षितांनी ओळखलं. दळवी अवघडून उभी होती. तिच्याकडे पाहात दीक्षित म्हणाले,

''तुम्ही गेलात तरी चालेल.''

''सर, इफ यू डोण्ड माईंड, मी तिला मुद्दाम आणलं, तिचा स्पीड वाढावा म्हणून. मी जर कधी येऊ शकले नाही तर तुमची पंचाईत होऊ नये म्हणून.''

दळवींना हातानेच बसायची खूण करून दीक्षितांनी मजकूर सांगायला सुरुवात केली.

नंतरच्या आठ-दहा दिवसांमध्ये प्रत्येकाला ह्या ना त्या स्वरूपाचे अनुभव येऊ लागले. अनुभव छोटे छोटेच होते पण त्यात खूप अर्थ होते. श्रीखंडामध्ये केशराच्या चार-पाचच काड्या पुरतात पण त्यात रंग बदलण्याची शक्ती असते.

आणि तरीसुद्धा कुठेतरी हिरेपाठकांचे शब्द रातकिड्यासारखे किरकिरत होते. स्टाफच्याकडून काही चुका झालेल्या नव्हत्या त्यामुळे एखादी चूक घडली तर दीक्षित काय करतील याचा अनुभव यायचा होता.

अशाच कोण्या एक दिवशी, बेलसऱ्यांनी दहा-चाळीसनंतर मस्टर दीक्षितांच्या केबिनमध्ये पाठवून दिलं. तीस-पस्तीस माणसांचा स्टाफ. रोज तेच तेच चेहरे पाहून सगळेच परिचयाचे झालेले. म्हणूनच कुणाला लेट मार्क करणं बेलसऱ्यांच्या जिवावर येत असे. अशा वेळेला साहेबांकडूनच साप मारणं सोपं. ऑफिसच्या नियमांवर बोट ठेवलं म्हणजे बेलसऱ्यांची जबाबदारी संपली. कार्लेकर त्या दिवशी धापा टाकत आला. त्या वेळेस अकरा वाजले होते. आज दीक्षितांची प्रतिक्रिया बघायला मिळणार म्हणून प्रत्येकाला उत्सुकता.

"मे आय कम इन, सर?" असं म्हणत कार्लेकर केबिनमध्ये गेला.

मस्टर उघडण्यापूर्वीच दीक्षित कार्लेकरांना म्हणाले, "बसा. रिलॅक्स. सही कराच पण तुमचे डोळे एवढे लाल का दिसतायत ते सांगा."

"रात्रभर जागरण झालं, मुलगा आजारी आहे."

"घरी आहे की हॉस्पिटलमध्ये?"

"हॉस्पिटलमध्ये."

"डॉक्टर काय म्हणतात?"

"पाच दिवस झाले. हाय फिवर. अजून डॉक्टरांनाच पत्ता लागलेला नाही. सगळ्या टेस्ट करून झाल्या."

"तुमच्याकडे कोणत्या फाईल्स आहेत?"

"पाच डिलर्सच्या फाईल्स माझ्याकडे आहेत. नावं सांगू?"

"फाईल्स घेऊन या."

कार्लेकर फाईल्स घेऊन आले. दीक्षित म्हणाले,

"फाईल्स आता इथेच ठेवा. तुम्ही पळा. झकास झोप काढा. मुलाचं टेन्शन डोक्यातून काढून टाका. उद्या ताप उतरला नाही तर केस पेपरवर A.M.A लिहा."

कार्लेकरांचा चेहरा पाहून दीक्षित म्हणाले,

"ए. एम. ए. म्हणजे अगेन्स्ट मेडिकल ॲडव्हाईस, असं लिहा आणि डिस्चार्ज घ्या. मुलाला रेखा नर्सिंग होममध्ये ॲडमिट करा. पुढची जबाबदारी माझे मित्र डॉक्टर कोटनीस यांच्यावर सोपवा. मी त्यांना फोन करून कळवीन. माझ्या नातवाला त्यांच्याचकडे ॲडमिट केलं आहे. ही मेड ए मिरॅकल विदिन टू डेज. साहेबांचं ऐकायचं म्हणून ऐकू नका, चॉईस इज युवर्स."

कार्लेकरांनी फक्त मस्टरकडे पाह्यलं दीक्षित म्हणाले, "सही करा आणि पळा. ह्या फाईल्स मी बघतो."

कार्लेकरांनी मस्टर उघडलं.
"सर, लेटमार्क करायचा राहिलाय."
"मि. कार्लेकर, सबंध मस्टर नीट पाहा, तुम्हाला कुठेच लेट मार्क दिसणार नाही. ऑफिस म्हणजे तुरुंग नाही. माझ्या अपेक्षेप्रमाणे दिलेल्या वेळेत काम झालं म्हणजे मी घड्याळाकडे बघत नाही. शार्प साडेदहा ते साडेपाच ऑफिसमध्ये उपस्थिती लावायची आणि कामं रेंगाळत ठेवायची ह्याला पंक्च्युअॅलिटी म्हणत नाहीत. अशी माणसं मी खूप पाहिलीत. तुम्ही सगळे वेगळे आहात. जाताना बेलसऱ्यांना सांगा, इथून पुढे लेट मार्क करण्यासाठी मस्टर माझ्याकडे पाठवत जाऊ नका."
"दळवी, आज आपण एक प्रयोग करू. साहेबांनी बोलावल्यावर मी आज एकटीच जाईन. पाच मिनिटांनी चक्कर आल्याचं नाटक करीन. काळजी निर्माण झाल्याचं सोंग करून साहेब अंगचटी येतात का पाहायचं. तू दाराबाहेर थांब. तसं काही झालं तर मी ओरडेन. मग तू आत ये."

डिक्टेशनची वही घेऊन सामंत एकटीच आत गेली. दोन-तीन मिनिटांनंतर केबिनच्या दारावरची बेल वाजली. आत आलेल्या शिपायाला दीक्षितांनी सांगितलं,
"त्या दळवी नेहमी ह्यांच्याबरोबर असतात त्या कुठे आहेत? त्यांना आत पाठवा."
दळवी आत गेली.
"दळवी, तुम्ही तुमच्या मैत्रिणीला आज एकटीला सोडलंत. त्यांना काय होतंय बघा."
तोपर्यंत दीक्षितांनी कुठला तरी फोन नंबर फिरवायला सुरुवात केली. दळवींच्या कानावर एवढेच शब्द पडले,
"प्रकाश, मी बोलतोय. देअर इज अॅन इमर्जन्सी असशील तसा ये."
तोपर्यंत सामंतने भानावर आल्यासारखं केलं. दीक्षितांनी कँटिनमधून सरबत मागवलं. सामंतला सरबत जबरदस्तीने घ्यायला भाग पाडलं. सरबत अप्रतिम होतं. पण सगळं घटाघटा संपवलं तर साहेबांना शंका येईल म्हणून सामंतने अर्धा ग्लास तसाच ठेवून दिला. दीक्षित दळवींना म्हणाले,
"माझ्या रेस्ट रूममध्ये यांना घेऊन जा. लेट हर रिलॅक्स. तोपर्यंत डॉक्टर येतीलच."
साहेबांचा डॉक्टर पुतण्या प्रकाश पंधरा मिनिटांत आला. नाडी नॉर्मल होती. ब्लडप्रेशर १३०/८५ होतं. तोपर्यंत खिशातून शंभर रुपयांची नोट काढून दीक्षित दळवींना म्हणाले, "यांना टॅक्सीने घरी सोडा आणि तुम्ही परत या."
आज दीक्षित मीटिंगला गेले होते. सगळे एकत्र जमले होते. विषय होता दीक्षित आणि हिरेपाठक या दोघांच्या कामकाजातील तफावत. सगळ्यांना ती जाणवली

होती. त्याहीपेक्षा नवल म्हणजे दीक्षितांना प्रत्येकाच्या घरची साधारण माहिती होती.
''माझ्या बायकोला स्पॉण्डिलायटिस आहे हे साहेबांना कसं कळलं कुणास ठाऊक?''
''तेच माझ्या बहिणीच्या लग्नाबाबतीत.''
''धिज इज नथिंग. माझ्या मुलाचा वाढदिवस होता. त्यादिवशी आपल्या ऑफिसचा शिपाई रात्री कॅडबरीजचा डबा घेऊन घरी आला.''
''माझा मुलगा तर त्यांच्यामुळेच वाचला. साहेबांच्या डॉक्टरांनी एक रुपयाही बिलापोटी घेतला नाही.''
याप्रमाणे खूप चर्चा रंगली असती पण तेवढ्यात दीक्षित मीटिंगमधून परतले. सगळे आपापल्या जागी जाणार त्याच्या आत सगळ्यांना थांबण्याची खूण करून दीक्षित म्हणाले,
''पंधरा दिवसांनी मी रजेवर जातोय. तीन महिन्यांची रजा आणि नंतर भारत पेट्रोलियमला आमचा अलविदा.''
बेलसऱ्यांनी आश्चर्याने विचारलं,
''सर तुमची अजून दोन वर्षं सर्व्हिस आहे नं?''
''हो, आत्ता रजा घेतोय एवढं नक्की. पुन्हा दोन वर्षांकरिता कामावर यायचं की नाही ह्याबद्दल निर्णय घेतलेला नाही. रजेवर जाण्यापूर्वी एक इच्छा आहे, तेवढी सांगतो. आपण सगळेजण जवळपास कुठेतरी ट्रिप काढूया. तुम्ही आपापल्या फॅमिलीसहित आलात तर उत्तमच, पण तुमच्यापैकी कोणी आलं नाही तर एक दिवसाचा पगार कापीन.''
एवढं सांगून दीक्षित केबिनमध्ये गेले.
त्यांच्या पाठोपाठ चिटणीस आत गेला.
''सर, मी माझी रजा कॅन्सल करतोय.''
''का?''
''लीव्ह ट्रॅव्हल अलौन्सचा चेक अजून पास झालेला नाही. उद्या सकाळीच निघायचं होतं. आता चेक येणार कधी, मी कॅश करणार कधी, सगळाच प्रॉब्लेम.''
''अलौन्स किती मिळणार होता?''
''तीन हजार रुपये.''
दीक्षितांनी खिशातून पाकिट काढलं. काही पाचशेच्या नोटा तर काही शंभरच्या नोटा असे तीन हजार त्यांनी चिटणीसच्या हातात ठेवले.
चिटणीस काही बोलणार त्याच्या आत दीक्षित म्हणाले,
''तुम्ही ठरल्याप्रमाणे जा. पैसे आल्यावर द्या. बायकोचा, मुलांचा सगळ्यांचा हिरमोड होतो. ट्रिपला जाण्याचा एक मूड तयार झालेला असतो. कोणाला नाराज करू नका. आणि ऑब्लिगेशन मानू नका. नाहीतर तुम्हाला स्वतःला ट्रिप एन्जॉय

करता येणार नाही.''

जड पावलांनी चिटणीस केबिनच्या बाहेर पडले.

दीक्षितांनी ठरविल्याप्रमाणे ऑफिसची सगळी मंडळी ट्रिपला आली. काही मोजकीच माणसं परिवारासहित आली होती. रिंग टेनिसपासून साहेबांनी सगळ्या खेळांत भाग घेतला. गंमतीची गोष्ट म्हणजे साहेबांनी स्वत: आपल्याबरोबर एक टेनिस बॉल आणला होता. शालेय जीवनातील रप्पारप्पीचा खेळ त्यांना खेळायचा होता. स्टाफमधल्या सगळ्या लोकांनी एखादा कट केल्याप्रमाणे दीक्षितांवरच लक्ष केंद्रित केलं होतं. स्टाफने केलेला चेंडूच्या फटक्यांचा मारा त्यांनी मनापासून स्वीकारला. दुपारी पंगत बसली तेव्हा ते सगळ्यांना उद्देशून म्हणाले,

''पुष्कळ दिवसांत असा सपाटून मार खाल्ला नव्हता. मजा आली.''

सगळे चूपचाप जेवत होते. काही मंडळींनी साहेबांना प्रेमापोटी मारलं होतं. तर काहींनी त्यात अजून जे सुमेरसिंग-खरकसिंग होते, त्यांना साहेब नारायणराव पेशव्यांप्रमाणे वाटत होते. तरीही एक गोष्ट निश्चित होती की, साहेबांची तीन महिन्यांची रजा कधी संपते असं प्रत्येकाला झालं होतं. कारण ट्रिपच्या दुसऱ्याच दिवशी दीक्षित रजेवर गेले होते.

तीन महिन्यांनी दीक्षित परतले. आणखीन दोन वर्षं आपण नोकरीत राहाणार आहोत हे त्यांनी जाहीर केलं. सगळ्यांनी टाळ्या वाजवून स्वागत केलं. त्यानंतर दीक्षितांबद्दल वाटणारी आपुलकी, जिव्हाळा, आदब किती प्रकाराने व्यक्त करू आणि नको असं सगळ्यांना होऊन गेलं. शास्त्रीय संगीताची त्यांची आवड लक्षात घेऊन आणि त्यातल्या त्यात त्यांना पंडित जसराज आणि जितेंद्र अभिषेकी आवडतात म्हणून कार्लेकरांनी त्यांना एक कॅसेटचा सेट आणून दिला. सामंत आणि दळवी त्यांच्यासाठी काही ना काही पदार्थ टिफीनमधून आणू लागल्या. सहलीला जावं त्याप्रमाणे प्रत्येकजण कामावर येऊ लागला. पण त्या सगळ्यांचा हा आनंद पंधरा दिवसांच्यावर टिकला नाही. दीक्षितांची पुन्हा बदली झाली होती. ते आता स्टोअर्सकडे जाणार होते. पुन्हा सेण्ड ऑफ पार्टीची तयारी करण्यात आली. पण त्यात कोणालाही आनंद नव्हता.

बेलसरे काहीतरी बोलण्यासाठी उभे राहिले पण त्यांच्या तोंडून शब्द फुटेना. डोळ्यांतून पाणी येऊ लागलं. एक शब्दही न बोलता त्यांनी दीक्षितांना खाली वाकून नमस्कार केला. कुणीतरी चार शब्द बोलावेत म्हणून सगळे एकमेकांकडे पाहात राहिले. काहीशा निग्रहाने सामंतच उभी राहिली. मंद पावलं टाकीत ती टेबलपाशी आली. शांत सुरात तिने बोलायला सुरुवात केली,

''सर, मला पहिल्यांदा तुमची क्षमा मागू दे. त्यादिवशी मी चक्कर आल्याचं नाटक केलं. तुम्ही काही अतिप्रसंग करता का हे मला पाहायचं होत.''

दीक्षित हे विधान ऐकून हबकलेच. त्यांच्याकडे पाहात सामंत पुढे म्हणाली, "तुम्हाला धक्का बसणार हे मला माहीत होतं. पण माझं मन मला इतके दिवस कुरतडत होतं ते मला तुम्हाला सांगायचं होतं. तुमच्या जिंदादिल स्वभावाचा आम्ही प्रत्यक्ष अनुभव घेतला. माझ्यासारखी हलक्या मनाची बाईसुद्धा असू शकते हे सगळ्यांना कळावं म्हणून मी ही जाहीर कबुली देत आहे."

दीक्षित उभे राहिले. त्यांनी सामंतच्या खांद्यावर थोपटल्यासारखं केलं. त्या स्पर्शातलं वात्सल्य सामंतला जाणवलं. तिने गोळा केलेला धीर संपुष्टात आला. तिचा रुमाल डोळ्यांपाशी गेला. दीक्षित म्हणाले,

"आपलं मन हलक्या वृत्तीचं आहे हे जाहीरपणे मान्य करायला फार मोठं धाडस लागतं. तुमचं मन खूप मोठं आहे. माझ्याशी माणसं ह्या तऱ्हेने का वागत आली हे मात्र मला ह्या क्षणापर्यंत समजलं नाही. रिटायर होण्यापूर्वी केव्हातरी मला हे समजावं अशी अपेक्षा मात्र आहे."

त्याक्षणी बेलसऱ्यांना धीर आला. ते उभे राहिले आणि म्हणाले, "सर ह्याला हिरेपाठक जबाबदार आहेत. तुम्ही येण्यापूर्वी त्यांनी तुमच्याबद्दल आम्हा सगळ्यांचं मन गढूळ करून ठेवलेलं होतं. तुमच्या प्रत्येक सद्हेतूमागे काहीतरी कारस्थान असेल आणि कोणत्यातरी मार्गाने आपल्याला त्याची किंमत मोजावी लागेल ह्या दहशतीखाली आम्ही वावरत होतो. आमच्याशी चांगलं वागण्यात तुमचा काय कावा असेल इकडेच आमचं सगळ्यांचं लक्ष असल्यामुळे तुमचं चांगुलपण आमच्यापर्यंत पोहोचायला वेळ लागला. आम्हाला सगळ्यांनाच क्षमा करा."

बेलसऱ्यांना बसायची खूण करून दीक्षित स्टाफला म्हणाले,

"कोणी चांगलं म्हटल्यामुळे मी चांगला ठरत नाही आणि कोणी वाईट नजरेतून पाहिलं म्हणून मी खलनायकही ठरत नाही. आपण कसे आहोत हे ज्याचं त्याला पक्कं माहीत असलं म्हणजे माणूस निर्भय होतो. त्यासाठी सर्वांत प्रथम स्वतःचीच ओळख स्वतःला व्हावी लागते. जे घडलं त्याबद्दल मला काहीच वाटत नाही. मला फक्त तुमच्या सगळ्यांची काळजी वाटते. जाण्यापूर्वी मीच तुम्हाला विनंती करतो ती ऐका. जे पटेल ते ठेवा, पटणार नाही ते सोडून द्या. त्या अगोदर मी काही सांगितलेलं तुम्हाला आवडेल का?– एवढंच मला सांगा."

सगळ्यांनी माना हलवून मौनातूनच उत्तर दिलं. शांत, गंभीर आवाजात दीक्षित सांगू लागले.

"परमेश्वराने प्रत्येकाला नुसतेच डोळे दिलेले नाहीत, नजरही बहाल केली आहे. स्वतंत्र विचारशक्तीची देणगी प्रत्येकाला दिलेली आहे. आपण दुसऱ्या माणसाकडे तो जसा आहे तसा पहायला शिकतच नाही. ह्या संदर्भात एक हकिकत आठवते.

ती पुरेशी बोलकी आहे. पासष्ट वर्षांचा एक म्हातारा डोळे अधू झाले म्हणून एका आय स्पेशॅलिस्टकडे गेला. डॉक्टरांनी त्याला सांगितलं, 'तातडीने ऑपरेशन करावे लागेल. तुम्ही वेळेवर आलात. यापेक्षा उशीर केला असतात तर दृष्टी साफ गेली असती. कधी ॲडमिट होता बोला?' म्हाताऱ्याने विचार केला. तो डॉक्टरांना एवढंच म्हणाला, 'मला ऑपरेशनची आवश्यकता वाटत नाही. माझं आयुष्य किती उरलं आहे हे मला माहीत नाही. जास्तीत जास्त काय होईल? मी आंधळा होईन. मला तीन मुले आहेत, तीन सुना आहेत. एक भाऊ आहे. तीन नातू आहेत. म्हणजे माझ्या घरामध्ये वीस डोळे आहेत. माझी नजर गेली तरी चालेल. मला ऑपरेशनच्या वेदना नकोत.' त्यानंतर म्हातारा घरी गेला. दोन-तीन महिन्यांतच त्याची नजर गेली आणि त्यानंतर अकस्मात रात्री गॅस सिलेंडरचा स्फोट होऊन घराला आग लागली. वाडा जुन्या बांधणीचा होता. घरातली एकूण एक माणसं धावत पळत वाड्याबाहेर पडली. आंधळा म्हातारा घरातच अडकला. बाहेर पडलेल्या माणसांना याची जाणीव उशिरा झाली. एकानेही आत येण्याची हिंमत केली नाही. संपूर्ण वाडा परिचयाचा असल्यामुळे कशीतरी वाट शोधत म्हातारा वाड्याच्या बाहेर आला, त्यावेळी त्याला समजलं, स्वत:ची वाट शोधायची असेल तर त्यासाठी स्वत:चेच डोळे लागतात. मी तुम्हाला हेच सांगणार आहे. दुसऱ्याची नजर उधार घेऊ नका. स्वत:च्या नजरेतील ताकद ओळखा, त्याप्रमाणे आपली मतं घाईघाईने मांडायची चूक करू नका. अनुभवातून बोला, प्रचिती घ्या. कोणताही अनुभव आपल्या प्रचितीचा हिस्सा झाल्यावर जे होतं त्यालाच ज्ञान म्हणतात. हे ज्ञान ज्याचं त्याला होतं, ते तो दुसऱ्याला देऊ शकत नाही. इतरांकडून समजते त्याला माहिती म्हणतात. एका परीने मी हिरेपाठक यांचा ऋणी आहे. स्तुतिपाठकांपेक्षा असे काही हिरेपाठकच तुम्हाला काहीतरी वेगळं शिकवून जातात.''

सगळ्यांचे रुमाल डोळ्यांकडे गेले होते.

आणि त्याच वेळी स्टोअर्स डिपार्टमेंटमध्ये निरोप समारंभ स्वीकारताना हिरेपाठक सांगत होते. ''नवीन येणाऱ्या साहेबांपासून सावध रहा. त्याच्या गोड बोलण्यावर भाळू नका. त्यांच्या मनातला खरा हेतू तुमच्या शेवटपर्यंत ध्यानात येणार नाही.''

■

# ट्रस्टी

‘‘मणी, आज मी तुला तसा सोडणार नाही. आज तुला सांगावंच लागेल. व्हॉट्स रॉंग वुईथ यू?’’

अभिजित खनपटीला बसला.

‘‘घरी शिल्पानं डोकं उठवलंय आणि ऑफिसात तू सळो की पळो करतोयस.’’

‘‘म्हणजे वहिनींच्याही लक्षात आलंय तर!’’

‘‘माझ्या चेहऱ्यावरची रेषा जरी बदलली तरी तिला ते कळतं. माझंही तिच्या बाबतीत तेच होतं. एकमेकांच्या मनातलं काढून घेण्यासाठी आम्ही मग पिच्छा सोडत नाही.’’

‘‘इतकं प्रेमही वाईटच!’’

‘‘मला आज म्हणजे लग्नानंतर बारा वर्षांनी समजतंय. पण आता ह्या सोनेरी बेड्या नकोशा वाटतात. काही काही व्यथा निखळ स्वत:च्या असाव्यात. तुझे ओशो ह्या बाबतीत काय म्हणतात?’’ मणीने विचारलं.

‘‘ओशोंशी तुला काय करायचं आहे? ज्ञानेश्वर, तुकाराम, रामदास त्यांना जे जे वाटलं ते सगळं सांगून गेले. आपण आपल्या धर्माप्रमाणे वागावं, दॅट्स ऑल!’’

‘‘म्हणजे नक्की कसं?’’

‘‘स्वभाव हाच धर्म. तुम्ही प्रेम करणारे असाल तर कितीही फटके बसले तरीही प्रेम करत-करतच मरायचं. आयुष्य तुमचं आहे. तुम्ही मालक आहात. ते सगळं राहू दे, झालंय काय ते सांग, त्याशिवाय सुटका नाही.’’

‘‘अभिजित, ज्याचं त्याचं ओझं ज्याचं त्यालाच वाहून न्यावं लागतं. दुसऱ्याला ते सांगितलं की तो फक्त चर्चेचा विषय होतो. ओझ्याचं वजन किती, आकार केवढा, मुळातच ते ओझं तरी आहे का? असलं तर तू ते का वाहतोस? न संपणारे प्रश्न. वाट्याला येतो तो उपहास किंवा सहानुभूती. त्याच्यामुळे प्रश्न सुटतो का?’’

‘‘तुझी मर्जी. तुझ्याबद्दल जिव्हाळा आहे, प्रेम वाटतं म्हणून विचारलं.’’

मणीने दुसऱ्या क्षणी विचारलं,

"मला प्रेम म्हणजे नेमकं काय, ते सांगशील का?"
अभिजितकडे उत्तर होतं. तो क्षणार्धात म्हणाला,
"दुसऱ्याच्या डोळ्यात आपली प्रतिमा पाहाणं."
मणी गप्प बसला. आता अभिजितला चेव आला. तो आता अथक बोलणार होता.
"मणी, आपल्याला आयुष्य का दिलं जातं? प्रेम करण्यासाठी आयुष्य हा एक अवतार आहे. आणि प्रेम म्हणजे ज्या व्यक्तीच्या डोळ्यांत स्वत:चं बिंब पाहायला मिळेल अशी व्यक्ती मिळवणं आणि त्यासाठी प्रथम स्वत:च्या डोळ्यांच्या काचा स्वच्छ ठेवणं. डोळे म्हणजे अंत:करण. डोळे म्हणजे त्या विशाल मनाच्या खिडक्या समज. कुणीही त्या झरोक्यातून डोकावून पाहावं. त्याला तिथं अवकाश दिसावं. आपल्यालाही इथं जागा आहे हे त्याला कळावं. ह्या दृष्टिकोनातून आत बघ. स्वत:ला पाहा. मग ओशो काय म्हणतात हा प्रश्न उरणार नाही. तुझं आयुष्य तू तुझ्या चौकटीच्या बाहेर पडून जगूच शकणार नाहीस."
मणी विचारात पडला. त्याने मनाचा तळ ढवळून काढला. आपण कसे आहोत हे त्याला कळेनासं झालं. पंधरा दिवसांपूर्वी ह्या मनात फक्त प्रेम होतं. आनंद होता. आयुष्य समस्या नव्हती. आयुष्य कोडं नव्हतं. शिल्पाबद्दलची ओढ बारा वर्षं टिकून होती. आजची शिल्पा वेगळी का वाटते? शिल्पा शिल्पाच आहे. आपण तिला विश्वासात घेऊ शकत नाही. गप्प गप्प आहोत म्हणून तीन वेळा ती कुशीत शिरून रडलीसुद्धा. तिने प्रणयातही मुद्दाम वेगळा पुढाकार घेतला. आपण पुरुष असूनही बहरलो नाही. मी, मीच आहे का? पंधरा दिवसांपूर्वीच्या 'मी'पासून मणी इतक्या अंतरावर गेला? पहिला मणी हरवला? उभ्या आयुष्यात पुन्हा तो भेटणार नाही? ह्या विचारांनी घाबरून मणीने अभिजितचा हात घट्ट पकडीत म्हटलं,
"अभिजित, आत डोकावणं फार अवघड आहे."
अभिजित म्हणाला,
"स्वत:चा चेहरा ओळखण्यासाठीही आरशाची मदत घ्यावी लागते. आरशाइतका विश्वासू ट्रस्टी जगात दुसरं कोणी नाही. आपणही आरसा व्हायचं. त्यात मनाचं प्रतिबिंब पाहायचं. क्रोध, स्पर्धा, हेवा, मत्सर, प्रेम सगळी रूपं पाहायची. आपण आपल्या मनाचं ट्रस्टी व्हायचं. अफरातफर करायची नाही. मग खरं मन प्रकट होतं. बायको, मुलगा, आई, बाप सगळी नाती स्पष्ट होतात. कुणी किती जागा अडवली आहे ते पहायचं. तुझं नाव चिंतामणी. त्याचा अपभ्रंश चिंतू, चिंत्या असा काही होऊ नये म्हणून आम्ही तुला मणी म्हणायला लागलो. तुझ्या नावातला चिंता हा विषयही तू विसरावास म्हणून."
"तुमच्यामुळेच माझी बायकोही मला मणीच म्हणते. पहिल्यापासून."
"आमचं एकमेकांवर तुफान प्रेम आहे हे अभिजित तू प्रत्यक्ष अनुभवलं आहेस."

हे सांगतानाही मणीचे डोळे डबडबले. त्याला थोपटत अभिजित म्हणाला, "तुमच्या प्रेमाचा मी अनादर करीत नाही. पण शास्त्रवचन हवं असेल तर ऐक. उपनिषदात म्हटलंय, 'पती पत्नीवर प्रेम करीत नाही. त्याचं स्वत:वर प्रेम असतं. पती पत्नीचा माध्यम म्हणून उपयोग करतो. तो पत्नीला स्वत:चा दागिना समजतो. पत्नीसाठी तो जान कुर्बान करायला तयार असतो. कुठपर्यंत? ती त्याची आहे तोपर्यंत. तिचं मन परपुरुषाकडे आकर्षित झाल्याचं समजलं तर? पत्नीसाठी स्वत:च्या जिवावर उदार झालेला पती त्याच पत्नीचा गळा दाबायला निघेल. प्रेम आणि घृणा ह्यांची क्षणात अदलाबदल होते. केवळ एका क्षणात प्रेमाऐवजी घृणा, वैर, क्रोध निर्माण होत असेल तर ते कसलं प्रेम? प्रेमाची व्याप्ती प्रचंड आहे. आपलं ह्या जगातलं अस्तित्व विनाकारण नाही, हे दुसऱ्याच्या डोळ्यात पाहिल्यावरच कळतं. माणूस म्हणून जगतो. कोणत्याही आपत्तींना सामोरा जातो. आपल्यावर प्रेम करणारी व्यक्ती उरली नाही की आपलं जगणं संपलं. एखाद्याने अचानक आत्महत्या केली की समजावं, तो निष्प्रेम आयुष्य जगू शकत नाही. उद्या शिल्पा तुला दुरावली...."

"प्लीज...."

"सॉरी! शिल्पाच असं नाही. कुणीही...."

"प्लीज..."

"देन यू हॅव टू ॲक्सेप्ट द पर्सन, ॲज ही इज."

"अभिजित, इथंच थांब. लेट मी डायजेस्ट धिस थॉट."

"अरे बाबा, हा निव्वळ विचार आहे. इतका तू का अस्वस्थ होतोस? प्लीज, कूल डाऊन. मी तुला उपनिषदातला फक्त दाखला दिला. तुझ्या आणि शिल्पाच्या प्रेमाबद्दल शंकाच नाही. तू, शिल्पा, तुमचं पिल्लू पराग....त्याला खूप दिवसांत पाहिलं नाही. आता त्याची उंची वाढली असेल. ही पुढची जनरेशन उंच मुलामुलींचीच आहे. माझा उदय आताच माझ्या खांद्याच्या वर दोन इंचाने उंच आहे. माझ्यापेक्षा वेगळा आहे. विचारही माझ्यापेक्षा निराळे. एखाद्या क्षणी असं काही बोलतो की शंकाच येते, हा माझाच उदय..."

अभिजितने वाक्य अर्ध्यावर सोडलं.

"बोल ना!"

"पुन्हा उपनिषद आठवलं."

"का?"

"मुलगा शब्द महत्त्वाचा की 'माझा' शब्द?"

"असं कसं म्हणतोस?"

"उपनिषदच म्हणतं, आणि तुझ्याच घरात तुझ्या मामाच्या मुलाचं उदाहरण प्रचिती

देणार आहे. सध्या निखिल काय करतो?''
खांदे उडवीत मणीने सांगितलं,
''मामाने त्याला दोन महिन्यांपूर्वीच घराबाहेर काढलं.''
''आता मला सांगा. निखिल दारूच्या आहारी गेला नसता, परीक्षेत मेरिटमध्ये आला असता तर? माझा मुलगा आणि दारूबाज? इथंही 'माझा' शब्द महत्त्वाचा.''
मणीने उतावीळपणाने विचारलं,
''उपनिषद सगळ्यांना पेलणार आहे का?''
''आपण सगळ्याचा विचार का करायचा? फक्त स्वत:चा करायचा. शास्त्रवचनांचा अगोदर अभ्यास करून कधीच आयुष्य जगायचं नसतं. प्रत्यक्ष अनुभवातून गेल्यानंतरच शास्त्रात ती उत्तरं आधीच प्रकट झालेली निदर्शनास येतं. उपनिषदासारखे ग्रंथ हे कसोटीचे दगड आहेत. आपल्या सोन्यात तांबं किती आहे हे अनुभवातून गेल्यावर त्या कसोटीत घासून पाहायचं. प्रचितीचा आनंद प्रत्येकाचा स्वयंभू असतो. तो दुसऱ्याला सांगितलं की त्याची बातमी झाली. म्हणूनच प्रत्येकजण एकटा असतो. संपूर्ण असतो. त्याच्यात बदल संभवत नाही. ह्याच अर्थाने ओशो 'स्वभाव हाच धर्म' मानतात. जाऊ दे. जास्त विचार करू नकोस. गेले पंधरा दिवस तू परेशान आहेस. मला बारीकसारीक सगळं सांगतोस, तरीही उच्चारही करता येणार नाही, असं एखादं शल्य असू शकतं, हे मी जाणतो. जवळच्या माणसाच्या दु:खाला आपण कारणीभूत नसलो तर ह्याने ते का सांगू नये ही जिज्ञासा वाटते. आपण डावलले जात आहोत हा अहंकारही छळतोच. लेट अस हॅव अ कप ऑफ टी बिफोर वुई पार्ट.''
''आज चहाही नकोसा वाटतोय'' असं म्हणत मणीने निरोप घेतला.

अभिजितला टाळणं सोपं होतं. त्याच्यापासून पळणं अशक्य नव्हतं. शिल्पापासून पळणं अशक्य आहे आणि विश्वासात घेऊन व्यथा सांगणं त्याहून कठीण आहे. नव्हे, सर्वनाश.
मणीने अभिजितचा निरोप घेतला आणि तो बॅण्ड स्टँडला गेला. सी रॉक हॉटेलच्या मागच्या खडकावर जाऊन बसला. त्याने खिशातून एक पत्र काढलं. ह्या पत्राचं हे कितवं पारायण ह्याचा विचार न करता, त्याने ते वाचायचं ठरवलं.
आजचं वाचन वेगळं होतं. उपनिषदाचा विराट समुद्र समोर होता. त्यातले मोजकेच थेंब अभिजितमुळे अंगावर पडले होते. पण तेवढ्या थेंबांच्या आधारावरच सोन्यात तांबं किती ते आज कळणार होतं.
पत्र बारा वर्षांपूर्वीचं होतं. शिल्पाशी लग्न करायच्या अगोदर शिल्पाला आलेलं पत्र.

तिच्या प्रियकराचं, उत्कट, विराम, असीम भाव शब्दांत पकडण्याचा प्रचंड खटाटोप करणारा तो आक्रोश होता. मणीने अगदी वेगळ्या वैचारिक पातळीवर जाऊन, जवळजवळ पाठ झालेलं पत्र पुन्हा वाचायला घेतलं. ह्या पुनर्वाचनाने तो स्वतःची परीक्षा घेणार होता. प्रेम म्हणजे नेमकं काय हे शोधणार होता.

प्रिय शिल्पा,
तू 'हो' म्हणालीस.
पण 'येईन' ह्या एका रुकाराने काय काय झालं सांगू?
मला श्वास पेलवेना. कोणता तरी एक श्वास शरीर फोडून बाहेर येईल. तोफेच्या तोंडी दिलेल्या शरीराचे शतशः तुकडे होतात तसं आपलं होईल. तुकडे आकाशापर्यंत जातील, अवघं आकाश म्हणजे काय ते कळेल असं काहीसं.
एकाच वेळी शरीर पिसासारखं हलकं झालं आणि त्याच वेळी ते पाषाणासारखं, दंडकारण्यात जाऊन पडलं. तुझ्या निव्वळ स्पर्शाने. केवळ हाताच्या तळव्याच्या स्पर्शाने पुन्हा मानवदेह परत मिळेल असं वाटलं.
अबोलीचा गंध आला. आपल्याला श्वास घेता येतोय ह्याचा अभिमान वाटला.
पंचवीस वर्षांच्या आयुष्याचा एकच मोठा क्षण झाला.
पाण्यावाचून मासा का मरतो ते कळलं.
जीवनाचा महोत्सव झाला.
पृथ्वीवरची सगळी धरणं फुटली आणि धमन्यातून रक्ताऐवजी वाहू लागली.
मैत्रीण, सखी, आई, प्रेयसी सगळ्या नात्यांचा गोफ झाला.
कृष्णच राधा होतो आणि राधा कृष्ण होते, म्हणजे काय ते समजलं.
शुक्राचार्यांचा संजीवनी मंत्र म्हणजे काय ते समजलं.
तुझ्या स्वागतासाठी मी मनोभूमीवर माझ्याच अश्रूंचा सडा घालून अंगण सारवून ठेवलं आहे. तुझ्या खळाळणाऱ्या हास्याच्या रांगोळीची अंगण वाट पाहात आहे.
माझ्याच हृदयाचं मी तुळशीवृंदावन बांधलं आणि अकरा लाख प्रदक्षिणा घातल्या.
एका महापूजेची तयारी केली. नैवेद्य म्हणून माझा प्राणच तबकात ठेवला.
आत्ता मी तुकाराम-नामदेवाच्या हातातली 'एकतारी' झालो आहे. मीरेच्या पैंजणातला घुंगूर झालो आहे.
शंकराच्या देवळात मी माझ्या शरीराचं कासव केलं आहे. तू त्या कासवावर उभं राहून एकदाच घंटानाद करावास.
माझ्या शरीराचं वादळं झालंय आणि त्याने प्रथम मलाच उडवलं आहे.
प्रतीक्षेचे, स्पर्शाचे, आनंदाचे, तृप्तीचे, क्लांत शरीराचे सगळे प्रवाह अश्रुरूपाने वाहण्यासाठी दोन डोळे कसे पुरणार? मी इंद्राप्रमाणे सहस्रनेत्री झालो आहे आणि

शरीराचा महापूर झाला आहे.
जगात जेवढी लोकसंख्या आहे त्याची जत्रा माझ्या साडेतीन हात शरीरात एकवटली आहे. हे चैतन्य मला एकट्याला पेलत नाही. मला हर्षवायू होईल.
केवळ माणसंच कशाला, सृष्टीतली सगळी झाडंझुडुपं माझ्यात सामावली असून माझा बोधिवृक्ष झाला आहे. तू आलीस म्हणजे तुझ्या विळख्यात माझं छोटंसं रोपटं होईल. मी आईच्या कुशीत शिरल्यावर मूल निर्धास्त होतं, तसा तुझ्या कुशीत विसावेन. तू तेव्हा माझी 'माय' होशील. प्रत्येक प्रेयसीत एक आई असते. आज तीपण मला हवी आहे.
तुझ्या 'होकारा'लाच मी शरण आलोय. माझ्या मनातलं तांडव शांत करण्यासाठी क्षमता फक्त आदिमायेच्या 'हुंकारा'त आहे.

एवढं सगळं लिहूनही अव्यक्त असं खूप उरलं होतं. ते सगळं अव्यक्त किती विराट होतं आणि शब्द कमी का पडत होते, ते आपलं 'अद्वैत' झाल्यावर समजलं.
इतक्या उत्कटतेचा अनुभव आयुष्यात दुसऱ्यांदा येणं शक्य नाही. आता जगण्यासारखं काही उरलं नाही. तू हनिमूनहून परत येशील तोपर्यंत मी पंचतत्त्वांना त्यांचा हिस्सा देऊन टाकीन. माझी चिमूटभर राख सागरमय होईल आणि केव्हातरी वाफेच्या रूपाने अवकाशात विरून गेलेली असेल.
तुझा,
पुनर्जन्मावर विश्वास नाही. असलाच तर तुकारामाप्रमाणे,
"तुका म्हणे आम्हा। घाला सुखे गर्भवासी।।' असा काहीसा अभंग आहे, त्याप्रमाणे तुझ्याच पदराखाली मोठा होईन.
मी अकाली गेलो असं समजू नकोस. आपलं ह्या जगातलं वास्तव्य विनाकारण नाही. आपण कुणाला तरी हवे आहोत, ह्या जाणिवेतूनच जगावंसं वाटतं. ती जाणीव झाली, प्रत्यय आला की तेवढा एक क्षणच 'अनंता'चं रूप घेतो. 'एक क्षण' हा त्या अनंत काळाचा संक्षिप्त अवतार आहे. म्हणूनच त्याला प्रेमस्पर्श झाला की तो दिव्यानुभव होतो.
ह्या अनुभवापल्याड जगण्यासाठी जास्त तेजोमय काय असेल? मृत्यू तितकाच भव्य असेल, जिथं अनुभव घेणाराही उरत नाही.
मणीने पत्र वाचलं. पण आजचं वाचन वेगळं होतं. आपल्याला आपल्या भावना अशा व्यक्त करता आल्या असत्या का? हा तरल अनुभव घेतल्यावर त्याने खरंच आत्महत्या केली असेल का? त्याचं नाव कुणाला विचारायचं? डेथ ॲण्ड बर्थ खात्याकडे सगळी नोंद असते. पण किमान नाव माहीत नको का?
शिल्पा.

ही आपली कोण?
पत्नी.
आमचं एकमेकांवर प्रेम आहे. म्हणजे नक्की काय आहे? बारा वर्ष सुखात गेली. संघर्ष झाले, विरलेही. ओढ कायम राहिली. अभिजितने उपनिषदातलं भाष्य ऐकवलं. माझं माझ्यावरच प्रेम आहे? मणी प्रचंड गोंधळात पडला. शिल्पाचा चेहरा डोळ्यांसमोर येत राहिला. बारा वर्षांतले अनेक प्रसंग डोळ्यांसमोर उभे राहिले. एकांत आठवला. आपल्या स्पर्शाने बेभान होणारी तिची अवस्था आठवली आणि दुसऱ्याच क्षणी पंधरा दिवस छळणारा प्रश्न पुन्हा डोकं वर काढीत पुढे आला. तिचं शरीर आपल्या मिठीत असतं. पण अंगावर उठणाऱ्या रोमांचांचा मालक कोण?
मी का तो अनंतात विलीन झालेला अनामिक? तो खरंच विलीन झाला का? त्याने पुनर्जन्म घेतला असेल?
तोच पराग असेल का?
परागचं आणि माझं नातं काय? त्याचा ब्लड ग्रुप तपासून घ्यावा का? मग बारा वर्षं जिने मला सर्वस्व मानून, मला सांभाळलं त्या शिल्पाचं काय? परागचा ब्लडग्रुप तपासायचा हा शिल्पाच्या प्रेमाचा अपमान नाही का?
प्रेम.
मणी पुन्हा त्या शब्दापाशी अडला. 'आपलं अस्तित्व दुसऱ्याच्या डोळ्यांत पाहाणं' हे अभिजितचं वाक्य त्याला आठवलं. असंच काहीसं शिल्पाच्या प्रियकराने लिहिलं होतं. त्याच्या अस्तित्वाला, जगण्याला शिल्पाचं प्रेम पुरेसं ठरलं. नुसत्या जगण्यालाच का? तर मरणालाही प्रयोजन सापडलं. एका क्षणात त्याला आयुष्याचा अर्थ समजून त्याने ह्या जगाचा निरोपही घेतला.
शिल्पाच्या चेहऱ्यावर पहिल्या रात्रीपासून बारा वर्षांत एवढ्या विराट नाट्याची छटासुद्धा नाही? आपला पहिला स्पर्श झाल्यावर ही दुसऱ्या पुरुषाशी, नवऱ्याशी प्रतारणा आहे असे तिला वाटलं नसेल? आयुष्य अत्यंत कॅज्युअली घेणारी आहे की एकदम तयार आहे? की कशाचंच सोयरसुतक नाही? की तेवढ्यापुरत्या क्षणाला कोऱ्या मनाने सामोरं जाण्याची अलौकिक शक्ती आहे? की स्वत:ला प्रचंड अपराधी समजून, प्रायश्चित्त म्हणून उत्कटतेने साथ देत आली?
संसारात मुलाचं संगोपन करणं, पाहुण्यांचं आदरातिथ्य करणं, नवऱ्याच्या व्यावहारिक गरजा तत्परतेनं पूर्ण करणं, गृहिणी म्हणून चोख संसार करणं हे यांत्रिकतेने करता येईल. अलिप्त राहून करता येईल.
पण शृंगाराचं काय?
का तोही अभिनय? बारा वर्षं अभिनय?
मग अभिनयसम्राज्ञी म्हणून तिच्यापुढे झुकायलाच हवं.

पण तसंही नव्हतं.
परवाच आपण तिला म्हणालो होतो.
"शिल्पा, एका गोष्टीचं मला नवल वाटतं. बारा वर्षांनंतरही तुझ्यावरच्या माझ्या प्रेमाची उत्कटता अजून तितकीच कशी? तुझा स्पर्श जुनापुराणा झालाच नाही. रस्ता क्रॉस करताना अभावितपणे हात धरलास तरी मी शहारतो. तुला दहा मिनिटं यायला उशीर झाला तरी गळा दाटून येतो. तुझ्यात इतकं काय आहे?
शिल्पाने फक्त तेव्हा घट्ट मिठी मारली.
चुंबन घेत ती म्हणाली, "मी ह्यावर कधी विचारही केला नाही. निरांजनाला काडी लावली की ज्योत पेटतेच. ती विचार करते का, किती वर्षं झाली ह्याचा? काय प्रत्येक वेळेला पटवून घ्यायचं?"

मणीने एकूण एक एकांताचे क्षण आठवून पाहिले. मुळातच अतिक्रमण करणं हा मणीचा स्वभाव नाही. घेण्याआधी खूप द्यावं लागतं, ही त्याची वृत्ती. कुठंतरी त्याने वाचलं होतं की जाता-येता अभिजित ऐकवायचा ते मागं उरलं होतं, हे त्याला आता आठवेना. पण प्रेमाच्या संदर्भात की पैशाच्या बाबतीत तो म्हणाला होता, 'जो मालक असतो तो वाटत सुटतो. जो गुलाम असतो तो संपत्ती जपत राहातो. प्रेमाच्या प्रांतात तर मोठा मजा आहे. तुम्ही जेवढं द्याल तेवढं परत मिळतं. तरीसुद्धा देणारा आणि घेणारा ह्यात घेणारा श्रेष्ठ.'
कितीही विचारी विचारी माणूस म्हटलं तरी एका ठरावीक सीमेपलीकडं विचार करू शकत नाही. विचार म्हणजे तरी नक्की काय? सत्तर ते ऐंशी टक्के माणसं निव्वळ नित्याचं आयुष्य जगतात. संपूर्ण दिवसाचा दिनक्रमच तुमच्या हालचाली ठरवतो, असं नाही तर विचारांची दिशाही ठरवतो. सकाळचा चहा, दाढी, आंघोळ, मुंबईच्या माणसांच्या बाबतीत नेहमीची गाडी पकडणं, ह्यासारख्या गोष्टींत विचारांना थाराच नाही. रीत म्हटलं की विचारातून मेंदू मुक्त. काहीतरी 'विपरीत' करायचं असलं म्हणजेच विचार करावा लागतो.
काही समस्या सल्लामसलतीने सोडवता येतात. ते सल्ले आपण ऐकतोच असं नाही. ऐकायचं बंधन नसल्यामुळचे आपण सल्ले मागत फिरतो आणि अनेकांचं डोकं उठवतो.
विचारणाऱ्याचा गोंधळ वाढतो.
सल्ला देणाऱ्यांचा अहंकार.

कोणत्याही निष्कर्षापर्यंत आपण पोहोचणार नाही हे मणीला जाणवलं. सरळ, साधा, कुटुंबवत्सल, डावपेच माहीत नसलेल्या, सूडबुद्धी नसलेल्या कोणत्याही

सामान्य माणसाचा 'मणीच' झाला असता. ज्या प्रसंगाला अघटित म्हणता येईल असा प्रश्न किती सामान्य माणसांच्या आयुष्यात येत असेल? लग्न, घटस्फोट, अपंग संतती, भाऊबंदकी किंवा कुणाचा तरी अकस्मात मृत्यू, ह्यापेक्षा अकल्पित काय? मुलांना व्यसन लागणं किंवा पळून जाऊन लग्न करणं, निरुपयोगी ठरलेल्या म्हाताऱ्या आई-वडिलांना मुलांनी घराबाहेर काढणं ह्यासारख्या अनेक प्रसंगांचा आता 'पॅटर्न' व्हायला लागला आहे. पण बारा वर्षांनंतर एखाद्या सालस बापाला आपला मुलगा आपल्यापासून झालेला नाही हे कळणं असा प्रसंग कुणी अनुभवला असेल? हे आता कळलं. नॉर्मल कसं राहायचं आणि आयुष्यभर हे शल्य सोसायचं कसं?

तेही एकट्याने?

बारा वर्षांच्या कालावधीत शिल्पाच्या आणि मणीच्या समस्या वेगळ्या राहिल्याच नव्हत्या. दोघांकडचे नातेवाईक, मित्रपरिवार ह्यांची आवडत्या-नावडत्यात विभागणीसुद्धा संघर्षाशिवाय करून झाली होती. इतकी मनं एकरूप झाली होती.

एकरूप?

ह्या विचारापाशी मणी पुन्हा थबकला. अद्वैत ह्या संकल्पनेलाच मोठा तडा गेला होता. त्यात जास्तीचा तणाव म्हणजे हा तडा झाकून ठेवायचा. जतन करायचा. आपण किंवा शिल्पा मरेपर्यंत. शिल्पा अचानक गेली तरी तडा राहाणारच. आपण शिल्पा आणि परागचे कोण?

"तू अजून तसाच आहे." ऑफिसात गेल्या-गेल्या अभिजितने घेरलं, "काय झालं? न सांगण्यासारख्या समस्येतच अडकला असशील, तर काही म्हणणं नाही. काही व्यथांवर नो थरोफेअरचा फलक लावला आहेस तेव्हा त्या प्रोटेक्टेड एरियात मी येत नाही. नवं काही आहे का सांग."

अभिजितने हा पवित्रा घेतल्यावर मणीने चलाखी केली.

"तुझ्याच कालच्या विधानावर विचार करतोय."

"बोल."

"देणारा आणि घेणारा ह्यात घेणारा श्रेष्ठ असं तू म्हणालास."

अभिजित खूष होऊन म्हणाला,

"म्हणजे आज ॲकॅडेमिकल डिबेट. मग छान! पर्सनल पातळीवर चर्चा आली की कुणीतरी एक जण खवळतो. त्यानंतर काही चार्म राहात नाही. तेव्हा ऐक, घेणारा श्रेष्ठ."

"कसा?"

"तुमची देणगी तो नाकारू शकतो. दान दिलंत तर त्याचा तो इन्कार करू शकतो.

हृदय अर्पण करायला निघालात तर दिल के हजार तुकडे करून तुम्हाला तो ते परत करू शकतो. म्हणूनच तुमच्या प्रेमाचा सन्मानपूर्वक स्वीकार झाला म्हणजे जमिनीवरचे पाय सुटतात ना? आता मोठं कोण सांग़.''

काही वेळ विचार करीत मणीने पुन्हा एक शंका विचारली,

''अभि, आत्ता चर्चा म्हणून ठीक आहे. हे तत्त्व तू स्वत:च्या परिवारात म्हणजे प्रत्यक्षात उतरवून पाहिलं आहेस का?''

''तुला माझ्याइतका शांत, त्याहीपेक्षा आनंदी माणूस कधी दिसला का?''

मणीने ह्यावरही विचार केला नव्हता. आत्ता त्या दिशेने पाहिल्यावर त्याला जाणवलं, खरंच की आकाश कोसळलं तरी ह्याचा तोल कधी गेला नाही. त्याचे वडील गेल्याचा जेव्हा दोन वर्षांपूर्वी फोन आला तेव्हा मणी त्याच्याच केबिनमध्ये होता. अभिजितने शांतपणे विचारलं,

''कधी?''

''......''

''डॉक्टर येऊन गेले?''

''......''

''निघालोच.''

आणि मणीला सांगितलं,

''वडील गेले.''

''कशाने?''

''हार्ट ॲटॅक.''

त्यानंतर त्याने एक तातडीचा रिपोर्ट स्टेनोला डिक्टेट केला. टाईप करून आणलेल्या कागदांवर सह्या केल्या. नंतर तो गेला आणि दुसऱ्या दिवसापासून पूर्ववत कामावरही येऊ लागला.

''तू का आलास?''

''भेटायला येणाऱ्या माणसांना तेच तेच सांगण्यात वेळ का घालवायचा?''

हे आठवून मणीने विचारलं, ''तू इतका शांत कसा?''

''मी आनंदयात्री आहे, म्हणून शांत आहे. शांत माणूस आनंदी असेल असं नाही. बहुतेकांची शांतीची व्याख्या 'अशांतीचा अभाव' अशी असते. म्हणून ते शांत असतात. आनंदी असतील असं नाही. मी शांत आहे हे जाहीर करावं लागतं. आनंद लपवताच येत नाही.''

''मनाविरुद्ध काही घडलं तर?''

''मनाविरुद्ध स्वत:च्या ना? आपण कोण टिकोजीराव? आपल्या अनेक गोष्टी इतरांना आवडत नाहीत, तेव्हा ती माणसं काय करतात? सहन करतात किंवा जी

सर्वात जवळची तिथंच संघर्ष जास्त. कारण इन्व्हॉल्व्हमेंट.''

''संघर्ष असतील तर ती इन्व्हॉल्व्हमेंटच नाही. तिथं स्पर्धा असते. पझेशन असते.''

''सांगायला सोपं वाटतं सगळं'' खांदे उडवीत मणी म्हणाला.

त्याच्याकडे आश्चर्याने पाहात अभिजितने विचारलं,

''शिल्पासाठी आजही पागल होतोस तरी असं विचारतोस?''

''ते राहू दे. आमची पूर्वी थोडी ओळख होती. तुझं प्रपोज्ड मॅरेज. एकमेकांना जाणून घेण्यात...''

मणीला मध्येच थांबवीत अभिजित म्हणाला,

''एकमेकांना नव्हे, दोघांनी मिळून संसार जाणून घेतला.''

''म्हणजे काय?''

''लग्न झालं म्हणजे पुरुष प्रथमच पती होतो आणि स्त्री पत्नी. ह्या पदांचा दोघांनाही अनुभव नसतो. जबर, अनावर फोर्सच स्त्री-पुरुषांना परावलंबी, हीनदीन बनवतो. त्याच बधिर आणि अधीर मन:स्थितीत लग्नं होतात. केव्हातरी रुसणं-फुगणं होतं. हा खरं तर आगामी संघर्षाचा सॅम्पल डोस असतो. माझं नशीब म्हण, जेनेटिकल देणगी म्हण, काहीही नाव दे. मी सावध झालो. त्याच वेळेला ''मागो मत, भागो मत, जागो!'' असा कुठल्या तरी भिंतीवर लिहिलेला मजकूर वाचला. त्यानंतर शांतपणे विचार केला आणि बदल घडला. मी बदललो असं मी म्हणत नाही. बदल घडतो हे सत्य.''

मणीने गोंधळून विचारलं, ''म्हणजे काय नेमकं?''

''मी बदललो–ह्या विधानात 'मी' आला. साधनेपेक्षा प्रेम उच्च कोटीतलं. का? साधना करावी लागते. म्हणजे प्रयत्न आला. 'मी' आला. ह्याउलट माणूस प्रेमात कधी पडतो ते त्यालाही कळत नाही.''

''करेक्ट.''

''म्हणूनच 'अमक्यातमक्या व्यक्तीत तू काय पाहिलंस?' ह्याचं उत्तर कोणीही देऊ शकत नाही. कुत्रा त्याच्याही नकळत शेपटी हलवत असतो. त्यात जाणीव कुठे असते? इतक्या सहजी कोणत्याही वयाची, मॅरिड-अनमॅरिड व्यक्ती प्रेमात पडते. प्रेमात पडणं हे घडतं, तसा मी घडलो.''

''कोणतंही निमित्त न मिळता हे घडतं?''

जरा वेळ विचार करून अभिजित म्हणाला,

''थोड्याफार प्रमाणात तुमची स्वत:ची वृत्ती तशी लागते ह्यात शंकाच नाही. मग तुम्ही एखाद्या प्रसंगाने बदलता. माझं तसं झालं. माझी पत्नी माझ्याविरुद्ध तक्रार घेऊन तिच्या वडिलांकडे गेली. फार काही गंभीर स्वरूपाचा संघर्ष होता अशातला भाग नव्हता, पण प्रारंभीच्या काळात बायकांना कधीकधी निराधार वाटतं. सारखं

माहेरी पळावंसं वाटतं आणि तेही भांडण वगैरे झालं तर जास्त तीव्रतेने वाटतं. आमचे श्वशुर मुलीसहित आले आणि गप्पागोष्टींच्या स्वरूपात त्यांनी त्यांचा संदेश मला पोहोचवला. जाब विचारला नाही, आरोपही केले नाहीत. जाता-जाता एक वाक्य बोलले, त्या वाक्याने जादू केली. जादू म्हणण्यापेक्षा परिवर्तन केलं.

''काय म्हणाले?''

''कन्यादानानंतर आमचा मुलीवरचा हक्क संपतो. माया संपत नाही. आपण आपली प्राणाहून प्रिय अशी मौलिक ठेव दुसऱ्याला सांभाळायला दिलेली आहे असंच प्रत्येक बाप शेवटपर्यंत समजतो. तुम्हाला ते बाप, तेही मुलीचा बाप झाल्यावर कळेल.''

त्या क्षणी मी बदललो. मी माझ्या बायकोचा आणि मुलांचा नक्की कोण आहे? तर मी ट्रस्टी आहे. माझा पवित्राच त्या वाक्याने बदलला. मग मी बायकोला म्हणालो, 'संसार हा एक कोर्स आहे. न संपणारा अभ्यासक्रम. ह्याचं टेक्स्ट रोज बदलणार. रोज परीक्षा द्यायची. ह्याला करिक्युलम नाही. डिग्री नाही, डिप्लोमा नाही, गाईड नाही. आपण एका न संपणाऱ्या कोर्सला बसलो आहोत. आपण परीक्षकासारखेच एकमेकांशी वागलो तर कसं होणार?' सगळ्या कुटुंबातून पतिपत्नी परीक्षकाप्रमाणे एकमेकांची गंमत बघत राहातात. कोण कसं चुकतं. मग मीही कशी जिरवतो किंवा जिरवते ते पाहा. सगळीकडे एकच. आजपासून आपल्यापुरतं हे बंद, संसार रोज एक प्रश्नपत्रिका देईल. ऐनवेळी. अगोदर न फुटणारी. ती दोघांनी सोडवायची. ह्याच एका कोर्समध्ये पेपर सोडवताना कॉपी करायची परवानगी आहे.''

बराच वेळ विचार करून मणी म्हणाला,

''माझी समस्या मी तुला खरंच सांगू शकत नाही. सगळं सोडून निर्मनुष्य ठिकाणी जाऊन बसावंसं वाटतंय.''

''त्याने काय होईल?''

''स्वत:ची ओळख होते का ते कळेल?''

अभिजित जोरजोरात हसत सुटला.

''माझी खिल्ली उडवतोस?''

मणीचा चेहरा पाहाताक्षणी गंभीर होत अभिजित म्हणाला,

''तू असा तडफडत असताना मी हसू तरी शकेन का? माझं हसण्याचं कारण वेगळं आहे. माझ्याकडे उपायसुद्धा आहे. पण तुला ती नुसती फिलॉसॉफी वाटली तर?''

''नाही वाटणार. मी त्या दिशेने जाण्याचा प्रयत्न करीन. फिलॉसॉफी आकाशातून पडत नाही. कुणीतरी तसं जगून पाहातो. ते जगणं योग्य ठरलं तरच त्याला इतरांना ते सांगावंसं वाटतं. चिरंतन, त्रिकालाबाधित असं काही ना काही असतंच. सगळे रस्ते त्याच बिंदूला जोडलेले आहेत. प्रत्येक गोष्ट जशी सार्वजनिक नसते तशीच

प्रत्येक गोष्ट नेहमीच व्यक्तिसापेक्ष नसते.''

''मग ऐक. स्वत:ची ओळख दुसऱ्याच्या उपस्थितीशिवाय होतच नाही. आपण सहनशील आहोत, हे तू एकांतात कुणाला सांगशील? आपण मोहांवर मात करू शकतो हे एकांतात कुणाला पटवणार? समाज, परिवार हे आरसे आहेत. तू हरिश्चंद्राप्रमाणे, रामाप्रमाणे सत्यवचनी आहेस हे एकातांत सांगून उपयोग काय? आपण रागीट, तामसी, शॉर्टटेम्पर्ड आहोत हे परिवारात राहिल्याशिवाय कळत नाही. मन फक्त प्रेम-वात्सल्य ह्याने ओथंबून जातंय, क्षमाभावाव्यतिरिक्त अन्य भाव नाही, हे निर्मनुष्य ठिकाणी दाखवणार कुणाला? त्याहीपेक्षा ते स्वत:ला कसं कळणार? कागदावर काहीही लिहिता येतं, हे पेन्सिलीशिवाय सिद्ध करता येईल का ? म्हणूनच आपल्या मनाच्या पाटीवर कोणता मजकूर अगोदर उमटतो तो वाचण्यासाठी दुसऱ्याची गरज असते. त्यासाठी गर्दीत राहावं लागतं. तेव्हाच पाटी कशी आहे ते कळतं. माणसांच्या जास्तीत जास्त जवळ जावं ते दुसऱ्याला ओळखण्यासाठी नव्हे. त्यांचं कोणतंही वर्तन आपण कसं झेलू शकतो ते जोखण्यासाठी. स्वत:ला ओळखण्यासाठी गर्दी हवी, इतकंच नव्हे तर प्रथम जास्तीत जास्त अस्वस्थ करणाऱ्या माणसाजवळ, अनुभवाजवळ जावं. स्वत:चा चेहरा पाहायलाही आरसा लागतो. एखाद्या माणसाने जन्माला आल्यापासून दहा-पंधरा वर्षात आरसाच पाहिला नाही आणि हातात आरसा अचानक आला तर? तो स्वत:ला तरी ओळखेल का? मन तरी अतिसूक्ष्म. शिवाय चलाख. म्हणूनच परिवाराचा आरसा चारही बाजूंना हवा. एकांतात काय पळतोस?''

घरी येताक्षणी नेहमीप्रमाणे परागने मणीला मिठी मारली. शिल्पा शेजारी येऊन बसली. मणी घरी येईल, त्यावेळी कुलूप लावलेल्या दाराकडून मणीचं स्वागत होणार नाही, ह्याची दखल न सांगता आजपर्यंत शिल्पाने घेतली होती. त्याचप्रमाणे घरात आल्या आल्या तिने कधीही संसारातल्या कटकटी पण सांगितल्या नव्हत्या. मणी परागच्या चेहऱ्याचं निरीक्षण करीत राहिला. परागच्या केसांचा रंग वेगळा, कानांची ठेवण निराळी आणि मुख्य म्हणजे हसताना शिल्पाच्या किंवा मणीच्या गालांना खळ्या पडत नसताना परागला ती देणगी मिळाली होती.

''बाबा, काय बघताय आज एवढं?''

मणी स्वत:ला सावरीत म्हणाला,

''किती मोठा झाला आहेस ते पाहातोय.''

''मी अजून लहानच आहे आणि मला तसंच राहायचं आहे.''

''म्हणजे काय होईल?''

''मला कायम तुमच्या मांडीवर बसायला मिळेल.'' असं म्हणत त्याने मणीला मिठी मारली.

मणी विचारात पडला. हा तोच पराग. तोच स्पर्श, तोच विश्वास. जे झालं त्याला तो जबाबदार नाही. मणीने मग शिल्पाकडे पाहिलं. तीच केसांची ठेवण, कातडीचा रंग तोच, आपल्याकडे बघायची तीच लकब. सगळं तेच आहे, तसंच आहे. गॉगल घातला की डोळ्यांकडे येणाऱ्या किरणांचा रंग बदलतो. जग नेहमीचाच प्रकाश परावर्तित करतं. आपण कोण?
पती? बाप? नो! गॉगलमधून आलेला रंगच सांगतोय.
नो! आपण ट्रस्टी. एक ठेव सांभळणारे ट्रस्टी.

क्रांती होते ती एका क्षणात. सामाजिक आणि राजकीय क्रांतीची बाब वेगळी. राजकीय क्रांती निव्वळ स्वार्थ आणि सत्ता ह्या दोन घोड्यांच्या रथातूनच विरोधकांना धिक्कारत आणि सामान्यांना तुडवत जाते. तो रथ कधी उलटेल हे सांगता येत नाही. सगळेच सारथी भ्रष्टाचारी असतील तर रथ धावतच राहातो. सामान्यांना तुडवून घेण्याची सवय होते. म्हणून सामाजिक क्रांती घडली तरच घडते.
मुळात क्रांती करण्यासाठी विचारशक्ती लागते. त्यापुढचा अवघड टप्पा विचारात एकवाक्यता. ह्या मुक्कामाचा मैलाचा दगड नेमका कुठे पुरलाय, त्याचाच शोध लागत नाही. एखादा पांढरा दगड दिसल्यावर आशेने धाव घ्यावी तर त्याच्यावरचा आकडा पुसट झालेला असतो. चौकातल्या, गावांच्या दिशा दाखवणाऱ्या वेगवेगळ्या पाट्यांवरसुद्धा 'आमचा पक्ष स्थिर सरकार देणार' अशी पत्रकं लावणारा हा आमचा महान भारत. तुम्हाला तुमच्या रामराज्याची अयोध्या सापडेल तेव्हा सापडेल. ती स्वार्थाच्या हायवेवर नक्की नाही. पण नागरिकांना आपल्या स्वत:च्या गावाला तरी जाऊ दे की! त्याच चौकातल्या पाट्यांवर पत्रकं चिकटवली तर मूळ गावी कसं कोण पोहोचणार? स्वत:च्या गावाच्या शोधातच सामान्य माणसं आयुष्यभर अडकतात. एकत्र येऊन ती सामाजिक क्रांती कधी करणार? आत्मक्रांतीच्या बाबतीत एकच दिशा. तिथं पाटी लावावी लागत नाही आणि मुक्कामाचं ठिकाण किती मैलांवर आहे, तो आकडाही लावावा लागत नाही.
आत्मक्रांती झालेला माणूस मुक्कामाच्या दगडावर उभा असतो. पायांखालच्या दगडावर शून्याचा आकडा असतो.

दुसऱ्या दिवशी सकाळी उठल्या-उठल्या मणीने परागची शाळेची सगळी पुस्तकं त्याच्याकडून घेतली. नवीन वर्षेची पुस्तकं घेऊन त्याला कव्हर चढवल्यानंतर आजतागायत, त्याने कधी पुस्तकांना हात लावला नव्हता.
"आज हे काय नवीन?"
"माझ्या लहानपणीच्या पुस्तकांत आणि आत्ताच्या पुस्तकात किती फरक पडलाय

ते जरा पाहातो. ही पुस्तकं समजतात का बघू.''
शिल्पाने अर्ध्या तासाने विचारलं,
''साहेब, ऑफिसचं काय?''
''ऑफिसला दांडी.''
''मग, डबा नको ना?''
''डबा नको, पण जेवण हवंय.''
''परागला सुटी आहे. बाहेर जाऊया?''
''एका अटीवर. माझ्याबरोबर तूही परागची पुस्तकं वाचायला बस. पुढच्या आठवड्यापासून त्याचे क्लासेस बंद.''
''का?''
''पिल्लू आपलं आहे. आपणच त्याला शिकवायचं. उडावं कसं हे शिकवण्यासाठी पक्षी पिल्लांसाठी ट्यूशन्स ठेवतात का?''
शिल्पा ह्या विधानाने उडालीच. इतकंच नव्हे तर आपल्याला हे वाक्य सुचलं कसं ह्याचं मणीलाही आश्चर्य वाटलं.
''पक्ष्यांकडे सगळं उपजत असतं. माणसाला जन्मापासून बिल्ट इन कॉम्प्युटर कशासाठी दिलाय? आपण कॉम्प्युटरऐवजी माऊससारखे वागतो. कॉम्प्युटर सोडून पळत सुटतो. शिकवणीत माया नसते. उलट पराग आणखी काही तास आपल्यापासून लांब जातो.
''तुमच्या ब्रिज क्लबचं काय ?''
''तो आजपासून बंद. आता ब्रिज खेळायचा नाही. बांधायचा. परागला जोडायचा.''
मणीने सगळी पुस्तकं वाचून काढली. अभ्यासक्रम आणि नेमलेली पुस्तकं, नव्हे, त्यांचा आणि वह्यांचा पर्वत बाजूला करीत तो शिल्पाला म्हणाला,
''मीसुद्धा आता परीक्षेला बसलो तर पास होणार नाही. तू होशील?''
''अशक्य.''
''शाळेत काय शिकवतात परमेश्वर जाणे! पालकांना भेटून जा अशा चिठ्ठ्या पाठवल्या की संपलं. माझ्या आई-वडिलांना एकदाही माझ्या शाळेत यावं लागलं नाही. तिथल्या तिथे शिक्षा. शाळा ही दुसरी आई असं म्हणत असत. मुलांना पुन्हा क्लासेसना जावं लागतं याचाच अर्थ शाळेत नीट शिकवलं जात नाही.''
मणीचा आवाज हळूहळू वर जाऊ लागला. शब्दातून चीड प्रकट होऊ लागली. तितक्याच शांतपणे शिल्पा म्हणाली,
''आपण आज प्रथम आपलं धोरण बदलत आहोत. शांत व्हा.''
मणीने त्या क्षणी शिल्पाकडे पाहिलं. त्याला तिथं आरसा दिसला. आपण चिडलो आहोत हे शिल्पामुळे समजलं. मणीने मनातल्या मनात अभिजितला कुर्निसात

केला.

पुढच्याच आठवड्यात शिल्पाला घेऊन मणी परागच्या शाळेत गेला. वर्गशिक्षकांना भेटला. अभ्यासक्रमावर भरपूर तोंडसुख घेतलं.

शिक्षक गयावया करीत म्हणाले,

''हे सगळं आम्हाला पटलेलं आहे असं समजून तुम्ही बोलताय. प्रत्येक विद्यार्थ्याची बुद्धी वेगळी, आवडनिवड स्वतंत्र, पण सगळ्यांना सारखेच विषय शिकवायचे. हे कोण लक्षात घेणार? त्यात मार्कांची चढाओढ. खास विद्यार्थ्यांना सवलती. ही मुलं स्पर्धेतून हिंसा शिकतात आणि शाळेमधून आम्ही अकलेऐवजी मत्सराचे मळे पिकवतो. काय करायचं सांगा. माझं प्रमोशन डावलून दुसऱ्या शिक्षकाला प्रमोशन. कारण काय? तर जात. पूर्वी आम्ही मित्र होतो, आता तो माझ्याकडे बघतही नाही. काय करू ते सांगाल?''

मणीने शांतपणे सगळं ऐकून घेतलं आणि परागचा अभ्यास आम्ही कसा करून घ्यायचा ते विचारलं. त्याबरोबर ते शिक्षक म्हणाले,

''भागाकार, गुणाकार, बेरीज, वजाबाकी सगळं बदललं आहे. मीही मनाविरुद्ध क्लासेस चालवितो. तुम्हाला आठ दिवस माझ्या क्लासमध्ये यावं लागेल. जमेल?''

''परागसाठी काहीही करीन.''

त्यानंतरच्या पंधरा दिवसांत मणीने आधुनिक तंत्र शिकून घेतलं. मणी पहाटे पाच वाजता उठायला लागला. आंघोळ करून परागसाठी बोर्नव्हिटा तयार ठेवून त्याला कुरवाळून उठवायला लागला. पूर्वी सात वाजेपर्यंत लोळणाऱ्या परागला तो दोन हाका करड्या आवाजात मारायचा आणि नंतर छडी घेऊन उभा राहायचा. त्याला छड्या बसू नयेत म्हणून शिल्पाची धावपळ व्हायची. एकाएकी चित्र कसं बदललं हे तिला कळणं अशक्य होतं. आता ती साडेपाचला उठायला लागली. पराग आणि मणीसाठी ब्रेकफास्ट तयार ठेवू लागली. पराग फुलला. तो आता जाता-येता, धावत-पळत मणीला मिठी मारून जायचा.

मणीची अभ्यास घेण्याची तऱ्हा मात्र जगावेगळी होती. अर्धा तास शिकवणी झाली की तो पाच मिनिटं पत्ते खेळायचा. कधी गावाच्या भेंड्या लावायचा. मग पुन्हा अर्धा तास अभ्यास.

''ही कोणती पद्धत शोधून काढलीत हो?''

''माझं शिकवताना परागच्या डोळ्यांकडं लक्ष असतं. प्रयोजन न समजता एखादा विषय शिकायचा म्हटलं की थकवा लवकर येतो. तो डोळ्यांत दिसतो. आता ह्याच्यानंतर काहीही शिकवलं तर ते रजिस्टर होणार नाही हे कळतं. पुन्हा मेंदू फ्रेश व्हावा म्हणून हा रिलीफ. ह्यामुळे त्याच्या जास्त लक्षात राहील की नाही बघ.

सायन्सची त्याला मुळातच आवड आहे. सायन्स शिकवताना मध्ये सुटी घ्यावी लागत नाही. पण आफ्रिकेच्या हवामानाची त्याला आता माहिती का द्यायची? जन्मात तो आफ्रिकेला जाणार आहे का? आणि ज्या वयात जाईल त्या वेळेला त्याला पुस्तकातल्या माहितीची गरज पडेल का? अनावश्यक माहितीने मेंदू अडकवून ठेवायचा आणि त्याला ज्ञान म्हणायचं. माहिती आणि ज्ञान ह्यांचीच गल्लत करायची आणि त्याला विकास हे गोंडस नाव द्यायचं. अमेरिकेचा भूगोल शिकवायचा. चिराबाजार, भुलेश्वर कुठे आहे हे मुंबईत राहून आम्हाला माहीत नाही. ह्याला शिक्षण म्हणायचं.''

मणी आता असंच बोलायला लागला होता. त्यानंतरच्या महिन्यात त्याने एका खोलीत लॅबोरेटरीचे सामान आणून टाकलं. केमिस्ट्रीचे प्रयोग प्रत्यक्ष करून दाखवायला एका प्रोफेसर मित्राला गळ घातली. ब्रिज खेळायला तो एके काळी जात होता. म्हणून त्याची जवळपास वेगवेगळ्या व्यवसायातल्या मंडळींची चांगली जानपहचान होती. तो प्रोफेसर दर रविवारी येऊन प्रत्यक्ष प्रयोग करून दाखवायचा. आणखीन दोन महिन्यांनी मणीने पाच हजार रुपये खर्च करून कोरी करकरीत हार्मोनियम आणली. शिल्पाच्या आश्चर्यचकित चेहऱ्याकडे पाहात तो म्हणाला,

''परागला संगीताची आवड आहे हे त्याने सांगितलं नाही. तो रोज मित्राकडे जाऊन हार्मोनियमवरून काही वेळ बोटं फिरवून येतो. तुला माहीत होतं?''

''कल्पना होती, पण त्याला संगीताचं वेड आहे हे माहीत नव्हतं.''

''कल्पना होती ना? आधीच सांगायचं.''

शरीरशास्त्राचा अभ्यास इतर विद्यार्थ्यांपेक्षा सखोल व्हावा म्हणून त्याने परागला तो बारावीत गेल्यावर विचारलं,

''प्रेताला घाबरतोस?''

''नाही बाबा.''

''पोस्टमार्टेम शांतपणे म्हणजे शांत मनाने पाहाशील?''

''हो.''

मणीने तीही सोय केली. त्याच्या प्रत्येक परीक्षेच्या अगोदर तो दहा-दहा दिवस रजा घेऊ लागला. कधीकधी बिनपगारी रजा होऊ लागली. तेव्हा ऑफिसचंच काम रोज सकाळी घरी आणून ते तो संध्याकाळपर्यंत परत नेऊन पोहोचवायला लागला. एक बाप, स्वत:च्या मुलासाठी इतकं करतोय म्हटल्यावर साहेबांनी ऑफिसचा शिपाई, फाईल्स ऑफिसात नेण्यासाठी संध्याकाळी मणीच्या घरी पाठवायला सुरूवात केली.

मणीने परागची ॲप्टिट्यूड टेस्ट करवून घेतली. व्होकेशनल गायडन्स ब्युरोकडेपण

तो जाऊन आला. एन्सायक्लोपीडियाचा साडेपाच हजार रुपयांचा संच आणून दिला. रोज त्यातली काही पानं त्याला वाचून दाखवायला लागला. त्याने धरणांची नुसती चित्रं दाखवली नाहीत तर स्पेशल परवानगी घेऊन पानशेत, खडकवासला, धोम, तुळसी, तानसा, वैतरणा, भातसई ही सगळी धरणं प्रत्यक्ष नेऊन दाखवली. केवळ डिस्कव्हरी चॅनलसाठी टीव्ही घेतला. जुना साधा टीव्ही विकून टाकला. कोशिश, परिचय, मासूम, मोसमसारखे चित्रपट त्याच्याबरोबर आवर्जून पाहिले. नंतर ओळीने दहा दिवस फक्त हाणामारीचे खून, बलात्काराचे चित्रपट दाखवल्यावर त्याला विचारलं,

"बोल, ह्या चित्रपटांनी तुला काय दिलं? कोणता विचार दिला? काय शिकवलं?"

पराग म्हणाला,

"फक्त वेळ घालवला. तेवढ्या वेळात हार्मोनियमची प्रॅक्टिस केली असती, एखादा एन्सायक्लोपीडियाचा चॅप्टर संपवता आला असता."

मणी सुखावला.

परागची गाडी मनोरंजनाच्या गावाऐवजी, मनोविश्लेषणाच्या तीर्थयात्रेला चाललेली आहे. आता टीव्हीचा शाप बाधणार नाही.

मणी मग गावाला गेला. वडिलोपार्जित शेतीचा एक तुकडा त्याने दोन लाख रुपयांना विकून पासबुक शिल्पाच्या हातात ठेवलं.

मणी रोज एक वाजेपर्यंत, जोपर्यंत पराग अभ्यास करायचा तोपर्यंत, जागा राहू लागला.

"तुम्ही रोज जेमतेम चार-साडेचार तास झोपता. कशासाठी जागरण करता?"

"आपल्याबरोबर कुणीतरी आहे ही जितीजागती सोबत फार महत्त्वाची असते शिल्पा. सगळे गाढ झोपलेले, आपण एकटे जागे, असं झालं की जिवंत माणसाला कबरस्थानात गेल्यासारखं वाटतं."

"प्रकृती सांभाळायला नको का?"

"शरीराला जेवढं काम द्याल तेवढ्या पेशी मबजूत होतात."

"एक लक्षात आलं आहे का?"

"काय?"

"पराग हल्ली देवाला नमस्कार करीत नाही."

"उत्तम! त्याच्या खोलीत मी फक्त ज्ञानेश्वरांचा पुतळा ठेवलाय. तो प्रत्यक्ष ज्ञानयोगी होतोय आणि त्याहीपेक्षा विज्ञानयोगी होतोय. विज्ञानातून माणूस कर्मयोगाकडेच वळतो. भक्तिमार्गाकडे झुकलेला पुष्कळदा दैवयोगी होतो आणि कदाचित निष्क्रिय होतो. ह्याचा अर्थ निष्क्रिय माणूस भक्तियोगी असतोच असा नाही. तो पलायनवादीसुद्धा असू शकतो. पण विज्ञानवादी जिज्ञासू असतो म्हणून तो

हमखास कर्मयोगी, कार्यरत होतो. मी परागचा ताबा घेतल्यापासून तो कधी नुसता हात जोडून बसलेला तू पाहिलायस का ते सांग.''

''त्याला तसं करायला वेळच मिळत नाही.''

''कंटाळा हा शब्द ऐकलास का?''

''कंटाळा? विसरा. दिवस चोवीस तासांपेक्षा जास्त तासांचा का नाही असं एकदा त्याने विचारलं होतं.

''काय सांगितलंस?''

''माणसाचं आयुष्य वाढावं म्हणून. का? काय झालं? चुकीचं बोलले?''

''बरोबर आणि चूक असं काही नसतंच. स्वधर्माप्रमाणे माणूस बोलतो.''

''तेच बोलले. प्रत्येक बायकोला आपला नवरा आणि मुलगा दीर्घायुषी व्हावा असंच वाटत असतं.''

''आयुष्याच्या लांबीपेक्षा खोली महत्त्वाची. भूपृष्ठावरून प्रवास करणं म्हणजे लांबी वाढवणं. भूगर्भात जाणं म्हणजे खोली वाढवणं.''

''तुमच्याकडे कॉम्प्युटरसारखी उत्तरं तयार कशी असतात हो? पूर्वी तुम्ही काही वेळ गप्प बसत होतात. तोच प्रश्न दुसऱ्यांदा विचारला की उत्तर मिळायचं. तुम्ही बदलतात.''

''कधीपासून?''

''मी तारखा लक्षात ठेवत नाही, पण परागकडे वळलात त्या दिवसापासून जाणवलं. तुम्ही प्रथम बापाच्या भूमिकेत गेलात असं वाटलं.''

''भले, मग तोपर्यंत कोण होतो?''

हसत-हसत शिल्पा म्हणाली,

''होतात आपले रेशनकार्डावरचे कुटुंबप्रमुख.''

शिल्पाचे दोन्ही खांदे घुसळत मणीने विचारलं,

''आता हे उत्तर शिल्पाचं की कॉम्प्युटरचं?''

''अनुभवाचं.''

तिला मिठीत घेत मणी म्हणाला,

''मागची बारा वर्षं विसरून जा. मला क्षमा कर.''

बोलता-बोलता मणीच्या डोळ्यांत पाणी आलं.

शिल्पाने त्याला ओढत-ओढत पलंगापाशी आणलं. त्याचं डोकं मांडीवर घेतलं आणि केसांतून हात फिरवत ती म्हणाली,

''मी मुद्दाम काही बोलले नाही. तुम्हाला लागावं हा हेतूही नव्हता. कधी कधी वाटतं, मी अजून तुम्हाला ओळखलं नाही.''

''नाही. तसं नाही.''

"अंहं, मी सांगेपर्यंत उठायचं नाही. पराग एवढ्यात येणार नाही. तुम्ही टेन्शनमध्ये असलात म्हणजे तुम्हाला मी हवी असते."

असं म्हणत शिल्पाने मणीच्या ओठांवर ओठ टेकले. त्या क्षणी तो अनामिक प्रियकर विरून गेला. आपण त्याला आता कधीच मनात आणायचं नाही. तो कधीच पंचतत्त्वात विरून गेला आणि खरंच परागच्या रूपाने तो आपल्या संसारात आला असेल तर त्याला सांभाळलं पाहिजे. त्याच्या पत्रावरून तो प्रगल्भ वाटतो. उत्कट तर होताच. उत्कटता फक्त पूर्णत्व शोधते आणि त्याची ओढ लागली की तर्क, बुद्धी, नीती-अनीती सगळे नुसते शब्द उरतात. शब्द म्हणजे 'भाव' ह्या अदृश्य शक्तीचं दत्तक मूल. ते त्या घराण्याचे नव्हेत, म्हणून निव्वळ शब्दांतून भाव व्यक्त होत नाहीत. एका मिलनाच्या प्रतीक्षेत आणि पूर्ततेत ज्याला समुद्रापासून नद्या, फुलं, झाडं, आकाश, अस्तित्व ह्या सगळ्यांशी सोयरीक आहे असं वाटलं, तो शिल्पाचा प्रियकर देहाने वावरलाच नाही. तो भावरूप होता. तो जर भावरूप असेल तर आपण आणि शिल्पा जेव्हा जेव्हा एकत्र येतो, तेव्हाही भावरूपाच्या पातळीवरच भेटतो. शरीराची स्मृतीही काही काळ लोप पावते. तेव्हा शिल्पाबरोबर तेव्हा मीही असेन किंवा तोही.

दीपकच्या घरी आपण जेव्हा फोन केला, तेव्हा 'दीपक गेला' एवढेच शब्द कानांवर पडले आणि पाठोपाठ हुंदके. मग हुंदके प्रयासाने थांबवीत, 'आपण कोण?'– हा प्रश्न आला. स्वत:चं नाव न सांगता आपण फोन ठेवून दिला. गरगरायला लागलं. टाहो फोडायचा होता, पण रडताच येईना. तेवढ्यात मावशी आली.

"का गं? चेहरा असा का?"

आपण काहीच बोललो नाही.

"तुझा भावी पती लाखात एक आहे. वेदशास्त्रनिपुण बापाचा मुलगा आहे. मी त्यांची प्रवचनं ऐकली आहेत. घरातलं वळण सध्याच्या काळात मागासलेलं वाटेल इतकं शुद्ध आहे. सगळं छान होणार आहे. काळजीच करू नकोस."

तेव्हाच शिल्पाच्या लक्षात आलं. आपण कितीही रडलो तरीही त्याचा अर्थ 'माहेर सोडायचं' ह्याच भावनेशी जोडलं जाणार आहे. त्याही अवस्थेत तिला सुरक्षित वाटलं. मावशी निघून गेली. घरात येणाऱ्या-जाणाऱ्यांची वर्दळ सुरू होती. शिल्पाने साडी बदलली. 'मैत्रिणीकडे जाते' असं सांगून ती सरळ टॅक्सी करून कमला नेहरू पार्कमध्ये गेली. तिने पर्समधून पत्र काढलं. पारायणं केली. दीपक खरंच गेला. त्याने शब्द पुरा केला. ती मग वेड्यासारखी समुद्राकडे, आकाशाकडे पाहात राहिली. आता मणीच्या तृप्त चेहऱ्याकडे पाहाताना आपण दीपकपर्यंत कधी पोहोचलो हे शिल्पाला समजलंपण नाही.

'तुम्ही टेन्शनमध्ये असलात म्हणजे तुम्हाला मी हवी असते' असं म्हणत शिल्पाने

पुन्हा एकदा मणीला सगळं उधळून दिलं होतं. तो शांत झोपला होता. त्याच्या चेहऱ्यावरची तृप्ती प्राशन कराविशी वाटते आणि आपण त्याला ती तृप्ती देणाऱ्या आहोत ह्याचा स्वाभिमान वाटतो.

दीपक आणि मणी सारखेच दिसतात. भावरूपाला अस्तित्व असतं, पण शरीर नसतं. ऐन लग्नाच्या धावपळीत दीपक अर्धं पत्र देऊन गेला. आपण सुसाट धावत त्याच्या घरी गेलो. घरात दीपक एकटाच आणि त्याचा धाकटा वीस वर्षांचा पोलिओ झालेला भाऊ. एका खोलीत पसरलेला. चहाचा कप हातातून पडावा आणि जमिनीवर चहा वेडावाकड्या आकारात पसरावा तसा तो पडलेला. आपल्या लग्नातही तो असाच कायमचा आडवा पडला.

गुडघ्यात डोकं खुपसून दीपक हमसाहमशी रडत होता. खूप वेळ निरर्थक शपथा, पुढच्या जन्मी नक्की भेटू, सगळं त्या त्या वयाला साजेसं. आणि मग दीपकची वेडी मागणी. मला देवता मानून, पायावर डोकं ठेवल्यावर स्वत:ला थांबवणं पातक वाटू लागलं. भेट आणि बेल वाजली. नंतर दहा मिनिटं त्या धुंदीत पडून रहायला, चढलेली नशा हळूहळू कशी ओसरते हे अनुभवायलाही मिळालं नाही. 'थोडक्यात वाचलो' ह्याच विचारात घर गाठावं लागलं.

'सखा सप्तपदी भव' म्हणताक्षणी अश्रूंचा महापूर आला. चक्कर आल्याप्रमाणे तोल गेला. 'अति हळवी आहे' म्हणत कुणीतरी सावरलं. दीपक खरंच आत्महत्या करील का? हा सातव्या पावलावर पडलेला प्रश्न. त्याच पत्राखाली पुढचा मजकूर लिहून त्याने कुणाबरोबर तरी पत्र पाठवलं. ते पत्र फाडायला हवं, असं म्हणत म्हणत मधुचंद्राला जातानाही ते पर्समध्येच होतं. 'सखा सप्तपदी भव'

मणी आपला सखा होईल का? आयुष्य ज्याच्याबरोबर काढायचं आहे, त्याच्याशी प्रतारणा नको. मधुचंद्राच्या दिवसांतच पत्र दाखवावं का? मावशी म्हणते, 'घराणं चांगलं आहे,' किती भाबडी आहे. पिढ्या न् पिढ्या संस्कारित माणसं निर्माण होतात, तेव्हा त्याचं घराणं होतं. पहिला बाजीराव हा पहिलाच. दुसरा असा का झाला? मुलगी घराण्याशी लग्न करते की व्यक्तीशी?

मणी कसा असेल? पत्र वाचल्यानंतर नवरा जसा वागेल, त्या वागण्याला महत्त्व. पहिल्या रात्री मणीने कुशीत ओढून घेतलं. केस मोकळे करताना तो म्हणाला,

''शिल्पा, मला जशी आहेस तशी सगळीच्या सगळी आवडलीस. पण त्यातल्या त्यात केस फार आवडले.''

त्याने सगळे केस मोकळे करून स्वत:च्या छातीवर पसरून ठेवले.

आपण भीतभीत विचारलं,

''स्वभाव आवडला नाही तर?''

मणी म्हणाला, ''मग मी म्हणेन कॉम्प्लिकेटेड केस.''

त्यानंतर प्रचंड रडायला आलं. त्याने फक्त शाब्दिक खेळ केला. पण आपल्यापुरता तो निव्वळ खेळ नव्हता.

'राणी, मी गंमतीने म्हणालो', इथपासून 'तुझा स्वभाव कसाही असू दे, मी जमवून घेईन', 'तुला वेळोवेळी समजावून सांगेन', 'तुझा मित्र होईन', 'तुझी परीक्षा घेत बसणार नाही', 'मी मनात ठेवणारा नाही', 'टोमणे मारणारा नाही' असं एकेक विधान करता-करता तो म्हणाला, "तुला घर सोडवत नाही का? आपण उद्याच परत जाऊ. तू पुन्हा माहेरी जा. ज्या दिवशी तुला यावंसं वाटेल त्या दिवशी ये. आपण पुन्हा हनिमूनला जाऊ. आणि दुसरं गाव, हॉटेल ह्या सगळ्याची भीती वाटत असेल तर तसं सांग. उरलेलं आयुष्य आपल्याच घरात काढायचं आहे."

समजुतीची, सवलतीची सगळी विधानं संपली. आपलं रडणं संपेना. मग मणी म्हणाला,

"ह्या भेटीबद्दल कसली तरी अनामिक दहशत तुझ्या मनात आहे. मी तुला एक कॉम्पोज देतो. तू शांत झोप."

मणी निर्व्याज मनाने बोलत होता. स्वरात आर्जव होतं. स्वत:च्या नैसर्गिक भावनांपेक्षा जोडीदाराचा विचार मनात जास्त होता. तरीही गोळी घेताना सुटकेचा नि:श्वास होता आणि अपराधीपणाचा डंख होता. कुशीत घेऊन मणी मला थोपटत होता, पण त्यात वासना नव्हती. आईने मुलाच्या जावळातून हात फिरवावा तसा तो माझ्या मोकळ्या केसांमधून हात फिरवत होता.

दीपकचं पत्र लपवता-लपवता शीणवटा आला होता. तो जळका निखारा होता. पण मोरीत जाऊन त्याची पारायणं करताना त्या निखाऱ्याची मोगऱ्याची फुलं व्हायची. दोन रात्र आपण कॉम्पोज घेऊन शांत झोपलो आणि मणी थोपटत राहिला.

तिसऱ्या रात्री प्रथम भेटलो, त्या भेटीत मणीच्या दोन दिवसांच्या शालीन वागणुकीची, उपकाराची परतफेड होती. नंतर येणारी ग्लानी, जी दीपककडे अनुभवायला मिळाली नाही, ती त्या दिवशी अनुभवायला मिळाली.

सकाळी पुन्हा कुशीत घेत तो म्हणाला,

"तू झोपेत बरंच बडबडतेस."

मनात भरलेल्या धडकीला, आश्चर्याचं सोंग चढवीत आपण विचारलं,

"मला आई-बाबा कधीच बोलले नाहीत."

"त्यांच्याकडची बाब वेगळी. तिथं कधी कुशीत झोपली होतीस का?"

माझी मिठी घट्ट कधी झाली मलाच कळलं नाही.

"काय काय बोलले सांगा."

"हॅं, झोपेतल्या बोलण्याला काही अर्थ असतो का?"

"नसला तरी सांग."

"कासव आणि हर्षवायू–ह्या दोन शब्दाचा काय संबंध आहे? मध्येच एकदा तुकारामाचा अभंग का काहीसं म्हणालीस. माझे वडील हे ऐकून खूष झाले असते."

आपण मात्र कमालीच्या घाबरलो. पत्र तर फाडलंच पाहिजे. पण मनावरच्या पाटीवरचा मजकुरही पुसला पाहिजे.

मजकूर पुसला तो मणीनेच. त्याच्या लाघवी, आर्जवी स्वभावाने, बोलण्यातल्या मार्दवाने, परागच्या सहवासातले काही क्षण, हे एक अकस्मात आलेलं वळण होतं. खरं तर वळणही नाही. मेन रोडवर दुरुस्ती चाललेली असली की शंभर-दीडशे फुटांपुरतं डायव्हर्शन असतं तसं काहीसं घडलं. पत्र मात्र फाडलंच पाहिजे, नाहीतर जाता-येता मध्ये टाकलेल्या स्पीडब्रेकर्ससारखं व्हायचं. काही स्पीडब्रेकर्स टेकडीसारखे उंच असल्यामुळे लांबून दिसतात. काही स्पीडब्रेकर्सच्या अगोदर सावधानतेची सूचना असते. काहींवर पांढरे पट्टे असतात. काहींचे कधीच पुसले गेलेले असतात आणि काही स्पीडब्रेकर्स ऐनवेळेला तापलेलं दूध जसं अचानक वर येतं, तसे उगवतात. मणीला जर हे पत्र मिळालं तर संसारयात्रेत हे सगळे स्पीडब्रेकर्स रथ तोडून टाकतील. रस्त्यावरचे काही स्पीडब्रेकर्स, कारब्रेकर्सच असतात. पत्र वाचण्यापूर्वीचा मणी पत्र वाचल्यावर पुन्हा भेटणार नाही.

नंतरचे चार दिवस खरे धुंदीत गेले. आपण झोपेत काही बोललो नाही हेही मणीने सांगितलं आणि त्याच धुंदीत आपण पत्र फाडायचं विसरलो. फाडायचं नाही हेही ठरवलं. मणीच्या घरी एखादी तरी 'तिळा उघड' म्हणण्यासारखी गुहा दिसेल.

शिल्पा आणि मणीचा संसार सुरू झाला. दहा नव्हे, शेकडो वेळा पत्र फाडण्यासाठी हात सरसावले. पण ती एकमेव भावना फाडावीशी वाटली नाही. दर आठ-दहा दिवसांनी प्रत्येक नवी जागा असुरक्षित वाटायची. नव्या जागेचा शोध मग सुरू.

मणी खरोखरच लाखात एक होता. त्याचं जग छोटं होत. मागण्या माफक होत्या. व्यसन हेच दूषण लावायचं असेल तर ब्रिज खेळायचा. छंद नव्हे तर त्यात प्रभुत्व होतं. त्या बावन्न पत्त्यांनी अनेक थोरामोठ्यांचे पत्ते मिळवून दिले होते.

दीपकची आठवण पुन्हा तरारून जलपृष्ठावर आली ती परागच्या जन्मानंतर आणि त्याहीपेक्षा 'हा नेमका कुणासारखा दिसतो?'– ह्या चौकशांनी. फक्त शिल्पालाच ते माहीत होतं. पण त्यापायी ती कासावीस झाली नाही. ती तोपर्यंत संपूर्ण 'मणी'मय झाली होती. आता दीपकही आपल्या कायम सहवासात आहे म्हणून ती सुखावली. त्यात सोबतीला दीपकचं पत्र.

केव्हातरी शिल्पाला जाणवलं की आता दीपकबद्दलच्या आपल्या भावना, ओढा पूर्वीइतका तीव्र राहिलेला नाही. पराग मणीचाच मुलगा असता तरीसुद्धा मणीवरच्या प्रेमाचा एक फार मोठा हिस्सा परागनेच अडवला असता. मणी आणि शिल्पा एकत्र

आलेच होते. त्यात दीपकचा अंश किती? हे कोण शास्त्रशुद्ध पातळीवर सांगू शकेल?

अंतर्बाह्य हादरून जावं असा प्रचंड स्फोट शिल्पाच्या आयुष्यात झाला, ते दीपकचं पत्र हरवलं तेव्हा. मणीपासून ते पत्र लपवण्यात ती बारा वर्षं यशस्वी झाली होती. ऐन तारुण्यातला उफाळणारा आवेग ओसरला होता. तारुण्य म्हणजे काय? कवितेतच भावना व्यक्त करण्याचा आटापिटा करणं म्हणजे तारुण्य. तारुण्य आकाशापासून छोट्याशा रोपट्यापर्यंत सगळ्या अस्तित्वावरच प्रसन्न असतं. सगळ्या विश्वाचीच एक कविता झालेली असते. आपल्या हाताच्या तळव्याच्या स्पर्शात दीपकला संजीवनी दिसली होती. वेगवेगळ्या माध्यमांतून तो शिल्पापर्यंत पोहोचू पाहात होता आणि एकट्या शिल्पातून तो विश्वाला पाहात होता. अशा अवस्थेत हा शब्द प्रेयसीपर्यंत सगळे भाव पोहोचवेल का तो? असं करता-करता कवितेचंही भान सुटतं. त्या काळात लहान पण महान वाटलेलं दीपकचं पत्र तिला आता लांबलचक वाटू लागलं होतं. आणि तरी आपण ते जतन का करीत आहोत, हे तिला कळत नव्हतं.

ते पत्र जेव्हा सापडेना तेव्हा त्याला ताजं महत्त्व आलं. मणीने फ्लॅट रंगवायला काढला तेव्हा सगळ्या घराचं पानिपत झालं होतं. सगळ्या खोल्यांच्या मध्यभागी जेव्हा सामानाचे सह्याद्री पडलेले पाहिले तेव्हा त्यातल्या किती गोष्टी अनावश्यक होत्या ह्याचं आकलन झालं. संपूर्ण फ्लॅट जेव्हा पूर्ववत झाला तेव्हा एका मोठ्या दुखण्यातून आपण बरे झालो असं शिल्पाला वाटलं.

पण पत्र सापडेना, तेव्हा ती हादरली. तिच्या दृष्टिकोनातून तो आता एक रांगोळी काढलेला कागद होता. पण मणीला जर ते पत्र सापडलं तर सगळ्या आयुष्याची राखरांगोळी होणार होती. त्यानंतर पंधरा-वीस दिवस मणी बिथरला होता, हरवला होता. नवरा शृंगारात, एकांतातही फुलत नाही म्हटलं की समजावं तडा खोलवर गेलाय. स्फोट होणार. कधी तेवढंच बघायचं. आपण ते पत्र का फाडलं नाही ह्या पश्चात्तापातही काही अर्थ नाही.

पण स्फोट होण्याऐवजी पंधरी-वीस दिवसांनंतर मणीच्या व्यक्तिमत्त्वाचा एक वेगळाच पैलू शिल्पाच्या अनुभवाला आला. त्याने परागचा ताबा घेतला. तो शिल्पाच्याही अवतीभवती राहू लागला. केव्हातरी शिल्पाचं दोन दिवस सपाटून डोकं दुखलं. डोळे, कान, दात सगळ्या तपासण्या नॉर्मल होत्या. डोकं दुखायचं थांबलं तरीही सी. टी. स्कॅन केल्याशिवाय मणीला चैन पडलं नाही. रिपोर्ट नॉर्मल म्हटल्यावर तो प्रचंड आनंदात होता. त्याने शिल्पासाठी साडी आणली. त्यानंतर पराग परीक्षा देतोय की मणी असा प्रश्न पडावा एवढं मणीने परागला वाहून घेतलं. स्वत:चं वेगळं आयुष्य तो जगलाच नाही.

पराग एम्. बी. ए. अत्यंत चांगल्या पद्धतीने उत्तीर्ण झाला. एका मोठ्या कंपनीकडून ऑफर आली, ती मणीच्या ब्रिजपार्टनरमुळे.
परागवर अनेकांचा डोळा होताच.
लग्न जमायला कितीसा अवधी लागणार? मोठ्या पगाराची नोकरी.
चुटकीसरशी सगळ्या गोष्टी झाल्या.

पराग मधुचंद्राहून परतला आणि सहाव्याच दिवशी मणीला हार्ट अॅटॅक आला. केईएममध्ये आय.सी.सी.यू. मध्ये दाखल करून मॉनिटर सुरू होईतो दुसरा अॅटॅक आला. भवितव्य अनिश्चित होतं. दोन दिवसांनी हळूहळू आराम पडला. तरीही आणखी अठ्ठेचाळीस तास तो 'नो व्हिजिटर्स'चा बोर्ड होताच.
अभिजितने आय.सी.सी.यू.च्या बाहेरच्या मोठ्या व्हरांड्यातच तळ ठोकला होता. शिल्पापासून सगळ्यांना त्याने घरी बसायला लावलं. पाच मिनिटं बोलण्याची परवानगी मिळताक्षणी तो धावला. त्याचा हात हातात घेत मणी म्हणाला,
"मी जिंकलो. तुझ्या एका विधानाने मी माझ्या आयुष्यातून 'माझा' शब्द पुसून टाकला. 'माझी पत्नी', 'माझा मुलगा' ह्यातला 'माझा' शब्द मी बिदा केला."
"तुझे वडील वेदशास्त्र..."
"आपल्याच घरात सोन्याची खाण आहे हे फार कमी मुलांना कळतं. त्यांच्यापैकीच मी एक अभागी. मला जाग उशिरा आली."
"फळावरूनच झाडाची पारख होते. काही काही झाडांना फळं उशिरा लागतात, पण बीज शुद्ध असलं तर वर्ष कोण मोजतो?"
"तरी..."
"शांत झोप. यू नीड रेस्ट. पंधरा वर्षं परागसाठी राबलास त्याला लिमिट नाही. सगळे बाप फक्त प्रगतिपुस्तक पाहाणारे. प्रगती घडवणारे किती? मुलांवर वर्षाव करतील तो वस्तूंचा. सहवास किती बाप देतात?"
"मी बापच राहिलो असतो तर परागचा रागही केला असता. मुलाची कर्तव्य काय असतात ह्याचे डोस पाजत राहिलो असतो. त्याला येणाऱ्या अपयशाचं खापर शिल्पावर..."
"तुला श्रम होताहेत, तू झोप."
"मी ट्रस्टी झालो इतकंच तुला सांगायचं होतं."
"माझे बाबा जाता-येता आणि प्रवचनातून 'तुम्ही साक्षी व्हा' म्हणायचे. तू ट्रस्टी शब्द वापरलास इतकंच. साक्षिभावात आयुष्याकडे कसं बघायचं हे कधीच मला कळलं नसतं. पण तशी घटना घडली, तेव्हा..."
"मला अजून सांग, काय घडलं होतं तेव्हा?"

मणीने डोळे मिटून घेतले. पुन्हा उघडून मणी म्हणाला,
"परिवर्तन का झालं तेवढंच मी सांगू शकत नाही."
मणीच्या डोळ्यांत पाणी आलं.
"रिलॅक्स! झोप. मी पुन्हा तुला काही विचारणार नाही."
"खरं तर साक्षीभावाने अभिजित, जे घडलं ते मी सांगायला हवं. तू म्हणतोस ते खरं आहे. घडणं हा शब्द महत्त्वाचा. त्या एका प्रसंगाने मी दहा-पंधरा दिवस माणसांत नव्हतो. आणि जेव्हा माणसांत आलो तेव्हा कळलं, उरलेलं आयुष्य माझे वडील माझ्या रूपाने जगताहेत. मणी संपला. पराग माझा नातू झाला. शिल्पा माझी..."
"मणी, तू झोप."

संध्याकाळी पराग, त्याची बायको, शिल्पा सगळीच आली. मणी एकदम फ्रेश होता. त्याने परागच्या पत्नीला—सुप्रियाला विचारलं,
"कशी आहेस?"
"छान आहे. मला काय कमी आहे? तुम्ही लवकर घरी चला."
शिल्पाला हुंदका आला.
"अरे, तू वेडी की काय? मी चार दिवसांत घरी येणार."

दुसऱ्या दिवशी सकाळी पराग घरचा चहा, फळं घेऊन आला.
"कसे आहात?"
"मस्त."
"माझ्यासाठी फार केलंत. माझे अनेक मित्र आहेत. पण मुलासाठी स्वतःचं आयुष्य गहाण ठेवणारे बाबा तुम्ही एकमेव. तुम्हाला बाप म्हणू, मित्र म्हणू की... खरं तर आपल्यातल्या नात्याला नावच नाही."
"मी बाप तर आहेच, पण त्याहीपेक्षा ट्रस्टी..."
मणीचं वाक्य पूर्ण झालं नाही. त्याने शेवटचा श्वास घेतला होता.

मध्ये एक महिना गेला. मणीचे सगळे कागदपत्र, बँकेची पासबुकं, मोजके शेअर्स आणि मित्रपरिवाचा पत्रव्यवहार घेऊन पराग बसला होता. शिल्पाही मदतीला आली. मध्येच सुप्रियाची हाक आली. शिल्पा आत गेली आणि अचानक एक पत्र पाहून परागला घाम फुटला. ओठ कोरडे पडले. दीपकने शिल्पाला लिहिलेलं पत्रं बाबांच्या कागदपत्रांत?
त्याने घाईघाईने पत्र वाचलं. एकदा, दोनदा. स्वतःला सावरायला त्याला वेळ

लागला. पण शिल्पा बाहेर यायच्या आत ते पत्र बास्केटमध्ये जाणं आवश्यक होतं. जितके बारीक तुकडे करता येतील तितके तुकडे करून त्याने ते बास्केटमध्ये नुसतेच टाकले नाहीत तर इतर फाडलेल्या कागदांची आणि त्या तुकड्यांची सरमिसळ केली. तो ताण असह्य होऊन पराग मागे सरकला. त्याने भिंतीवर डोकं टेकलं. डोळे डबडबून आले. तेवढ्यात शिल्पा शेजारी येऊन बसली. दोघांनी एकमेकांना कुशीत घेतलं.

थोडं स्वत:ला सावरीत शिल्पा म्हणाली,

"मरण कुणालाच टळत नाही. तुला घडवण्यासाठी त्यांनी काय काय केलं नाही का? तरी सांगते पराग, अख्ख्या जगात माझ्यासारखी भाग्यवान पत्नी नाही. खंत एकाच गोष्टीची वाटते, पती म्हणून ते कसे होते ते माझ्याशिवाय कुणाला कळणार नाही. त्या समाधानासाठी एक पार्टनर हवा होता."

आईकडे पाहात पराग म्हणाला,

"आपल्या घरात एकाच वेळी दोन माणसं गेली. तुझे यजमान आणि माझे वडील. मला पती म्हणून त्यांची किंमत कळणार नाही आणि तुला एक बाप म्हणून त्यांचं स्थान समजणार नाही. आपल्या दोघांच्या डोळ्यांत पाणी आहे, पण त्यामागची दु:खं वेगळी आहेत."

शिल्पा उठून गेली. वेस्टपेपर बास्केटकडे पाहात पराग म्हणाला,

"आई, ह्या दु:खातही तू किती भाग्यवान आहेस, हे तुला आयुष्यभर कळणार. पती म्हणून बाबांचा एक पैलू फक्त मलाच समजलाय. माझ्यापेक्षा तू सुखी आहेस, कारण तू कोणत्या बाबतीत अभागी आहेस हे तुला कळणार नाही. बाबा, बाबा, तुम्ही मात्र भाग्यवान आहात. तुमच्यात किती ताकद आहे हे फक्त मलाच समजलं. आईसारखाच मीही अभागी, कारण तुमचं मोठेपण सांगता येईल असा मलाही पार्टनर नाही."

■

वपु काळे

# कर्मचारी

तुम्ही

दुधाच्या, रेशनच्या, साखरेच्या, तिकिटांच्या, बसच्या रांगेत तासन् तास उभे राहता. चालती गाडी पकडता. लोकलला लोंबकळता.

लेटमार्क चुकवण्यासाठी जीव गहाण टाकता.

साहेबाची बोलणी खाता. कँटिनचा बेचव चहा पिता. संसारात तर नाना आपत्ती सहन करता.

आज हे नाही. उद्या ते नाही.

मोर्चा, हरताळ, संचारबंदी, उपोषण सगळं हलाहल पचवता.

तरीही

तुम्ही

हसता. हसवता.

गाडीत उभ्या उभ्या पत्ते खेळता.

राजकारणावर हिरिरीने बोलता.

एखाद्याला मोरु बनवून आनंद निर्माण करण्याचा प्रयत्न करता.

बेचव चहाच्या पैजेवरही खुष होता.

यू आर सिम्पली ग्रेट!

असे तुम्ही जातिवंत

कर्मचारी

हा कथासंग्रह म्हणायचा नाही, पण ते काही खरं नाही.

हा आहे आरसा.

सर्वांना प्रेम करायला लावणारा आरसा.

उद्या रिटायर्ड होणारा हेडक्लार्क पण लिफ्ट मजल्यावर जाताजाता तिथल्या आरश्यात डोकवतो, तसाच हा आरसा.